# భారతదేశంలో
# బౌద్ధం ఎందుకు పతనమైంది?



కస్తూరి విజయం
VICTORY OF KASTURI

ఆంగ్లమూలం

దొప్పలపూడి సత్యనారాయణ

అనువాదం

డా॥ గుమ్మా వీరన్న

Bharathadesamlo Bouddam Yenduku Patanamaindi?

of

Anglamoolam Doppalapudi Satyanarayana

Anuvadam Dr. Gumma Veeranna



Published By: Kasturi Vijayam

Published on: Jul 2026

ISBN (Paperback): 978-81-988184-7-8

Print On Demand

Ph:0091-9515054998

Email: Kasturivijayam@gmail.com

Book Available

@

Amazon, flipkart

# భారతదేశంలో
# బౌద్ధం ఎందుకు పతనమైంది?

## విషయసూచిక

# భారతదేశంలో
# బౌద్ధం ఎందుకు పతనమైంది?

# రెండవ ముద్రణకు ముందుమాట

మొదటి ముద్రణలో నేను అనువదించిన పుస్తకం శీర్షికను ‘భారతదేశంలో బౌద్ధ నిర్మూలన’ అని పెట్టాను. కొందరు బౌద్ధ పండితులు, మిత్రులు పుస్తకం పేరును మారిస్తే బాగుంటుందని సూచించారు. ఆ సూచన మేరకు పుస్తకం శీర్షికను ‘భారతదేశంలో బౌద్ధం ఎందుకు పతనమైంది?’ అని మార్చాను. మిత్రులు, పాఠకులు గ్రహించగలరు.

**2021**లో మొదటి ముద్రణ పొందిన ఈ పుస్తకానికి మిత్రులనుండి, పాఠకుల నుండి మంచి స్పందన వచ్చింది. అచ్చయిన వెయ్యి కాపీలు మూడేళ్ళలోపే పూర్తిగా అమ్ముడుపోయాయి. ఈ విషయం తెలుసుకున్న కస్తూరి విజయం పబ్లిషర్స్ రెండవ ముద్రణ వేస్తామని ముందుకొచ్చారు. ఇది సంతోషించదగ్గ పరిణామం.

భారతదేశం బౌద్ధాన్ని దేశం నుండి తరిమివేసి తనను తాను ఆత్మహత్య చేసుకుందని గురజాడ అప్పారావుగారు చేసిన ప్రకటన అక్షర సత్యం. అహింసను, శాంతిని, స్వేచ్ఛా సౌభ్రాతృత్వ సమానత్వాలను అందించిన బౌద్ధం అభ్యుదయ భావాలకు కేంద్రస్థానమై నిలిచింది. బుద్ధుడు విశ్వగురువు స్థానానికి అర్హుడయ్యాడు.

గొప్ప తాత్విక భావాలతో హేతువాద మానవవాదాలను పుణికి పుచ్చుకున్న బౌద్ధాన్ని ఆనాటి బ్రాహ్మణవర్గం కుట్రలు, కుతంత్రాలు పన్ని, బుద్ధుడి బోధనలను వక్రీకరించి, బౌద్ధులపై భౌతిక దాడులు జరిపి బౌద్ధ పతనానికి కారణమైందని చారిత్రాకాధారాలతో నిరూపించారు మూల రచయిత దొప్పలపూడి సత్యనారాయణ గారు.

ఈ గ్రంథం ఇతర భాషలలోకి అనువాదం పొందవలసిన అవసరం వుంది. పాఠకులు చూపే ఆదరాభిమానాలతో ఈ గ్రంథం త్వరలోనే మరిన్ని ముద్రణలు పొందాలని ఆశిస్తున్నాను.

హైదరాబాద్ డా॥ గుమ్మా వీరన్న

**02/06/2026** అధ్యక్షులు

భారత హేతువాద సంఘం

# బౌద్ధ ఉజ్జీవన సాహసం

"భారత దేశంలో బౌద్ధ నిర్మూలన" అనే పుస్తకము పేరు వినగానే, గతంలో ఒక కమ్యూనిస్టు కార్యకర్త రాసిన, "బుద్ధుడు చారిత్రక వ్యక్తి కాదు" అనే పుస్తకాన్ని చదివిన గుర్తుకు వచ్చి తుళ్లి పడ్డాను. సదరు వ్యక్తి బుద్ధుడు పురాణ పురుషుడు అని నిరూపించడానికి విశ్వ ప్రయత్నం చేశాడు. బుద్ధుడినీ, బౌద్ధాన్ని విమర్శిస్తూ రంగనాయకమ్మ రాతలతో పాటు ఎన్నో రచనలను చూశాం. అయితే, ఇది ఆ కోవలోనిది కాదని కొన్ని పేజీలు చదవగానే అర్థం అయ్యింది. ఈ పుస్తకము "Annihilation of Buddhism in India" (భారత దేశంలో బౌద్ధ నిర్మూలన) అనే ఆంగ్ల మాతృకకు అనువాదం. ఆంగ్లంలో ఈ పుస్తకాన్ని రాసిన వారు డి. సత్యనారాయణ గారు. బౌద్ధ కట్టడాల ధ్వంసం, బౌద్ధ భిక్షువులపై జరిగిన హింసను బట్టబయలు చేయడం ఈ గ్రంథం యొక్క ముఖ్య ఉద్దేశ్యంగా ఉప శీర్షికలో ప్రకటించారు రచయిత. దానికి కట్టుబడే రచన జరిగిందని చెప్పవచ్చు. దీనిని శ్రీ గుమ్మా వీరన్నగారు తెలుగు పాఠకులకు అందించే ప్రయత్నం చేశారు. ఇందులో ఎనిమిది భిన్న అంశాలను విభిన్న రీతిలో చర్చించడం జరిగినది. అన్నీ అంశాలూ బౌద్ధానికి సంబంధించినవే.

పుస్తకం లోనికి వెళ్ళే ముందు కొన్ని విషయాలు ప్రస్తావిస్తాను. బుద్ధుడు జ్ఞానానికి సంబంధించి ప్రజ్ఞ నాలుగు విధాలుగా ఉంటుందని ప్రకటిస్తాడు. మొదటిది శృతిమయ ప్రజ్ఞ, అంటే విని సంపాదించే జ్ఞానం అని అర్థం. మనకున్న జ్ఞానమంతా ఇలా విన్నదే. అదే నిజమని, సబబని నమ్ముతాము. రెండవది భావనమయ ప్రజ్ఞ విన్నది కొంత అయితే ఊహించుకున్నది కొంత, ఇదొక రకమైన జ్ఞానం. మూడవది చింతనామాయ ప్రజ్ఞ, విన్నదీ, ఊహించుకున్నదీ కాకుండా చదివి ఆలోచన ద్వారా

తెలుసుకున్నది. ఈ ప్రజ్ఞ విలువైనది. నాల్గవది వేదనామయ ప్రజ్ఞ. అంటే అనుభవపూర్వకంగా సంపాదించిన జ్ఞానం, దీనికి తిరుగులేదు. మనం మన మన ఆలోచనా స్థాయిని బట్టీ, ఆధ్యాత్మిక సమర్థతను బట్టీ, విషయ పరిజ్ఞాన లోతులు బట్టీ విషయాన్ని బేరీజు వేస్తాము. ఆ స్థాయి మేర మనం మన భావాన్ని వ్యక్తం చేస్తాము. దీనిపై మనం నమ్మిన సిద్ధాంతము, మన సాంస్కృతిక నేపథ్యం కొంత ప్రభావాన్ని చూపుతాయి. ఆ దృష్టితోనే వారి రచనలనూ అర్థం చేసుకోవాలి. బుద్ధుడు అడవిలో రాలిన ఆకులను పిడికిలిలో తీసుకుని చూపుతూ "మనకు తెలిసినది ఇంతే, తెలియనిది ఎంతో" అన్న మాటలు మర్చిపోకూడదు. అలాగే రచన చేసే ముందు, మరీ ముఖ్యంగా బౌద్ధ రచన చేసేముందు ఏ విషయాన్నైనా చర్చించినప్పుడు మనం జడ్జిమెంటల్ అయిపోకూడదు అనేదొక ప్రాథమిక సూత్రం.

బౌద్ధం పూర్తిగా నాస్తికత్వం అనే విషయాన్ని రచయిత పుస్తకంలో మొదటి ఛాప్టర్‌లోనే నిర్ధారిస్తారు, కాబట్టి పుస్తకంతో పెద్దగా పేచీ ఉండదు. బౌద్ధం నాస్తికత్వం అనడానికి ఉదాహరణలు చాలానే చూపుతారు. పుస్తకాన్ని మొత్తంగా చూస్తే మూడు విషయాల మీద ప్రధానంగా చర్చ జరుగుతుంది. మొదటిది థేరవాదానికీ (హీనయానం) మహాయానానికీ గల వ్యత్యాసాలు, రెండవది మహాయానానికీ, బ్రాహ్మణిజానికీ ఉన్న సారూప్యాలు. మూడవది, దేశంలో ఎక్కడెక్కడ బౌద్ధ కట్టడాలు ఏయే బ్రాహ్మణరాజు ఏ విధంగా ధ్వంసం చేశారో ఆధారాలతో సహా వివరించే ప్రయత్నం చేశారు రచయిత. ఉపనిషత్తుల భావవాదమే మహాయాన బౌద్ధం అనేది ప్రధాన వాదన. బ్రాహ్మణులు కుట్ర ప్రకారమే బౌద్ధాన్ని నాశనం చేశారని, అలా చేసే ప్రయత్నంలో దాన్ని మహాయానంగా మార్చి చివరకు మహాయానాన్నే తంత్రయానంగా ఏమార్చి కనుమరుగు అయ్యేలా చేశారనేది, రచయిత బ్రాహ్మణీకంపై చేస్తున్న ప్రధాన అభియోగం. ఈ అభియోగం బౌద్ధ పతనానికి కేవలం

ఒక కోణం మాత్రమే తప్ప ప్రధాన కారణం కాదు. బుద్ధుని కాలంలో బ్రాహ్మణ సంస్కృతికీ శ్రమణ సంస్కృతికీ విరోధం ఉండేదనే విషయం మనకు తెలుసు. అప్పటి నుండి ఇప్పటికీ అది కొనసాగుతుందనేది చారిత్రక వాస్తవం. అందుకే "భారతదేశ చరిత్ర మొత్తం బౌద్ధానికీ, బ్రాహ్మణిజానికీ జరిగిన యుద్ధాలే, తప్ప మరేవి కాదు" అంటారు డాక్టర్ అంబేద్కర్. నాటి బుద్ధుని కాలానికి బహుజనులకు విద్య నిషేధం. కేవలం బ్రాహ్మణులు మాత్రమే విద్యకు అర్హులు. కనుక వారే బౌద్ధాన్ని మొదటిగా అర్థం చేసుకుని పాటవం సాధించారు. అశోకుని కాలానికి భారత్ ప్రబుద్ధ భారతదేశంగా రూపొందడానికి కులాల ప్రసక్తిలేని నాటి సమాజాన్ని చిన్న చూపు చూడలేం. బ్రాహ్మణులైనా నాటి వేద ప్రమాణాలను ప్రశ్నించిన బుద్ధునితో జతకట్టడాన్నీ, అతని బోధనలకు ప్రభావితం కావడాన్నీ చులకన చేయలేం.

ఎందరు కుట్రదారులు ఎన్ని రకాలుగా బౌద్ధాన్ని వక్రీకరించడానికి ప్రయత్నించినా అందులోని మౌలిక బౌద్ధిక బోధనలను ముట్టుకునే ధైర్యం చేయలేదనే వాస్తవాన్ని గుర్తుంచుకోవాలి. రచయిత ప్రస్తావించినట్లు మహాయాన బౌద్ధం మొత్తం బ్రాహ్మణమయం అనేది కూడా సత్యదూరం. ఎందుకంటే మహాయానం బ్రాహ్మణీకరణ చెందిన మాట వాస్తవమే కానీ అదే మహాయానం విశ్వాంతరంగా వ్యాపించడాన్ని,ఆ కీర్తినీ ప్రతిష్టనీ బ్రాహ్మణులకు ఇచ్చేద్దామా? కుమారిల భట్టు, శంకరుడు బౌద్ధానికి చేసిన హాని, ద్రోహం జగద్విదితమే. కాల ప్రమాణాల ప్రకారం జరిగిన బౌద్ధ వ్యతిరేక కుట్రలను బహిర్గతం చేసే బాధ్యతను భుజానికి ఎత్తుకున్న రచయిత అభినందనీయుడే. క్రమబద్ధంగా ఉపనిషత్తుల సారాంశాన్నీ బౌద్ధంలోనికి చొప్పించడాన్నీ,అనంతర కాలంలో వచ్చిన పురాణాలలో బౌద్ధానికి జరిగిన అవమానాలను సహించలేక బాగా చలించినట్లు కనబడుతుంది.

థేరవాద బౌద్ధం లేదా హీనయాన బౌద్ధంగా పిలవబడేదే అసలైన మౌలిక బౌద్ధమనీ, అదే ఆదిమ బౌద్ధం అనీ తన పరిశోధన యావత్తూ కొనసాగించినట్టు మనకు బోధ పడుతుంది. థేరవాదాన్ని స్థవిర వాదమని కూడా అంటారు. అంటే పెద్దలవాదమని అర్థం. ఈ నేపథ్యంలో కొన్ని సందర్భాలలో రచయిత ఆలోచన నిడివి తగ్గి కొన్ని నిరాధార అంశాలను ప్రస్తావించవచ్చు. ఈ పుస్తకాన్ని చదివే పాఠకుడు ఇందులో ఉన్న ఎన్నో విషయాలతో ఏకీభవించవచ్చు, మరెన్నో విషయాలతో విభేదించవచ్చు కూడా. నేను కూడా ఇందుకు మినహాయింపు కాదు. తాను నమ్మిన విషయాలను ప్రస్తావిస్తూ వాటికి సాధికారతతో తగు ఆధారాలతో నిరూపించాలానే రచయిత తపన అభినందనీయం. మనం తెలుసుకున్న విషయాల ఆధారాల ప్రామాణికతలు ఎప్పుడూ ప్రశ్నించబడతాయనీ వాటికి సమాధానాలు చెప్పాల్సి ఉంటుందని రచయితలు మరచిపోకూడదు. నేను మొదటిగానే ప్రస్తావించినట్లు మరీ ముఖ్యంగా బౌద్ధ రచయితలు.

మరొక విషయం ఇక్కడ ప్రస్తావించాలి బుద్ధుడు క్షత్రియుడు కానీ అతడు క్షత్రియ ధర్మం విస్మరించాడు అనే అపోహ నుండి కూడా మనం బయట పడాల్సిన అవసరాన్ని ఈ సదర్భంగా చెప్పదలచుకున్నాను.బుద్ధుడి కాలంనాటి గణతంత్ర వ్యవస్థను మనం విస్మరించకూడదు . మూడు పర్ణాలు ఆర్యుల సృష్టి. బుద్ధుడు ఆర్యుడు కాడు అనే ప్రాథమిక సత్యాన్ని మరిచిపోకూడదు. ఎందుకంటే? కుమారిల భట్టు (తంత్రవార్తిక) ఈ అంశాన్ని కావాలని తప్పుగా చిత్రణ చేసి ఆపై వక్రీకరించాడు. బుద్ధుడు క్షత్రియ ధర్మాన్ని వీడి బ్రాహ్మణ ధర్మాన్ని(అంటే బోధించడం) ఆచరించాడని రాశాడు . ఈ విధంగా వర్ణ వ్యవస్థను విభేదించాడని రాసి సామాన్యులను రెచ్చగొట్టాడు కుమారిల భట్టు.

ప్రతీ మతానికీ ,ప్రతీ ధర్మానికీ భౌగోళిక కాలమానాలూ , స్థానిక సంప్రదాయ సంస్కారాలూ, సంస్కృతీ తమ రంగును పూస్తాయి. కాలానుగుణగా మార్పు చెందడం దేనికైనా సహజ లక్షణమని బౌద్ధమే చెపుతుంది. మరి ఆ సూత్రానికి బౌద్ధం అతీతమెలా అవుతుంది. కాల క్రమేణా అదీ మారుతూ వచ్చింది. కానీ బౌద్ధం దాని మౌలిక సూత్రాలలో ఎక్కడా రాజీ పడలేదు.

ఈ పుస్తకం వలన బౌద్ధం లోని మౌలిక సూత్రాలు తెలుస్తాయి. ఏది అసలైన బౌద్ధం అనేదాని మీద ఇంకా క్లారిటీ రావాలి. అలాగే ఇందులో అనుమానించాల్సిన విషయాలూ, నివృత్తి చేసుకోవాల్సిన అంశాలూ చాలా కనబడతాయి. పుస్తకం విషయాన్ని సరిగ్గా అర్థం చేసుకోవాల్సిన అవసరాన్ని తెలుపుతుంది. నాస్తికమైన బౌద్ధాన్ని అణచివేయడానికి వైదిక మతం కుట్రనూ, శాతవాహన కాలంలో అవలంబించిన ఎత్తుగడలనూ, హింసాత్మక ధోరణినీ, వక్రీకరించిన విధానాన్ని, దానికి తోడుగా వారు అనుసరించిన మహాయాన విధానాన్ని నూతన బ్రాహ్మణ మతంగా అభివర్ణించారు.నూతన బ్రాహ్మణ మతంగా చెపుతూ పురాణాలనూ, అవతారాలను, గీతనూ, కులవ్యవస్థనూ చర్చించిన తీరు హేతుబద్ధంగా తోస్తుంది.

ఆంధ్రదేశంలో బౌద్ధం కనుమరుగు అవడానికి కారణాలను వివరించే రచనా ప్రక్రియ ఆసక్తిగా సాగిందని చెప్పవచ్చు.ప్రతీ హిందూ దేవాలయంలో ఉన్న బౌద్ధ ఆనవాళ్లను పరిచయం చేయడానికి ప్రయత్నించిన తీరు బాగుంది. భారదేశంలో బౌద్ధాన్ని నాశనం చేసింది ముస్లింలు కాదు, వారికంటే ఎంతో ముందు అది చేసింది బ్రాహ్మణులని చెప్పడానికి అనేక ఉదాహరణలను చూపారు.ఒక్కొక్క రాష్ట్రం ఒక్కొక్క బౌద్ధ క్షేత్రం వెనుక ఉన్న హిందూ దేవాలయ నిర్మాణ కుట్రలను బట్టబయలు చేయడానికి చేసిన కృషి అభినందనీయం. గుప్తులు, విష్ణుకుండినులు, పల్లవులు, చోళులు, ఆఖరికి శాతవాహన రాజులను ఎవరినీ వదిలిపెట్టకుండా వారి బ్రాహ్మణ

పక్షపాతాన్ని బహిర్గతం చేయడంలో సఫలీకృతం అయ్యారు. అక్కడవరకూ సవ్యంగానే ఉంది. కానీ వారి భావజాలం వెనుక మహాయాన కుట్ర ఉన్నదన్న వాదన చర్చనీయాంశం. దేశంలో బౌద్ధ పతనం గురించి సుదీర్ఘంగా చర్చించి అనేక ఉదాహరణలు, ఆధారాలు చూపించడం బాగుంది. ఆధారాలకై హువాన్‌త్సాంగ్, ఫాహియామ్, అలక్సెండర్ రే, కన్నింగ్ హామ్ నుండి ఎందరో పురావస్తు శాస్త్రవేత్తలనూ, చరిత్ర కారులనూ ఉటంకించడం సబబుగా ఉన్నా, మరెందరో పేర్లను ఉదాహరిస్తూ వారి రచనలను ఆధారాలుగా చూపడం, ఆ ఆధారాల సాధికారత అంత బలంగా లేకపోవడం ఒక లోపంగా చెప్పవచ్చు.

మరల ఆంగ్ల రచన చదివే అవకాశం కూడా నాకు లభించడం నా అదృష్టం. రచయిత చెప్పిన విషయాల కంటే ఇతర గ్రంథాల నుండీ సేకరించిన విషయాలే ఎక్కువగా ఉన్నట్లు తోచాయి. తెలుగువారు అయిన సత్యనారాయణగారు ఆంగ్లంలో రాయడానికి పూనుకోవడం సాహసమే. భాషలోనూ, భావ వ్యక్తీకరణలోనూ అనేక లోపాలు కనబడతాయి. అటువంటి రచనను తన భుజాన ఎత్తుకుని అనువదించడంలో వీరన్నగారు తన వంతు కృషి చేశారు. సరళమైన తెలుగులో రచయిత భావాన్ని నిలబెట్టడంలో పూర్తి మార్కులు వీరన్నగారికి లభిస్తాయి. ఈ అనువాద రచన హేతువాది మాసపత్రికలో ధారావాహికగా వచ్చింది. తన వంతు ఆసక్తిని ఇప్పటికే కలిగించింది. ఈ పుస్తకం బౌద్ధానికి ఎంత మేలు చేస్తుందో చెప్పలేను గానీ బౌద్ధం ఎలా పతనమైయిందో తెలుసుకో గోరేవారికిది ఒక కొత్త కోణాన్ని చూపిస్తుంది.

ఈ పుస్తకం బౌద్ధ అభిమానులకూ, బౌద్ధులకు బౌద్ధం గురించి మరెంతో నేర్చుకునే విధంగా ప్రోత్సహిస్తుందని నా అభిలాష. ఈ పుస్తకం గురించి నాలుగు మనసులోని

మాటలు మీతో పంచుకునే అవకాశం కలిగించిన గుమ్మా వీరన్నగారి సహృదయతకు ధమ్మ వందనాలు.


విశాఖపట్నం

తేది: **17-01-2021**

**డాక్టర్ మాటూరి శ్రీనివాస్**

"సంఘమిత్ర"SF-1,

సాయిచంద్ర అపార్ట్‌మెంట్

దువ్వాడ స్టేషన్ రోడ్, కూర్మన్నపాలెం,

విశాఖపట్నం- **46**

# అనువాదకుని విన్నపం

ప్రపంచ తాత్విక చరిత్రలో బౌద్ధం తొలి మానవవాద తత్త్వం. **2500** సంవత్సరాలకు పూర్వమే బయలుదేరిన బౌద్ధ భావోద్యమం భారతదేశంలో తొలిసారిగా సర్వసమతావాదాన్ని ఆదర్శంగా నిలిపింది. బయటి ప్రాంతాల నుండి ఈ దేశానికి వలస వచ్చిన ఆర్యులు ఇక్కడి స్థానికులను జయించి, వర్ణవ్యవస్థలో వారిని శూద్రులుగా చిత్రించి తమకు బానిసలుగా చేసుకున్నారు. అంటరాని కులాలను సైతం కల్పించారు. అసమానతలను సృష్టించి దోపిడీ, పీడనలకు పాల్పడ్డారు.

బుద్ధుడు స్వేచ్ఛా సమానత్వ సౌభ్రాతృత్వాలతో కూడిన సర్వ సమతా ధర్మాన్ని ప్రతిపాదించి బోధించాడు. దైవభావాన్నీ, ఆత్మభావాన్నీ, పునర్జన్మ, కర్మ సిద్ధాంతాలను వ్యతిరేకించాడు. వేదప్రమాణాన్ని తిరస్కరించాడు. నాటి వర్ణవ్యవస్థను తీవ్రంగా వ్యతిరేకించి పోరాడాడు. సమాజంలోని అన్ని కులాలవారు బౌద్ధానికి ఆకర్షితులయ్యారు. వైదికమతం అడుగంటిపోయింది.

ఈ పరిణామం వేదవాదులకు కంటగింపుగా మారింది. సమాజంలో బ్రాహ్మణుల ప్రాబల్యం పూర్తిగా తగ్గిపోయింది. అటువంటి దశలో బౌద్ధాన్ని నాశనం చేయడానికి వారంతా కుట్రలు, కుతంత్రాలతో ప్రణాళికలు సిద్ధం చేసుకున్నారు. రాజుల అండదండలతో బౌద్ధులను నానావిధాలుగా హింసించసాగారు. బౌద్ధులపై భౌతికదాడులు జరిపి వేలాదిమందిని హతమార్చారు. బౌద్ధుల ఆరామాలను ధ్వంసం చేసి వాటిపై దేవాలయాలను నిర్మించారు. వీరి బాధలు భరించలేక వేలాదిమంది బౌద్ధ భిక్షువులు శ్రీలంక, చైనావంటి పొరుగు దేశాలకు పారిపోయారు. దాదాపు వెయ్యేళ్ళు దేదీప్యమానంగా వెలిగిన బౌద్ధం ఈవిధంగా విదేశీ దండయాత్రలవల్ల, రాజుల

ఆదరణ లేకపోవడంవల్ల, బ్రాహ్మణుల కుట్రలు, దాడులవల్ల భారతదేశం నుండి పూర్తిగా తరిమివేయబడింది.

అశోకుడి కాలంలో దేశవిదేశాలలో బాగా వ్యాపించింది బౌద్ధం. అయితే అశోకుడి మరణానంతరం (క్రీ.పూ. **232) 50** సంవత్సరాల లోపే అంటే క్రీ.పూ. **185**లో మౌర్య సామ్రాజ్యం పతనమైపోయింది. మౌర్యరాజైన బృహద్రధుని వద్ద సైనికాధికారిగా వున్న పుష్యమిత్రశుంగుడు కుట్ర పన్ని, రాజుని చంపి మౌర్యసామ్రాజ్యాన్ని హస్తగతం చేసుకున్నాడు. పుష్యమిత్రశుంగుడితోనే బౌద్ధంపై ముప్పేట దాడి ప్రారంభమైంది. బౌద్ధులపై అమానుషమైన ఆంక్షలను విధించి, చిత్రహింసలకు గురిచేయడం ప్రారంభమైంది. బౌద్ధుల తల నరికి తెచ్చినవారికి ఒక్కొక్క తలకి వంద బంగారు నాణేలు బహుమతిగా ఇస్తానని పుష్యమిత్రశుంగుడు ప్రకటించి, ఆచరించినట్లు తెలుస్తోంది.

బౌద్ధాన్ని తాత్వికంగా, తార్కికంగా ఎదుర్కోలేని బౌద్ధ వ్యతిరేకులు వక్రబుద్ధితో బౌద్ధ సంఘాల్లోకి జొరబడి, బుద్ధుడి అసలైన బోధనలకు వక్రభాష్యాలు చెప్పి నాస్తికత్వంగా వున్న బౌద్ధాన్ని ఆస్తికత్వంగా మార్చివేశారు. బౌద్ధ ధర్మాన్ని మతంగా మార్చివేశారు. ఆత్మ లేదు, దేవుడు లేడని చెప్పిన బుద్ధుడినే దశావతారాల్లో తొమ్మిదో అవతారంగా, విష్ణువుగా చిత్రించి పూజించసాగారు. బౌద్ధాన్ని వైదికమతంలో భాగం చేశారు. వైదికమతం నూతన బ్రాహ్మణమతంగా మారిపోయింది. అదే ఈనాడు హిందూమతంగా రూపాంతరం చెందింది. ఈ విషయాలన్నిటినీ దొప్పలపూడి సత్యనారాయణగారు "Annihilation of Buddhism in India" అనే గ్రంథంలో విపులంగా చర్చించారు. తగిన చారిత్రకాధారాలను మనముందుంచారు.

అయితే బౌద్ధ పతనం గురించి అనేకులు అనేకరకాల కారణాలను చూపుతున్నారు. చరిత్రకారుల మధ్య గాని, బౌద్ధ పండితుల మధ్య గాని ఈ విషయంలో ఏకాభిప్రాయం లేకపోవడం ఆశ్చర్యాన్ని, విచారాన్ని కలిగిస్తుంది.

'భారతదేశంలో బౌద్ధ పతనం' అనే గ్రంథంలో బాబాసాహెబ్ అంబేద్కర్ బౌద్ధపతనానికి గల కారణాలను వివరించారు. బౌద్ధ క్షీణతకు కారణాలున్నట్లు బౌద్ధ పతనానికి కారణాలు స్పష్టంగా లేవని పేర్కొన్నారు. హింసను ఆరాధించే హిందూమతం బౌద్ధంవల్ల అహింసా మార్గానికి మళ్లిందని తెలిపారు. శైవ, వైష్ణవ మతశాఖలు బౌద్ధంలోని మంచిని జీర్ణించుకొని అభివృద్ధి చెందడం కూడా బౌద్ధ పతనానికి కారణమైందన్నారు. బౌద్ధ పతనానికి శంకరుడు కారణం కాదన్నారు. శంకరుడు స్వయంగా బౌద్ధుడని, ఆయన గురువు కూడా బౌద్ధుడేనని, వారి తర్కంవల్ల బౌద్ధం పతనం కాలేదని, వారి తరువాత బౌద్ధం చాలాకాలం కొనసాగిందని తెలిపారు.

అయితే అద్వైతవాది, జగన్మిథ్యావాది యైన శంకరుడుగాని, అతని గురువుగాని బౌద్ధులెలా అవుతారు? ఆత్మను, దైవాన్ని, పునర్జన్మలను వ్యతిరేకించిన బుద్ధుడికి, వీటన్నిటిని ఆమోదించడమేగాక కులవ్యవస్థను కట్టుదిట్టం చేయడానికి దేశం నాలుగు దిక్కుల్లో నాలుగు శంకర పీఠాలను స్థాపించిన శంకరుడికి ఏ విషయంలోను పోలికలేదు. బౌద్ధులకు వ్యతిరేకంగా శంకరుడు జరిపిన దాడులను శంకరవిజయాలే పేర్కొంటున్నాయి.

ఈవిధంగా ప్రధానాంశాల్లోనే బౌద్ధ పండితులు, మేధావుల మధ్య ఏకాభిప్రాయం లేకపోవడం విచారకరం. భిన్నాభిప్రాయాలుండవచ్చు. కాని వైరుధ్యాలుండరాదు. ఇదేవిధంగా ఆచార్య నాగార్జునుడి తత్త్వం గురించి, మహాయాన బౌద్ధం గురించి కూడా బౌద్ధ మేధావుల మధ్య వైరుధ్యాలుండడం సమంజసం కాదు. దీన్ని బట్టి బౌద్ధపతనం గురించి, పైన తెలిపిన అంశాల గురించి మరింత లోతైన పరిశోధన జరుగవలసిన అవసరం వున్నట్లు స్పష్టంగా తెలుస్తోంది. ఆ దిశగా కృషి జరుగుతుందని ఆశిద్దాం.

మూల గ్రంథకర్త దొప్పలపూడి సత్యనారాయణ గారి గురించి ఇంగ్లండులో వున్న ఆయన ఏకైక కుమార్తె దొప్పలపూడి గౌతమిగారు కొన్ని వివరాలు అందించారు. వాటిని పుస్తకం చివరి అట్టమీద చూడవచ్చు.

"Annihilation of Buddhism in India" అనే గ్రంథాన్ని తెలుగులోకి అనువదించమని భారత హేతువాద సంఘ చైర్మన్, మానవవాద తత్వవేత్త రావిపూడి వెంకటాద్రిగారు నన్ను కోరారు. ఆయన కోరిక మేరకు ఈ గ్రంథాన్ని 'భారతదేశంలో బౌద్ధ నిర్మూలన' అనే శీర్షికతో అనువదించాను.

దొప్పలపూడి సత్యనారాయణగారు అనారోగ్యకారణాల వల్ల గాని మరే ఇతర కారణాలవల్ల గాని మరల గ్రంథం అచ్చు విషయంలో తగినంత శ్రద్ధ తీసుకోకపోవడంవల్ల అచ్చుతప్పులు కుప్పలు తెప్పలుగా చోటు చేసుకున్నాయి. ఫుట్‌నోట్స్ విషయంలోనూ అనేక లోపాలు దొర్లాయి. అనువాదంలో అటువంటి తప్పులను సరిదిద్దడానికి సాధ్యమైనంతవరకు ప్రయత్నించాను.

నా అనువాదం **2018** అక్టోబరు నెల నుండి **2020** అక్టోబరు వరకు ధారావాహికంగా 'హేతువాది' మాసపత్రికలో అచ్చయింది. అందుకు సంపాదకులు రావిపూడి వెంకటాద్రిగారికి కృతజ్ఞతలు.

ఈ గ్రంథానికి విమర్శనాత్మకమైన పరిచయాన్ని 'బౌద్ధ ఉజ్జీవన సాహసం' అనే శీర్షికతో అందించిన బౌద్ధ పండితులు, రచయిత, డా॥ మాటూరి శ్రీనివాస్ గారికి ధన్యవాదాలు. ఈ గ్రంథముద్రణకు తోడ్పడిన హేమా పబ్లికేషన్స్, చీరాల వారికి, అందంగా అచ్చు వేసిన రోష్ని గ్రాఫిక్స్, హైదరాబాద్ వారికి, సహకరించిన మిత్రులందరికీ కృతజ్ఞతలు.

**హైదరాబాద్** **డా॥ గుమ్మా వీరన్న**
18/01/2021

*Dedicated to my*

**Grand Parents**

***K. Veera Nagaiah***
***Sampoornaamma***

***Who inspired me***
***into Buddhist Studies***

**Doppalapudi Satyanarayana**

# పరిచయం

బుద్ధుడిని ప్రపంచంలోనే గొప్ప మానవవాదిగా అందరూ అంగీకరించారు. తాత్వికరంగంలో ఆయన అందించిన సేవలు అనన్యం. భారతదేశంలో స్వేచ్ఛా సమానత్వ సౌభ్రాతృత్వాలను నెలకొల్పిన గొప్ప యోధుడు. అంతర్జాతీయ స్థాయిలో భారతదేశానికి బౌద్ధం కీర్తిప్రతిష్టలను సంపాదించి పెట్టింది. నేటికీ ఆధునిక చైనా భారతదేశాన్ని శాక్యముని భూమిగా పేర్కొంటుంది. ఆవిర్భవించిన భారతదేశంలోనే బౌద్ధం అంతరించి పోవడం మహా విషాదం. బౌద్ధం స్వదేశంలోనే అదృశ్యమై పోవడానికి చరిత్రకారులు ఇప్పటివరకు చాలా కారణాలను చూపారు. కులాల ఆధిపత్యం కొనసాగే విద్యావంతుల్లోనే ఆ కారణాలు మిగిలిపోయాయి. వాటిలో కులాల పక్షపాతమే ప్రధానంగా చోటు చేసుకుంది. బుద్ధుడు శాస్త్రీయ నాస్తికత్వాన్ని ప్రతిపాదించిన గొప్ప మేధావి అని, భారతదేశంలోని బ్రాహ్మణమతానికి ఆగర్భశత్రువని భారతదేశ చరిత్రను అధ్యయనం చేసే విద్యార్థులకు ఎంతమందికి తెలుసు? భారతదేశంలోని తార్కికతత్వానికి బుద్ధుడు మాత్రమే ఏకైక ప్రతినిధి అని తత్వశాస్త్ర విద్యార్థులకు ఎంతమందికి తెలుసు? బౌద్ధం యొక్క విప్లవాత్మకతత్వం, బౌద్ధానికి బ్రాహ్మణమతానికి మధ్య జరిగిన గొప్ప పోరాటం, బ్రాహ్మణ మతోద్ధారకులైన శంకరాచార్య, కుమారిలభట్టు తదితరులు బౌద్ధులను హింసించి, చంపిన విషయం వంటివి భారతదేశంలో కులాధిపత్యంతో కూడిన విద్యావంతుల కూటమిలో సరిగా వెల్లడి కాలేదు. విద్యారంగంలో బుద్ధుడికి సంబంధించిన సిద్ధాంతాలు మూల బౌద్ధతత్వాన్ని ప్రతిబింబించలేదు. అవి బౌద్ధాన్ని

నిరాశావాదతత్వంగా ప్రచారం చేశాయి. బౌద్ధానికి, బ్రాహ్మణమతానికి మధ్య మౌలికమైన తేడా లేదని, భారతదేశంలోని హిందూమతం నుండే బౌద్ధం ఏర్పడిందని విద్యారంగం వెలువరించిన గ్రంథాలు తెలుపుతున్నట్లు కనిపిస్తోంది.

బ్రాహ్మణమతాన్ని పునరుద్ధరించేవారు 'హిందూమతం' అనే పదాన్ని బాగా వాడుకుంటున్నారు. భారతదేశ చరిత్రలో బ్రాహ్మణ సంప్రదాయాలవైపు జనాన్ని ఆకర్షించడానికే వారు హిందూమతమనే పదాన్ని వాడుకుంటున్నారు. హిందూమత వైభవం అనే ముసుగులో నియంతృత్వ బ్రాహ్మణ మతాన్ని పునరుద్ధరించడానికే హిందూమతమనే పదాన్ని వారు ఎత్తుగడగా ఉపయోగించుకుంటున్నారు.

హిందూయిజం అనే పదం చాలా విశాల అర్థాన్నిచ్చేదని కొందరు చరిత్రకారులు పేర్కొంటున్నారు. అది భారతదేశంలోని విభిన్నమతాల, సంస్కృతుల సమాహారమని వారు పేర్కొంటున్నారు. భిన్న సంస్కృతుల సమ్మేళనం హిందూమతం గర్వించదగ్గ లక్షణమని వారు ప్రచారం చేస్తున్నారు. హిందూమతం లేదా హిందూ అనే పదంలోనే బౌద్ధులు, జైనులు కూడా కలిసిపోయి వున్నారని కులవాదులు ప్రచారం చేస్తున్నారు. బౌద్ధులుగాని, జైనులుగాని ఏనాడైనా హిందువులతో కలసిపోయినట్లు వారు చరిత్రలో సాక్ష్యం చూపించగలరా? వాస్తవానికి బుద్ధుడు, అతని శిష్యులుగాని లేదా మహావీరుడు, జైనులుగాని ఏనాడైనా చరిత్రలో తాము హిందువులమనిగాని, తమ మతం హిందూమతమనిగాని పేర్కొన్నారా? బ్రాహ్మణమతాన్ని బౌద్ధం, సాంఖ్యం వంటి బ్రాహ్మణ వ్యతిరేక మతాలను హిందూత్వం పేరుతో సమన్వయం చేయడం అనేది గొప్ప ఎత్తుగడ. హిందూమతం పేరుతో బ్రాహ్మణ భావజాలాన్ని సమర్థించుకోవడానికి, ప్రచారం చేసుకోవడానికి సంప్రదాయశక్తులు పన్నిన ఎత్తుగడ అది. హిందూయిజం అనే పదమే ఇటీవలి కాలం నాటిది. భారతదేశంలో బ్రాహ్మణమతానికి, బ్రాహ్మణ వ్యతిరేకమతాలకు మధ్య జరిగిన గొప్ప చారిత్రక

పోరాటాన్ని ఉద్దేశపూర్వకంగా విస్మరించడానికే అది ప్రయత్నిస్తోంది. అది బ్రాహ్మణమతం యొక్క నియంతృత్వాన్ని, భారతదేశంలో ఆస్తిక, నాస్తిక వాదుల మధ్య జరిగిన తాత్విక సంఘర్షణను మరుగుపరుస్తుంది.

విష్ణువు యొక్క అవతారంగా భావించి, బుద్ధుడి విగ్రహాన్ని పూజించడం హిందూమత సహనానికి, లౌకిక వాదానికి సాక్ష్యమని సంప్రదాయవాదులు గొప్పగా చెప్పుకుంటున్నారు. భారతదేశంలో హిందూమతమంటే నూతన బ్రాహ్మణ మతమే. బ్రాహ్మణ పురోహితవర్గంగాని, వేదమత ప్రతినిధులుగా భావించబడే శంకరాచార్యలాంటి వారు గాని తమ మతం లేదా తత్వం హిందూమతమని ఏనాడూ పేర్కొనలేదు. భారతదేశ చరిత్రలో ఏ మతశాఖను అవలంబించే వారూ తాము హిందువులమనిగాని, తమ మతం హిందూమతమనిగాని ఏనాడూ చెప్పలేదు. భిన్న మతశాఖల సమ్మేళన ప్రక్రియ హిందూమతం యొక్క విశిష్ట లక్షణంగా గొప్పగా చెప్పుకుంటారు. కాని అది భారతదేశంలోని భిన్న ఆర్యేతర సంస్కృతులను, నాస్తికోద్యమాలను బ్రాహ్మణీకరించడమే (ఆధ్యాత్మీకరించడమే) అవుతుంది. ప్రాచీన, మధ్యయుగాల్లోని బ్రాహ్మణులు చాలా తెలివైనవారు. వారు నాస్తిక తత్వాలుగా వున్న సాంఖ్య, బౌద్ధాలను భావవాద వేదాంతంగా మార్చివేశారు. వారాపనిని కుట్రపూరితంగా ఆయా ఉద్యమాలలోకి జొరబడి చేశారు. నాస్తికత్వంగా వున్న సాంఖ్యాన్ని మోసపూరితంగా వేదాంతంగా మార్చివేసిన వైనాన్ని డి.పి. ఛటోపాధ్యాయ తన 'లోకాయత' అనే గ్రంథంలో విజయవంతంగా విశ్లేషించారు. అదేవిధంగా బౌద్ధాన్ని కూడా మార్చివేశారు. దేవాలయాలలో బుద్ధుడి విగ్రహాలను ప్రవేశపెట్టడం ద్వారా నాస్తికత్వంగా వున్న బౌద్ధాన్ని ఉద్దేశపూర్వకంగానే మూఢవిశ్వాసాలతో కూడిన ఒక సంప్రదాయంగా మార్చివేశారు. ఆ పరిణామం భారతదేశంలో నాస్తికత్వంగా వున్న బౌద్ధం పట్ల బ్రాహ్మణమతం చూపిన సహనానికి

నిదర్శనం కాదు. బ్రాహ్మణమత ప్రతినిధులైన శంకరాచార్య, కుమారిలభట్టు వంటివారు బౌద్ధులను నిర్దాక్షిణ్యంగా శిక్షించడం, చంపివేయడాన్ని బట్టి బౌద్ధం బ్రాహ్మణమతంలో శాంతియుతంగా విలీనమైపోయిందనే వాదాన్ని రుజువు చేయదు. బుద్ధుడి విగ్రహాలను పూజించడం గౌతమబుద్ధుడి నాస్తిక బోధలకు పూర్తిగా వ్యతిరేకమైంది. భారతదేశంలో నూతన బ్రాహ్మణమతాన్ని ఎదుర్కోడానికే మహాయాన బౌద్ధులు బోధిసత్త్వుడి పాత సిద్ధాంతాన్ని మార్చి బుద్ధుడి విగ్రహాలను ఆరాధించడాన్ని ప్రవేశపెట్టారని కొందరు చరిత్రకారులు ప్రచారం చేస్తున్నారు. అయితే మనం ఆ వాదనతో ఏకీభవించలేము. భారతదేశంలో మహాయానం ఆవిర్భవించినప్పుడు గాని, ఆ తరువాత ఐదు శతాబ్దాలకుగాని అది బలహీనమైన శక్తిగానే వుండిపోయింది. అది మూలబౌద్ధులైన హీనయానులపై ఆధిపత్యాన్ని పొందలేదు. ఈ విషయం భారతదేశంలో హుయాన్‌సాంగ్ చేపట్టిన బౌద్ధసన్యాసుల సంఖ్యను లెక్కించడం ద్వారా స్పష్టమవుతోంది. క్రీ.శ.7వ శతాబ్దం నాటికి మహాయాన బౌద్ధ సన్యాసులు నాల్గింట ఒకవంతు మాత్రమే వున్నారని, మూలబౌద్ధులైన హీనయానులు నాల్గింట మూడొంతులమంది వున్నారని హుయాన్‌సాంగ్ పేర్కొన్నాడు.

అందువల్ల భారతదేశంలో మహాయానం ఆవిర్భవించే నాటికి బుద్ధుడి విగ్రహారాధన లేదు. దాన్ని బలహీనంగా వున్న మహాయానులే ప్రవేశపెట్టారు. ఈ పరిణామాన్ని వారు బౌద్ధాన్ని పునర్నిర్మించినట్లుగాగాని, బౌద్ధ ఉద్యమంలో వచ్చిన మార్పుగా గాని భావించరాదు. పైగా వారు బుద్ధుడి అసలైన వారసులైన హీనయానులను మధ్యమ మార్గీయులుగా అగౌరవపరిచారు. బ్రాహ్మణులు పసుపు వస్త్రాలు ధరించి దొంగచాటుగా బౌద్ధ ఉద్యమంలో జొరబడి విగ్రహారాధనను ప్రవేశపెట్టినట్లు, మహాయానాన్ని సృష్టించినట్లు చారిత్రకాధారాలు నిరూపిస్తున్నాయి.

అంతేగాక మహాయానానికి, నూతన బ్రాహ్మణ మతానికి, తత్వానికి మధ్య భేదం చాలా తక్కువ.

బుద్ధుడి తాత్విక సిద్ధాంతాలకు, శంకరుడి తాత్విక సిద్ధాంతాలకు మధ్య వైరుధ్యం లేదని, ఆ రెండు కూడా తాత్వికంగా ఉపనిషత్తుల నుండే స్ఫూర్తిని పొందాయని సుప్రసిద్ధ తత్వవేత్త ఎస్. రాధాకృష్ణన్ తరచుగా చెబుతుండేవాడు. సహనం హిందూమతం యొక్క గొప్ప లక్షణమని పొగుడుతుండేవాడు. అయితే అతని వాదనలను భారతదేశ చరిత్రలోని వాస్తవాలు సమర్థించవు. బౌద్ధాన్ని గురించి, భారతీయ తత్వాన్ని గురించి ఆయన రాసిన రచనలలో అతని పక్షపాత ధోరణి కనిపిస్తుంది.

నాస్తికత్వంగా వున్న భారతీయ తాత్విక సంప్రదాయాన్ని అతడు పక్షపాత ధోరణితో ఉద్దేశపూర్వకంగా ఎలా నాశనం చేసిందీ స్పష్టంగా తెలుసుకోవడానికి ఆయన రచనలనుండి కొన్ని వాక్యాలను ఉదహరిద్దాం.

అతడిలా పేర్కొన్నాడు.

"భారతదేశంలో తాత్వికచింతన ప్రధానంగా ఆధ్యాత్మికమైనది..[1] బాహ్యప్రపంచం కంటె మనిషి అంతరంగం మీద ఎక్కువ దృష్టి పెట్టడమే దాని ప్రధాన లక్షణం"..[2]

బుద్ధుడి మౌలిక తత్వాన్ని అతడు ఉద్దేశపూర్వకంగా వక్రీకరించాడు. అతడు రచించిన భారతీయతత్వశాస్త్రం అనే గ్రంథంలో అతని అవకాశవాదాన్ని, స్వయం విరుద్ధమైన ప్రకటనలను స్పష్టంగా చూడవచ్చు.

"మనం బుద్ధుడిని హేతువాదిగా పరిగణించలేమ"న్నాడు.[3] దీనికి పూర్తిగా విరుద్ధంగా మరో సందర్భంలో ఇలా పేర్కొన్నాడు. విచక్షణతో కూడిన విశ్లేషణను

[1] Radha Krishnan, S, Indian Philosophy, P.24

[2] Radha Krishnan, S, History of Philosophy Eastern and Western, P.21

[3] Radha Krishnan, S, Indian Philosophy, P.359

సత్యానికి మార్గంగా బుద్ధుడు ఉపయోగించాడు. పరిశీలన, వివేచన మీద నొక్కు పెట్టాడు. అతని మతం వైతండికం కాదు".[4]

బుద్ధుడు వేదాల మూలాన్నే గట్టిగా ప్రశ్నించాడని, ఉపనిషత్తులలోని భావవాదానికి వ్యతిరేకంగా పోరాడాడని పాళీ భాషలోని రికార్డులు రుజువు చేస్తున్నాయి. దీనికి విరుద్ధంగా బుద్ధుడు ఉపనిషత్తుల నుండి తన తత్వాన్ని స్వీకరించాడని, అది హిందూమతం యొక్క ఒక శాఖ అని అతడు పేర్కొన్నాడు.

అతడిలా రాశాడు ` "ప్రారంభంలో బౌద్ధం పూర్తిగా మౌలికమైన సిద్ధాంతం కాదు. బుద్ధుడు తన సిద్ధాంతాన్ని అభివృద్ధి చేయడానికి వేదమతంలోని బహుదేవతారాధనకు వ్యతిరేకంగా వున్న ఉపనిషత్తులపై ఆధారపడ్డాడు. ఉపనిషత్తులలోని ఆధ్యాత్మిక విశ్వభావనను త్రోసిపుచ్చాడు. ఆదిబౌద్ధం ఆలోచనలను నూతన దృక్కోణంలో చెప్పడమే. ఉపనిషత్తుల నుండి, వాటిని అనుసరించేవారి నుండి బుద్ధుడికి సహాయసహకారాలుండేవి. బౌద్ధం హిందూమత శాఖగానే ప్రారంభమైంది".[5]

ప్రాచీన ఉపనిషత్తులలోని తత్వాన్ని 'హిందూమతం' అనే మాటతో పేర్కొనవచ్చా? బౌద్ధ ఆవిర్భావాన్ని గురించి రాధాకృష్ణన్ హిందూమతశాఖగా ప్రచారం చేయడం ఎంతవరకు సమంజసం? బ్రాహ్మణ సాహిత్యంగా వున్న వేదాల్లోగాని, ఉపనిషత్తుల్లోగాని, హిందూమతమనే పదమే కనిపించదు. అదేవిధంగా ఆ గ్రంథాలను అనుసరించేవారిలో ఎవ్వరు కూడా తాము హిందువులమనిగాని, తమది హిందూమతమనిగాని పేర్కొనలేదు.

---

[4] Radha Krishnan, S, Indian Philosophy, P.611
[5] Radha Krishnan, S, Indian Philosophy, P.360

వైదిక దేవతల ఉనికిని ప్రశ్నించి, నిరాకరించాడు బుద్ధుడు. వ్యక్తి బ్రహ్మంలో విలీనం కావడాన్ని కూడా తిరస్కరించాడు. అయినప్పటికీ రాధాకృష్ణన్ ఇలా పేర్కొన్నాడు.

"ఆది బౌద్ధం ఇంద్రుడిని, బ్రహ్మను, ఇతర దేవతలను ఆమోదించింది".[6] బౌద్ధంలో చీలిక వచ్చి రెండుగా విడిపోయిన తరువాత బ్రాహ్మణులు మూలబౌద్ధులను హీనయానులుగా పేర్కొని వ్యతిరేకించారు. రాధాకృష్ణన్ హీనయాన బౌద్ధ సూత్రాలను వక్రీకరించి భారతదేశంలో దాని ఆధిపత్యాన్ని తిరస్కరించాడు.

అతడిలా అన్నాడు "హీనయాన బౌద్ధం కేవలం నిర్వాణపథమే కాదు. పవిత్రమైన సన్యాసుల కరుణాకటాక్షాలతో, సహాయంతో బ్రహ్మలోకంలో ఏవిధంగా పునర్జన్మ ఎత్తుతామో కూడా అది బోధిస్తుంది.... హీనయానంలోని తాత్వికమైన నాస్తికత్వం పెట్టెలోని అస్థిపంజరం వంటిది. అందమైన పుష్పంలో మరణించిన కీటకం వంటిది".[7]

అయితే అసలైన బౌద్ధతత్వాన్ని అనుసరించే హీనయానులు పునర్జన్మనుగాని, బ్రహ్మనుగాని ఏనాడూ విశ్వసించలేదు. సిసలైన మూలబౌద్ధాన్ని పెట్టెలోని అస్థిపంజరంతోను, అందమైన పుష్పంలో చచ్చిన కీటకంతోను పోల్చడం బౌద్ధంలోని నాస్తికత్వం పట్ల బ్రాహ్మణ ద్వేషాన్ని తెలుపుతుంది.

భారతదేశ ప్రజలలో అసలైన బౌద్ధానికున్న ఆధిపత్యాన్ని, పట్టును సర్వేపల్లి రాధాకృష్ణన్ తిరస్కరించారు. అతడిలా అన్నాడు. "హీనయాన ప్రతికూల తత్వం ప్రజామోదం పొందిన మతం కాలేకపోయింది. ఎప్పుడైతే బౌద్ధం విశ్వవ్యాప్తమై,

---

6 Radha Krishnan, S, Indian Philosophy, P.607

7 Radha Krishnan, S, Indian Philosophy, P.589

అత్యధిక ప్రజలను ఆకర్షించిందో అప్పుడు హీనయానం తన ఉనికిని కోల్పోయింది".[8]

హుయాన్‌సాంగ్ దేశంలోని బౌద్ధసన్యాసులందరినీ లెక్కించాడు. అతని లెక్కల ప్రకారం క్రీ.శ. 7వ శతాబ్దం నాటికి దేశంలో నాల్గింట మూడొంతుల మంది బౌద్ధసన్యాసులు హీనయాన బౌద్ధాన్ని అనుసరించేవారు వున్నట్లు స్పష్టంగా రుజువైందనే విషయాన్ని మనం ఇదివరకే తెలుసుకున్నాం.

దేశంలో బౌద్ధం కనుమరుగైపోవడంపై రాధాకృష్ణన్ ఇలా అన్నారు ` "దేశంలో బాగా విస్తరిస్తున్న హిందూమతం, వైష్ణవమతం, శైవమతం, ఇతర తాంత్రిక విశ్వాసాలకు బౌద్ధానికి ఎటువంటి తేడాలు లేకుండా పోవడమే బౌద్ధం దేశం నుండి పూర్తిగా కనుమరుగైపోవడానికి ప్రధాన కారణం. ప్రాచీన బౌద్ధం దేవుడి ఉనికినే నిరాకరించింది. మానవుడి అమరత్వానికి అందులో ఆశలేదు. జీవితమంతా దుఃఖమయమని, జీవితాన్ని ప్రేమించడం పెద్ద తప్పని చెప్పింది. అందులో కోరికలను నిర్మూలించుకోవడం ద్వారా మనిషి అంతమవుతాడు. అందుకే అది శక్తిహీనమైపోయింది.[9]

పవిత్రులైన బౌద్ధసన్యాసులను నియంతృత్వ బ్రాహ్మణ మతోద్ధారకులు శిక్షించి చంపడాన్ని అతడు ఉద్దేశపూర్వకంగానే దాచిపెట్టాడు. వాస్తవానికి బౌద్ధం తాను జన్మించిన దేశం నుండి అంతరించిపోవడానికి బ్రాహ్మణమత దాడులే కారణం.

అతడిలా రాశాడు ` "బౌద్ధం భారతదేశంలో హింసతో కూడిన మారణకాండవల్ల నిర్మూలించబడిందనే విషయం పూర్తిగా కల్పితం. హిందూమతంలో ప్రశాంతంగా, నిదానంగా కలిసిపోవడం, భేదాల విషయంలో నిశ్శబ్దంగా వుండిపోవడమే

[8] Radha Krishnan, S, Indian Philosophy, P.590
[9] Radha Krishnan, S, Indian Philosophy, P.605

బౌద్ధపతనానికి కారణాలు. పురోహితవర్గ దౌష్ట్యంగాని, ప్రణాళికాబద్ధంగా నాశనం చేయడం గాని కారణాలు కావు".[10]

మృచ్ఛకటిక (నాటకం)లో బౌద్ధులను అవహేళన చేసి అగౌరవపరిచారు. పుష్యమిత్రశుంగుడు కుక్కుటరామవద్ద, ఉత్తరభారతంలోను బౌద్ధులను ఊచకోత కోయించాడు. మధ్యయుగాలలోని ధర్మశాస్త్రాలు బౌద్ధులను అస్పృశ్యులుగా పరిగణించాయి. శంకరాచార్యుడు, కుమారిలభట్టు బౌద్ధులను హత్య చేశారు. ఈ విషయం శంకర దిగ్విజయం, శ్లోకవార్తిక, తంత్రవార్తిక, కేరళ ఉత్పత్తి, టిబెట్ సాహిత్యం ద్వారా రుజువవుతోంది. మిహిరకులుడు బౌద్ధసన్యాసులను చంపడమే గాక, సుప్రసిద్ధ బౌద్ధ చిహ్నం 'సింహ'ను నాశనం చేశాడు. శశాంకుడు బౌద్ధసన్యాసులను హింసించి, శిక్షించినట్లు, బౌద్ధ నిర్మాణాలను ధ్వంసం చేసి వాటిమీద బ్రాహ్మణ దేవాలయాలను నిర్మించినట్లు హుయాన్‌సాంగ్ తన నివేదికల ద్వారా తెలిపాడు. పురాణాలలో, ఇతిహాసాలలో బౌద్ధంపై ద్వేషం కనిపిస్తుంది. అమరావతి, నాగార్జునకొండ వద్ద గల బౌద్ధ విహారాలలోని బౌద్ధసన్యాసులను పూర్తిగా నాశనం చేసి వాటిని బలవంతంగా ఆక్రమించుకున్నట్లు ఆంధ్రలోని చందవోలు దగ్గర పండితారాధ్యుడు బౌద్ధసన్యాసిని చంపివేసినట్లు హుయాన్‌సాంగ్ నివేదించాడు. భారతదేశంలోని పవిత్రమైన బౌద్ధసన్యాసులను దారుణంగా చంపినట్లు విదేశాలలో సైతం సాక్ష్యాలు లభిస్తున్నాయి. ఈ విషయాలన్నిటిని కలిపి చూసినపుడు భారతదేశంలో బౌద్ధం శాంతియుతంగా బ్రాహ్మణమతంలో విలీనమైపోయిందనే విషయం అవాస్తవమని నిస్సందేహంగా రుజువవుతోంది.

మతదృక్పథమున్న చరిత్రకారులు, తత్వవేత్తలు, బౌద్ధచరిత్రకు, తత్వానికి వక్రభాష్యాలు చెప్పడంవల్ల చాలా నష్టం జరిగింది. 20వ శతాబ్దంలో కూడా

[10] Radha Krishnan, S, Indian Philosophy, P.608

వర్ణధర్మాన్ని పునరుద్ధరించేవారు బుద్ధుడిని బ్రాహ్మణమతానికి పెద్ద శత్రువుగా భావించడం ఆశ్చర్యాన్ని కలిగిస్తుంది.

కలకత్తాలోని రామకృష్ణ సాంస్కృతిక వ్యవహారాల సంస్థకు కార్యదర్శిగా వున్న స్వామి రంగనాథానంద శంకరుడి అమోఘమైన మేధస్సును, బుద్ధుడి గొప్ప హృదయాన్ని కలపవలసిన అవసరం ఆధునిక భారతదేశానికి వుందని, బుద్ధుడు బ్రాహ్మణమత తత్వానికి విరోధి కాడని ప్రచారం చేస్తున్నాడు. శంకరుడి అద్వైత వేదాంతం బౌద్ధంలోని అవసరమైన తాత్విక ఆలోచనలను తనలో విలీనం చేసుకుందని కూడా ఆయన పేర్కొన్నాడు..[11]

స్వామి వివేకానంద తన సుప్రసిద్ధ చికాగో ఉపన్యాసంలో బౌద్ధపతనాన్ని గురించి ఇలా అన్నాడు.

"తాత్వికంగా జగద్గురువైన బుద్ధుడి శిష్యులు వేదాలనే శాశ్వత పర్వతాలను ఢీకొట్టారు. అయితే వారు వాటిని నాశనం చేయలేకపోయారు. మరోవైపు ఆడమగ తేడా లేకుండా అందరూ ఆరాధించే శాశ్వతమైన దైవభావాన్ని తీసివేశారు. ఆ కారణంగానే బౌద్ధం భారతదేశంలో తన సహజమరణాన్ని పొందింది"..[12]

అరవిందుడు బౌద్ధాన్ని గురించి ఇలా వ్యాఖ్యానించాడు. "భారతదేశంలో ప్రపంచం మిథ్య అనే భావాన్ని శక్తివంతంగా చెప్పిన గొప్ప తాత్వికులు ఇద్దరున్నారు. వారు బుద్ధుడు, శంకరుడు. ఆ ఇద్దరివి ప్రత్యేకమైన ఆధ్యాత్మిక తత్వాలే. భారతదేశ తాత్విక చరిత్ర ప్రక్రియలో శంకరుడిది సమగ్రమైన తత్వం. బుద్ధుడికి ప్రత్యామ్నాయంగా నిలబడిన శంకరుడిది అత్యంత శక్తివంతమైన ఆలోచనా

---

[11] Swami Ranganadhananda, Bhagavan Budha and our Heritage

[12] Barua, B. Proligomena to a History of Budhist Philosophy, P.18

విధానం, గొప్ప మతం. అది అంతటా నీడలా వెంటాడుతుంది. సర్వత్రా కర్మచక్రం, జన్మరాహిత్యం, మాయ అనే మూడు గొప్ప సిద్ధాంతాలతో అందరినీ అలరిస్తుంది".[13]

20వ శతాబ్దంలో బౌద్ధానికి గొప్ప వక్రభాష్యాలు వెలువడ్డాయి. బుద్ధుడిని, బౌద్ధచరిత్రను సంప్రదాయవాదులు ఉద్దేశపూర్వకంగా వక్రీకరించినట్లు పై అంశాలవల్ల స్పష్టంగా రుజువవుతోంది. పాళీ సాహిత్యంలో భద్రపరచబడిన బుద్ధుడి మూల ప్రవచనాలను పరిశీలించినట్లయితే భారతదేశంలో బౌద్ధ ఉద్యమాన్ని నామరూపాలు లేకుండా చేయడానికి గొప్ప మేధావులు పన్నిన కుట్రను అవి తెలుపుతాయి. వాస్తవానికి బుద్ధుడు ఉపనిషత్తులలోని భావవాదానికి, ఆత్మసిద్ధాంతానికి, ఇతర ఆధ్యాత్మిక ఊహలకు వ్యతిరేకంగా తిరుగుబాటు చేశాడు. బుద్ధుడు సారనాథ్‌లో చేసిన ప్రథమ ప్రవచనంలోనే ఆత్మసిద్ధాంతాన్ని బహిరంగంగా ఖండించాడు. అందుకే బౌద్ధం అనాత్మవాద సిద్ధాంతంగా జనాదరణ పొందింది. బుద్ధుడి ప్రవచనాలు ఆధునిక విజ్ఞానశాస్త్ర మూలికాంశాలను కలిగివున్నాయి. వందలాది ప్రవచనాలలో అతడు బ్రాహ్మణమత తత్వంపై దాడి చేశాడు. బుద్ధుడికి, శంకరుడికి మధ్యనున్న మౌలికమైన వైరుధ్యాలను, మధ్యయుగాల్లో బుద్ధుడి శిష్యులకు, శంకరాచార్య శిష్యులకు మధ్య జరిగిన ఘోరమైన యుద్ధాన్ని ఆ రచయితలు ఉద్దేశపూర్వకంగానే మరుగుపరిచారు. కాశ్మీర్ నుండి కన్యాకుమారి వరకు శంకరాచార్యుడు భయంకరమైన దండయాత్రను సాగించి, రాజులు, సైనికుల సహకారంతో బౌద్ధాన్ని నాశనం చేసిన విషయాన్ని, బౌద్ధులను దారుణంగా హింసించి, చంపిన విషయాన్ని వివేకానందుడు దాచిపెట్టాడు.

అయితే పైన పేర్కొన్న విషయాలన్నీ సంస్కృతగ్రంథ రచయితలకు, మహాయాన సిద్ధాంతాలకు వర్తిస్తాయి. ఎందుకంటే బుద్ధుడు బోధించిన మూలసిద్ధాంతాలకు

[13] Aurabindo, The Life Devine, Vol-2, P.147

వ్యతిరేకంగా మహాయానులు ఉపనిషత్తులలోని భావవాదాన్ని పునరుద్ధరించారు. బ్రాహ్మణులే మహాయానాన్ని సృష్టించారనడానికి గట్టి సాక్ష్యాలున్నాయి. బ్రాహ్మణులు బౌద్ధసంఘంలో చేరి బుద్ధుడి పేరుతో ఉపనిషత్తుల్లోని భావవాదాన్ని ప్రచారం చేశారు. బౌద్ధాన్ని వక్రీకరించడంలో బ్రాహ్మణులు పోషించిన పాత్ర గురించి నేనీ గ్రంథంలోని అధ్యాయాలలో వివరంగా విశ్లేషించాను.

బ్రాహ్మణులు వారి దేవాలయాలలో బుద్ధుడిని ఎందుకు పూజించారు? బ్రాహ్మణులు బుద్ధుడిని తమ దేవతల సరసన నిలబెట్టడం భారతదేశ చరిత్రలో బౌద్ధులపట్ల బ్రాహ్మణులు చూపిన సహనానికి, లౌకిక విధానానికి నిదర్శనమా? బుద్ధుడు బ్రాహ్మణ మతానికి బద్ధ విరోధి అనే విషయం ఎవ్వరూ కాదనలేనిది. బడుగువర్గాల ప్రజల శ్రేయస్సు కోసం అతడు రాజభోగాలను త్యాగం చేసి జీవితాంతం కష్టపడ్డాడు. చేతిలో భిక్షాపాత్రతో బయలుదేరి, చివరికి కుసినారలో తుదిశ్వాస విడిచేవరకు తన సందేశాన్ని ప్రచారం చేశాడు. అజాతశత్రువు వంటి నిరంకుశ రాజుల సహాయంతో గౌతమబుద్ధుడిని చంపడానికి అతని విరోధులు చాలాసార్లు ప్రయత్నించారు. బ్రాహ్మణమతానికి బద్ధవిరోధిగా వున్న బుద్ధుడిని విష్ణువు అవతారంగా ఎందుకు ఆమోదించారు? కొందరు చరిత్రకారులు దీన్ని బౌద్ధం ప్రశాంతంగా హిందూమతంలో విలీనమైనట్లు ప్రచారం చేస్తున్నారు..[14] అయితే ఈ వాదన సమంజసంగా లేదు. బౌద్ధం తాను జన్మించిన దేశం నుండే అదృశ్యమైపోవడానికి గల ప్రధానమైన సత్యాలను మరుగుపరచడానికి సంప్రదాయవాదులు ఆ ప్రచారాన్ని బాగా వాడుకుంటున్నారు. ఇది అత్యంత ప్రధానమైన విషయం. దీనిమీద చరిత్రకారులు నేటివరకు శ్రద్ధ చూపలేదు, దృష్టి పెట్టలేదు. బౌద్ధం ప్రశాంతంగా విలీనమైపోయిందనే దాన్ని కూడా వివరించలేదు. ఈ

[14] Mazumdar, R.C; The Cultural heritage of India, Vol-4, P.47, 48 and smith, V.A; Early History of India, P.368

సమస్యను మార్క్సిస్టు చరిత్రకారులు సైతం పట్టించుకోలేదు. భారతదేశంలో బ్రాహ్మణమతానికి వ్యతిరేకంగా వున్న నాస్తికమైన బౌద్ధం మూఢనమ్మకాలతో నిండిన బ్రాహ్మణమతంలో శాంతియుతంగా విలీనమైపోయిందనడానికి శాస్త్రీయమైన ఆధారాలు లేవు. అందువల్ల దాన్ని ఆమోదించలేము.

భారతదేశంలో తాత్విక సమస్య రెండు ప్రధానమైన అంశాల చుట్టూ తిరిగింది.

**1)** ప్రపంచ వాస్తవికత. బుద్ధుడు, అతడిని అనుసరించిన మూలబౌద్ధులైన థేరవాదులు భౌతిక ప్రపంచ వాస్తవికతను గుర్తించారు. బ్రాహ్మణమతతత్వం ప్రపంచ వాస్తవికతను నిరాకరించింది. దాన్ని మిథ్యగా కొట్టిపారేసింది.

**2)** జ్ఞాన సిద్ధాంతం. బుద్ధుడు మూలబౌద్ధులు హేతువాదాన్ని, జీవితానుభవాన్ని జ్ఞానానికి ఆధారమైన అంశాలుగా పరిగణించారు. వైదికమతం వర్ణవ్యవస్థ సృష్టించిన మూఢవిశ్వాసాలపై ఆధారపడింది. శంకరాచార్యుడి ప్రకారం వేదాలను ఎవ్వరూ ప్రశ్నించడానికి వీలులేదు. బ్రాహ్మణమతం ప్రకృతి శాస్త్రానికి పెద్ద శత్రువు. స్వభావరీత్యానే అది ఫాసిజం. అది స్వేచ్ఛాలోచనను అణచివేసింది. దాని ఆధిపత్యంవల్ల శాస్త్రాభివృద్ధి ఆగిపోయి అంధకారయుగం అవతరించింది.

బౌద్ధం - బ్రాహ్మణమతం ఈ రెండూ పరస్పర విరుద్ధమైనవి. అవి రాజీపడే ప్రసక్తి లేదు. బౌద్ధం బ్రాహ్మణమతంలో శాంతియుతంగా విలీనం కావడానికి అవకాశమే లేదు. బుద్ధుడిని బ్రాహ్మణ దేవతల సరసన చేర్చడమనేది నాస్తికత్వంగా వున్న బౌద్ధాన్ని ఉద్దేశపూర్వకంగా మహాయానం పేరిట ఆస్తికమతంగా మార్చివేయడాన్ని, బౌద్ధం, బ్రాహ్మణమతంలో విలీనం చేయడాన్ని సూచిస్తుంది. ఆ విధంగా బౌద్ధాన్ని విలీనం చేయడమనే పని బ్రాహ్మణులు ఉద్దేశపూర్వకంగా పన్నిన ఎత్తుగడ మాత్రమే. అయితే అది భారతదేశంలోని మూలబౌద్ధులకు వర్తించదు. బ్రాహ్మణులు బౌద్ధవిహారాలనుండి బౌద్ధ సన్యాసులను తరిమేసి, ఆక్రమించుకుని, వాటిమీద

దేవాలయాలను నిర్మించి, ఆ దేవాలయాల్లో బుద్ధుడి విగ్రహాలను పూజించడం ఆశ్చర్యం కలిగిస్తుంది.

బ్రాహ్మణమతానికి బద్ధశత్రువుగా వున్న బుద్ధుడిని బ్రాహ్మణులు తమ దేవతల సరసన చేర్చి విష్ణువు అవతారంగా ఎందుకు పూజించవలసి వచ్చింది? సమానత్వాన్ని, విశ్వమానవ సౌభ్రాతృత్వాన్ని ప్రతిపాదించిన బుద్ధుడిని బ్రాహ్మణులు తమ వాడిగా భావించడం విడ్డూరంగా కనిపిస్తుంది. అటువంటి బ్రాహ్మణుల ఎత్తుగడ గురించి మూలబౌద్ధుల ప్రతిస్పందన ఏమిటి?

**8**వ శతాబ్దానికి చెందిన శంకరాచార్యుడిని తరచుగా హిందూ మతోద్ధారకుడిగా భావిస్తున్నారు. చాలామంది ప్రజలు అద్వైతాన్నే భారతీయ తత్వసారంగా అపోహ పడుతున్నారు. అయితే శంకరుడు ఏనాడూ తాను హిందువుననిగాని, తన తత్వం హిందూయిజమనిగాని చెప్పుకోలేదు. శంకరుడు తెరపైకి వచ్చేటప్పటికి బ్రాహ్మణులు నూతన బ్రాహ్మణమతంలో భిన్నశాఖలకు చెందినవారిగా విడిపోయి వున్నారు. శంకరుడు అవతారాల సిద్ధాంతం ఆధారంగా అన్ని శాఖలమధ్య రాజీ కుదిర్చాడు. అతని ప్రయత్నాలు బ్రాహ్మణుల మధ్య ఐక్యమత్యాన్ని తెచ్చాయి. అతడు బ్రాహ్మణ దేవుళ్ళను మేళవించి సయోధ్యను సాధించాడు. బ్రాహ్మణుల కుట్రఫలితంగానే మహాయానం సృష్టించబడింది. అది బౌద్ధం ముసుగేసుకున్న బ్రాహ్మణ మతమే తప్ప మరొకటి కాదు. మహాయానం విలీనం కావడం, బ్రాహ్మణులు బుద్ధుడిని తమ హస్తగతం చేసుకోవడం వంటివి నాస్తిక బౌద్ధం నూతన బ్రాహ్మణ మతంలోకి శాంతియుతంగా విలీనం కావడాన్ని తెలియజేయవు. ఈ సందర్భంగా మనం కొన్ని ముఖ్యమైన ప్రశ్నలను లేవనెత్తవచ్చు.

**1)** సంస్కృత గ్రంథాల్లో రాయబడిన మహాయాన తత్వం గౌతమబుద్ధుడి అసలైన తత్వాన్ని ప్రతిబింబిస్తుందా? మహాయాన ఆవిర్భావం మూలబౌద్ధంలో సహజంగా, అనివార్యంగా వచ్చిన పరిణామమా?

**2)** మహాయానులు మూలబౌద్ధాన్ని హీనయానంగా భావించి ఎందుకు వ్యతిరేకించారు? మహాయానం ఆవిర్భవించిన తరువాత కూడా భారత ప్రజలలో మూలబౌద్ధం (హీనయానం) యొక్క పరిస్థితి, పట్టు ఎలా వుండేవి? భారతదేశంలో బౌద్ధం సజీవంగా వున్నంతకాలం ఆధిక్యాన్ని కొనసాగించింది మూలబౌద్ధమా లేక మహాయానమా?

**3)** నూతన బ్రాహ్మణ మతంలోకి శాంతియుతంగా విలీనమైపోయింది మహాయానమా లేక మూలబౌద్ధమా?

**4)** భారతదేశంలో బౌద్ధం శాంతియుతంగా బ్రాహ్మణమతంలో విలీనమైపోయినట్లయితే బ్రాహ్మణ మతోద్ధారకులైన కుమారిలబట్టు, శంకరాచార్య మూలబౌద్ధులైన థేరవాదులపై భయంకరమైన దాడులు జరిపి హింసించవలసిన అవసరం ఏమొచ్చింది?

**5)** చారిత్రక దృష్టితో చూసినపుడు శంకరుడిని హిందూతత్వోద్ధారకుడిగా గుర్తించడం సమంజసమేనా? శంకరుడు గాని, బ్రాహ్మణ పురోహితవర్గంగాని ఏనాడైనా తమను తాము హిందువులుగా, తమ మతాన్ని హిందూమతంగా చెప్పుకున్నారా?

**6)** భారతదేశంలో బౌద్ధం పతనం కావడానికి వ్యభిచారం, నైతిక పతనమే కారణమా? బ్రాహ్మణవర్గాల్లో ఆచరించబడిన వ్యభిచారం, తాంత్రిక సంప్రదాయాలు భారతదేశంలో బ్రాహ్మణమత పతనానికి ఎందుకు దారితీయలేదు?

**7)** దేవాలయాల్లో బుద్ధుడిని పూజించడం భారతదేశంలో ఉనికిలోవున్న నాస్తిక బౌద్ధం పట్ల బ్రాహ్మణులు చూపిన సహనానికి, లౌకిక విధానానికి నిదర్శనంగా నిలుస్తుందా?

బ్రాహ్మణ దేవుళ్లతోపాటు బుద్ధుడిని పూజించడానికి, బౌద్ధాన్ని నిర్మూలించడానికి అసలైన కారణాలను తెలుసుకోవాలి. అందుకోసం భారతదేశంలో బౌద్ధ ఉద్యమాన్ని నాశనం చేయడంలో వేదవాదుల పాత్రను, ఎత్తుగడలను మనం లోతుగా పరిశీలించవలసి వుంటుంది.

ప్రొఫెసర్ నళినీకాంతశాస్త్రి బౌద్ధతత్వాన్ని, చరిత్రను ఉద్దేశపూర్వకంగా వక్రీకరించాడు. హెచ్.జి.వెల్స్ వంటి చరిత్రకారులు మూలబౌద్ధ సిద్ధాంతాలను తెలుసుకోవడానికి పాళీభాషలోని రికార్డులమీద ఆధారపడ్డారు. దాంతో ఆ రికార్డులకు ప్రపంచవ్యాప్తంగా గుర్తింపు వచ్చింది. నళినీకాంతశాస్త్రి మాత్రం మూలబౌద్ధ సిద్ధాంతాలను తెలుసుకోవడానికి పాళీగ్రంథాల ప్రమాణాన్ని కుట్రపూరితంగా తిరస్కరించాడు.

అతడిలా రాశాడు 'బుద్ధుడి బోధనలకు సంబంధించిన సరియైన మాటలను నిక్షిప్తం చేయడంలో అరుదైన సందర్భాలలో తప్ప పాళీ గ్రంథాలను విశ్వసించలేము..[15] అదిబౌద్ధం ఉపనిషత్తులలోని భావాలను ప్రతిబింబించిందని అతడు తప్పుగా రాశాడు.

"ఇటీవలి కాలంలో జరిగిన పరిశోధనల ప్రకారం ఆదిబౌద్ధం ఉపనిషత్తులలోని భావాలకు దగ్గరగా వుంది. అది నిరాశతో కాక ఆశలతో కూడి వుంది. పాళీ గ్రంథాలు తరువాతి కాలంలోకి బుద్ధుని సిద్ధాంతాలలో కొన్నిటిని మాత్రం ప్రతిబింబించవచ్చు" అని అతడు రాశాడు..[16]

[15] Nilakanta Sastry and Srinivasachary, Advanced History of India,P.77
[16] Nilakanta Sastry and Srinivasachary, Advanced History of India,P.77

వాస్తవానికి భారతదేశంలో బ్రాహ్మణులు పసుపు వస్త్రాలు ధరించి బౌద్ధాన్ని నాశనం చేయడానికి బౌద్ధసంఘంలో దూరి, మహాయానాన్ని సృష్టించారు. అటువంటి మార్పులకు చెందిన సమాచారాన్ని పాళీగ్రంథాలు కాక సంస్కృత గ్రంథాలు తెలుపుతున్నాయి.

బౌద్ధమంటే గిట్టని ధోరణితోవున్న పక్షపాతదృష్టిగల చరిత్రకారులు బౌద్ధచరిత్రకు తీరని అన్యాయం చేస్తున్నారు. వారు భారతదేశంలో బౌద్ధనిర్మూలనకు సంబంధించిన వాస్తవాలను ఉద్దేశపూర్వకంగానే మరుగుపరిచారు. అటువంటి మేధోపరమైన కుట్రలకు వ్యతిరేకంగా ఈ దేశంలోని విద్యారంగంలో మనం పోరాటం సాగించాలి.

*******

# 1. ఏది నిజమైన బౌద్ధం?

గౌతమ బుద్ధుడు ప్రేమ, అహింసలను బోధించిన గొప్ప గురువు. ఆయన ఆధునిక విజ్ఞాన మౌలికాంశాలను పోలిన నూతన తత్వాన్ని ప్రతిపాదించాడు. అతడు ప్రపంచంలోనే తర్క సహితమైన తత్వాన్ని ప్రతిపాదించిన వైతాళికుడు. భారతీయ తాత్వికాభివృద్ధిలో బౌద్ధం ఒక విప్లవాత్మకమైన ముందడుగు. సమాజంలో సమానత్వ సౌభ్రాతృత్వాలను నెలకొల్పడానికై బౌద్ధం వర్ణవ్యవస్థపై రాజీలేని పోరాటాన్ని ప్రారంభించింది. దాదాపు వెయ్యి సంవత్సరాలకు పైగా బౌద్ధం భారతీయుల జీవితాలను ప్రభావితం చేసి నియంత్రించింది.

గౌతమబుద్ధుడు మరణించిన రెండువందల యాభై సంవత్సరాల తరువాత బుద్ధుడు బోధించిన అసలైన తత్వం గురించి పెద్ద గందరగోళం చెలరేగింది. భారతదేశంలో బౌద్ధాన్ని నాశనం చేయడానికి కొందరు పసుపురంగు గౌన్లను ధరించి బౌద్ధ భిక్షువులుగా నటిస్తూ బౌద్ధంలో గందరగోళాన్ని సృష్టించారు. ఆ గందరగోళం నుండి బయటపడటానికి మొగలిపుత్రుని ఆధ్వర్యంలో వెయ్యిమంది బౌద్ధ సన్యాసులు తొమ్మిది నెలలకాలం కృషిచేసి గౌతమబుద్ధుడు బోధించిన అసలైన సిద్ధాంతాన్ని తయారుచేశారు. బుద్ధుడి సిద్ధాంతాన్ని ఉద్దేశపూర్వకంగా వక్రీకరించడానికి ప్రయత్నించిన **60,000** మంది బౌద్ధ వ్యతిరేకులను అశోకుడు బహిష్కరించాడు.

ఈనాడు బౌద్ధప్రపంచం హీనయాన, మహాయాన శాఖలుగా చీలిపోయింది. బౌద్ధం అనే మాటను తమకిష్టమైన అర్థంలో కొందరు వాడుతున్నారు. నాస్తికులైన

హీనయానులు, ఆస్తికులైన మహాయానులు అందరూ కూడా తాము బౌద్ధులమని, తమ తత్వం బౌద్ధమని చెప్పుకుంటున్నారు. అందువల్ల బుద్ధుడు బోధించిన అసలైన బౌద్ధ సూత్రాల గురించి పెద్ద గందరగోళం ఏర్పడింది. అయినప్పటికీ, బుద్ధుడు ప్రతిపాదించిన అసలైన బౌద్ధం పూర్తిగా నాస్తికత్వంతో కూడుకొన్నదని చూపడానికి కావలసినన్ని సాక్ష్యాధారాలు లభిస్తున్నాయి. మహాయానం పేరిట ప్రచారం పొందుతున్న భావవాద ధోరణులు. మూఢ విశ్వాసాలతో కూడిన అంశాలన్నీ బ్రాహ్మణులచే మోసపూరితంగా కల్పించబడి బౌద్ధంపై రుద్దబడ్డాయి. వారే ఆ భావాలను విదేశాలలో కూడా ప్రచారం చేశారు.

**20** వ శతాబ్దంలో కొన్ని దేశాల్లో ప్రచారం పొందిన మహాయాన భావాలు మూలబౌద్ధ సూత్రాలకు పూర్తిగా వ్యతిరేకమైనవి. నిజమైన బుద్ధుడి వారసులైన హీనయానులను సంకుచితమార్గంలో నడిచే వారిగా భారతదేశ చరిత్రలో చిత్రించారు. అయితే నిజమైన బుద్ధుడి సిద్ధాంతాలను అనుసరించేవారు తాము హీనయానులమని ఏనాడూ చెప్పుకోలేదు. హీనయానమనే పదమే అసభ్యకరమైనది. దాన్ని శత్రుపక్షాలవారు నిజమైన బౌద్ధులకు ఆపాదించారు. ప్రత్యేకించి క్రీస్తు తర్వాత రెండవ శతాబ్దంలో మహాయానాన్ని సృష్టించిన నాగార్జునుడు, మరికొందరు బ్రాహ్మణులు ఈ పనిచేశారు.

మహాయానబౌద్ధం వివిధ దేశాలలోని సామంతరాజ్యాలలో గొప్ప సేవలు అందించింది. అయితే దాని చారిత్రక పాత్ర ఉన్నతమైన, అసలైన బౌద్ధం విషయంలో పెద్ద గందరగోళాన్ని సృష్టించింది. కొందరు బుద్ధుడిని అణగారిన వర్గాల మహానాయకుడిగా భావించారు. మరికొందరు బౌద్ధాన్ని చరిత్రలో పాలకవర్గాల ప్రయోజనాలను కాపాడే మతంగా భావించారు.

కొంతమంది మార్క్సిస్టు చరిత్రకారులు కూడా బౌద్ధ అధ్యయనానికి సంబంధించిన మౌలిక సమస్యల విషయంలో వైరుధ్యాలతో కూడిన సమాచారాన్ని ఇచ్చారు. బౌద్ధానికి చెందిన నిజమైన తత్వాన్ని విశ్లేషించడానికి ముందు ఈ చరిత్రకారుల భావాలను పరిశీలిద్దాం.

బుద్ధుడు, అతని అనుచరులు ప్రతిపాదించిన తత్వంలో ఆధునిక భౌతికవాద లక్షణాలు అనేకం ఉన్నాయని పండిట్ రాహుల్ సాంకృత్యాయన్ పేర్కొన్నారు..[1] అతడు ఇంకా ఇలా రాశారు. "బౌద్ధం దాని ఉచ్ఛదశలో హెగెల్ భావవాదంలాగా బాగా వ్యాప్తిచెందింది. యోగాచార విజ్ఞానతత్వం గమనశీలమైనది, అభౌతికమైనది. హెగెల్ మాదిరిగా బౌద్ధంలోని యోగాచార తాత్వికశాఖ, భావాన్ని లేదా మనసును అంతిమ వాస్తవికతగా పరిగణించింది"..[2]

ఉపనిషత్తులలోని భావవాదాన్ని పోలిన విధంగా మార్చబడిన విజ్ఞానవాద తత్వానికి వ్యతిరేకంగా బుద్ధుడు క్రీ.పూ. ఆరవ శతాబ్దంలోనే వ్యతిరేకించి పోరాడాడు. అందువల్ల దాన్ని బౌద్ధం యొక్క ఉచ్ఛదశ అనడం కంటె, ఉద్దేశపూర్వకంగా మార్చబడిన తత్వమనాలి.

పసుపురంగు గౌన్లు ధరించిన బ్రాహ్మణులు కొందరు బౌద్ధంలోకి జొరబడి నాస్తిక బౌద్ధంమీద మోసపూరితంగా భావవాద తత్వాన్ని పులిమి, మహాయానం పేరిట వేదాంత తత్వంగా మార్చారనడానికి బలమైన చారిత్రక సాక్ష్యాలున్నాయి.

బౌద్ధ సంఘంలో చేరిన బ్రాహ్మణులే మహాయానాన్ని సృష్టించారని జవహర్‌లాల్ నెహ్రూ పేర్కొన్నాడు. అతడిలా రాశాడు. "బహుశా బౌద్ధ సంఘంలో చేరిన బ్రాహ్మణులు దాన్ని ఆధ్యాత్మికవాద మార్గంలో అభివృద్ధి చేశారు. బౌద్ధంలో

[1] Rahul Samkrityayan – Selected Essays – Peoples publishing house, New Delhi, P.2
[2] Rahul Samkrityayan – Selected Essays - Peoples Publishing House, New Delhi, P.3

దూరిన బ్రాహ్మణులే మహాయానాన్ని అభివృద్ధిచేసి ఆధ్యాత్మిక తత్వంగా మలిచారు. అదంతా ఆర్యుల విశ్వాసానికి సన్నిహితంగా ఉండే మరో రూపమే”..[3]

భారత పురాతత్వశాఖ సంచాలకులైన జె.ఎ.ఎస్. బర్గెస్ అమరావతి, జగ్గయ్యపేట, ఇతర ప్రముఖ బౌద్ధ కేంద్రాలలో జరిపిన త్రవ్వకాలలో ప్రత్యక్షంగా పాల్గొన్నారు. ఆయనిలా పేర్కొన్నారు.

“బౌద్ధంలోకి బ్రాహ్మణుల రాక చాలాకాలం కొనసాగింది. వారు బలమైన శక్తిగా రూపొంది బౌద్ధతత్వంలో నిదానంగా మతాచారాలను జొప్పించి బుద్ధుని పాత సిద్ధాంతాన్ని పూర్తిగా మార్చివేశారు.”.[4]

బుద్ధచరితలో అశ్వఘోషుడు బౌద్ధ సిద్ధాంతాన్ని లక్షలాది మంది బ్రాహ్మణులు పవిత్రంగా మార్చారని పేర్కొన్నాడు. “**60** కోట్ల దేవతలతో ధర్మనేత్రం పవిత్రీకరించబడింది. **80** కోట్ల బ్రాహ్మణులతో విజ్ఞాననేత్రం పవిత్రీకరించబడింది.”.[5] ఇక్కడ సంఖ్యను ఎక్కువచేసి చూపించినా అసలైన బౌద్ధ సిద్ధాంతాన్ని మార్చడంలో బ్రాహ్మణుల హస్తం ఉందన్న సంగతి మాత్రం స్పష్టంగా తెలుస్తోంది.

డా॥ యస్. అబిద్ హుస్సేన్ ఇలా పేర్కొన్నాడు. “బౌద్ధ సంఘంలో చేరిన బ్రాహ్మణుల వల్లనే బౌద్ధం తత్వంలో భావవాద వ్యాఖ్యానాలు, ఊహలతో కూడిన విధానాలు చోటు చేసుకొన్నాయి”..[6]

బౌద్ధ ఆరామాల్లో బ్రాహ్మణుల చొరబాటు జరిగిందని చూపడానికి ఏవైనా చారిత్రక సాక్ష్యాలున్నాయా? భారతదేశంలో బౌద్ధాన్ని నాశనం చేయాలనే

---

[3] Jawaharlal Nehru, Discovery of India, P.175
[4] Burgers, J.A.S, Budist Art in India, P.81
[5] Aswaghosha, Budha Charita, Translated by E.B. Cowell, P.180
[6] Abid Hussain, The National Culture of India, P.24

ప్రణాళికతో కుమారిల భట్టు ఒకసారి బౌద్ధ ఆరామంలోకి జొరబడ్డాడు. మాధవ`విద్యారణ్యులు రచించిన శంకర దిగ్విజయంలో ఈ వాస్తవం వెల్లడయింది.

ఒకసారి కుమారిలుడు శంకరుడిని కలిశాడు. అతడు శంకరుడితో ఇలా అన్నాడు. “దేశమంతా బౌద్ధులతో నిండిపోయింది. వేదాలను అనుసరించేవారు పతనమవుతున్నారు. అందువల్ల నేను బౌద్ధులను అధిగమించి వేదమతాన్ని తిరిగి స్థాపించడానికి ప్రణాళిక సిద్ధం చేశాను. బౌద్ధానికి చెందిన నాయకులు, శిష్యులు అందరూ కలిసి రాజులను తమవైపు తిప్పుకుంటున్నారు. వేదాలను తిరస్కరించమని ప్రలోభపెడుతున్నారు. వేదాలు ఆమోదయోగ్య మైనవికావని, వాటిలో అనేక వైరుధ్యాలున్నాయని, వాటిలో అంతర్గతంగా అహేతుకమైన బోధలున్నాయని నిరూపించడానికి వారు ప్రయత్నిస్తున్నారు. వారి అన్యాయమైన కార్యకలాపాలను ఎదిరించగల శక్తి ఉన్నవాడు దేశంలో నాకు కనిపించడం లేదు. నేను బౌద్ధులతో వాదనకు దిగినపుడు తాత్విక చర్చలలో వారి వాదాలను ఖండించలేకపోయాను.”

“కాబట్టి నేను మారువేషంలో బౌద్ధారామంలోకి విద్యార్ధిగా ప్రవేశించి ఇతరులతో కలసి అక్కడ ఉన్నాను. ఒకసారి ప్రసిద్ధ బౌద్ధ సన్యాసి వేదాలను విమర్శిస్తూ ప్రసంగించడం నేను విన్నాను. అది నాకు కన్నీరు తెప్పించింది. నేను ఏడ్వటం నా ప్రక్కనున్నవారు చూశారు. అప్పటి నుండి వారు నన్ను, నా ఉద్దేశాలను అనుమానించసాగారు. “ఇతడు తప్పనిసరిగా బ్రాహ్మణుడై ఉంటాడు. ఇతడు మన శత్రువు” ` అని వారిలో వారు గుసగుసలాడసాగారు. “అతడే మన తత్వాన్ని రహస్యంగా అధ్యయనం చేయడానికి వచ్చాడు. అతడిని ఇంకెంత మాత్రం ఇక్కడ ఉండనీయరాదు. ఏదో విధంగా అతడిని పంపించివేయాలి”. ‘బౌద్ధుల నుండి నేను

వారి తత్వాన్ని నేర్చుకున్నాను. తరువాత దాన్ని నాశనం చేయగలిగాను' అన్నాడు కుమారిలభట్టు..[7]

తారానాధుడు రచించిన బౌద్ధ చరిత్ర మహాయానాన్ని ప్రచారం చేసిన **31** మంది బ్రాహ్మణుల ఆసక్తికరమైన సమాచారాన్ని అందిస్తుంది.

బౌద్ధం బౌద్ధ సన్యాసులను, సన్యాసిణులను ప్రజలతో సామాజిక సంబంధాలను పెట్టుకోడానికి అనుమతించదని డి.పి. చటోపాధ్యాయ రాశాడు.

"బౌద్ధ భిక్షువులు సంఘంలో ఉన్నంతకాలం కచ్చితమైన వైరాగ్య జీవితాన్ని గడిపేలాగా, సమాజంలో జరిగే గొప్ప మార్పులకు దూరంగా ఉండేలా బుద్ధుడు తగు జాగ్రత్తలు తీసుకున్నాడ"ని ఛటోపాధ్యాయ పేర్కొన్నాడు..[8]

ఈ ప్రకటన పూర్తిగా తప్పులతో కూడుకొన్నది. బౌద్ధం ఏనాడూ ఆ విధంగా ఉండలేదు. ప్రజలు బానిసత్వం నుండి విముక్తి పొందే చారిత్రకమైన పరిణామంలో బౌద్ధం దూరంగా ఉండలేదు. ఆ పరిణామంలో పాలుపంచుకొంది.

"భారతదేశంలో సంభవించిన గొప్ప చారిత్రక మలుపు ఏమిటి? దానికి బౌద్ధం సహకరించిందా? భారతదేశానికి సంబంధించినంతవరకు ఆ మలుపు ఏమిటంటే అజాత శత్రువు నుండి అశోకుడివరకు గల రాజులందరూ తమ సామ్రాజ్యంలోని బానిసవ్యవస్థను క్రమంగా బలహీనపరుస్తూ వచ్చారనేదే" అని ఎస్.ఎ.డాంగే అన్నారు..[9]

బౌద్ధం బానిసత్వానికి వ్యతిరేకంగా విప్లవాన్ని తెచ్చింది..[10] బౌద్ధం కుల కట్టుబాట్లను అతిక్రమించిందని బ్రాహ్మణులు తమ సాహిత్యంలో బౌద్ధాన్ని నింధించారు.

---

[7] Madhava Vidyaranya,Translated by Tapasyananda, P.78-79.
[8] Chotopadhyaya,D.P., Lokayata, P-495.
[9] Dange, S.A., India from primitive communism to slavery, P.XIII
[10] Dange, S.A., India from primitive communism to slavery, P.XIII

"బుద్ధుని సోదరుడైన దేవదత్తుడు బౌద్ధ సన్యాసులను సమాజంతో సంబంధం లేకుండా ఉండాలని ప్రయత్నించినపుడు బుద్ధుడు దాన్ని గట్టిగా వ్యతిరేకించాడు".

"బుద్ధుని సోదరుడు దేవదత్తుడు బౌద్ధ సన్యాసులు కఠోర నియమాలను పాటించాలని, సమాజంతో స్వల్ప సంబంధాలను మాత్రమే కలిగి వుండాలని ఆశించాడు. అయితే బుద్ధుడు దాన్ని వ్యతిరేకించడంతో అతడిని హత్య చేయడానికి ప్రయత్నించాడని" కోశాంబి పేర్కొన్నాడు..[11]

"దేవదత్తుని ప్రతిపాదనలను గౌతమబుద్ధుడు వ్యతిరేకించాడు. ఒంటరితనాన్ని, వైరాగ్యాన్ని కూడా తిరస్కరించాడు. బౌద్ధ సంఘం సమాజానికి బోధించడానికి, సేవలు చేయడానికి కృషి చేయాలని, ఒంటరిగా వుండే భక్తుల బృందంగా వుండరాదని, కేవలం తమ విముక్తికే పరిమితం కారాదని ఆశించాడని" జె.జి. జెన్నింగ్స్ పేర్కొన్నాడు..[12]

బుద్ధుడు బ్రాహ్మణుల నియంతృత్వానికి వ్యతిరేకంగా పోరాడడానికి బదులుగా బౌద్ధ సన్యాసుల జీవితాలకు భ్రమపూరితమైన పరిష్కారాలను అందించాడని 'ఆదిమబౌద్ధం` కొన్ని సమస్యలు' అనే వ్యాసంలో డి.పి.చటోపాధ్యాయ పేర్కొన్నాడు..[13]

"మనుషుల దుఃఖాలకు సాంప్రదాయ బ్రాహ్మణవాద నియంతృత్వాన్ని పెద్ద సంఖ్యలో వున్న బుద్ధుడి జాతకకథలు కూడా వెల్లడించలేదు" అని కూడా ఆయన రాశాడు.

[11] Kosambi, D.D., Culture and civilization of ancient India, P.111
[12] Jennings,J.G.,The Vedantic Budhism of Budha, P-IX
[13] Chatopadhyaya D.P., Lokayata, P.505

అయితే ఇది సరియైనది కాదు. వేదాలు నిర్దేశించిన వర్ణవ్యవస్థను విడనాడాలని బౌద్ధం ప్రజలకు ఉపదేశించింది. వేదాలను, ఉపనిషత్తులను, వాటిలోని తాత్విక సిద్ధాంతాలను ఖండించింది. బ్రాహ్మణీయ సామాజిక విధానాన్ని ప్రత్యక్షంగా ఎదుర్కొని సవాలు విసిరింది.

"బౌద్ధారామాలు ఆటవిక తెగల సంఘాల కోసం పనిచేసినా, బౌద్ధుల భావాలు మాత్రం ఆటవిక తెగలవారికే కాక, ఇతర కులాల వారికి, ఉన్నత వర్గాల వారికి కూడా వర్తించేవ"ని డి.డి. కోశాంబి సరిగా చెప్పాడు..[14]

బానిసత్వ జీవితంలోని బాధలకు బుద్ధుడు దైవకారణాన్ని అంగీకరించలేదు. మానవుల దుఃఖాలకు దైవ పరిష్కారాన్ని ఆయన ఏనాడూ ఆశించలేదు. విశ్వసించలేదు. బ్రాహ్మణవాదానికి వ్యతిరేకంగా గొప్ప విప్లవాత్మకమైన ఉద్యమాన్ని ప్రారంభించాడు. మానవుల దుఃఖాలకు సాంప్రదాయ బ్రాహ్మణవాదమే కారణమని బుద్ధుడు గుర్తించలేదని ఛటోపాధ్యాయ పేర్కొనడం పూర్తిగా తప్పు. బుద్ధుడు తన వందలాది ప్రసంగాలలో బ్రాహ్మణ నియంతృత్వాన్ని బహిరంగంగా ఖండించాడు. జాతకకథలు శాతవాహనుల కాలంలో రాయబడ్డాయి..[15] వాటిని మహాయాన బ్రాహ్మణులు సృష్టించారు. ఆ కథలమీద ఆధారపడి మనం వాస్తవాలను తెలుసుకోలేము.

సామాజిక విప్లవాన్ని తీసుకురావడానికి బదులుగా బౌద్ధం పూర్తిగా వ్యతిరేక దిశలో ప్రయాణించి రాజ్యమతంగా అవతరించిందని, అది సమాజానికి భ్రమపూరితమైన పరిష్కారాన్ని చూపిందని ఛటోపాధ్యాయ ఆరోపించాడు..[16]

---

[14] Kosambi D.D., An introduction to the study of Indis History, P.161-162
[15] Kosambi D.D., Myth and Reality, P-102
[16] Chatopadhyaya D.P., Indian Atheism, P.15

అయితే బౌద్ధం ఏనాడూ రాజ్యమతంగాలేదని చారిత్రక వాస్తవాలు తెలుపుతున్నాయి. అది ఇతర మతాలను అణచివేయడానికి రాజ్యయంత్రాంగాన్ని ఏనాడూ ఉపయోగించలేదు. "అశోకుడు కళింగయుద్ధం తరువాత మగధలోని మతబోధకుల ప్రసంగాలు విని తనంతట తాను బౌద్ధుడిగా మారాడ"ని ప్రొఫెసర్ డి.డి. కోశాంబి పేర్కొన్నారు.

అశోకుడిలో వచ్చిన ఈ మార్పును క్రీ.శ. **325**లో రోమన్ చక్రవర్తి కాన్‌స్టాన్‌డైన్ క్రైస్తవుడిగా మారడంతో తరచుగా పోలుస్తుంటారు. ఆనాడామార్పు వల్ల క్రైస్తవం రాజ్యమతంగా రూపొందలేదు. అయినా ఆనాడు క్రైస్తవం క్రైస్తవేతరులను తుడిచిపెట్టింది. దీనికి భిన్నంగా అశోకుడు, అతని వారసులు బ్రాహ్మణులకు, జైనులకు, అజీవకులకు ఉదారంగా విరాళాలు ఇచ్చారు.

అదేవిధంగా అశోకుడు కేవలం బౌద్ధ శాసనాలను మాత్రమే వేయించాడనే ఆరోపణలున్నాయి. అశోకుడు ఇతర మతాలను కూడా బహిరంగంగా సమర్థించి, సహాయ మందించినందువల్ల ఆ ఆరోపణలు నిజంకాదని తేలిపోతుంది. బ్రాహ్మణులతో సహా జైనులలోని రెండు ప్రధాన శాఖలవారిని, అజీవకులను తాత్వికంగా ఎదిరించి ఓడించింది బౌద్ధం. అశోక చక్రవర్తి తనకుతాను బౌద్ధమతావలంబిగా ప్రకటించుకున్నాడు. అతడు బుద్ధుడి చితాభస్మం మీద అసంఖ్యాకమైన స్థూపాలను నిర్మించాడు. పవిత్ర స్థలాలలో అనేక బౌద్ధ స్మారక చిహ్నాలను నిర్మించాడు..[17]

[17] Kosambi, D.D., An Introduction to the Study of Indian History, P.159

"ఇస్లాం, క్రైస్తవం లాగా బౌద్ధం ఏనాడూ రాజ్యమతంగా లేదు. ఇతర మతాలను అణచివేయడానికి అది ప్రభుత్వ యంత్రాంగాన్ని వాడుకోలేదని" కోశాంబి పేర్కొన్నాడు..[18]

బుద్ధుడు మార్పు నియమాన్ని అంగీకరించాడుగాని దాని గుణాత్మక మార్పును గుర్తించలేదని వై.బలరామమూర్తి రాశాడు..[19] అయితే దీనికి విరుద్ధంగా, పరిమాణాత్మక మార్పుల నుండి గుణాత్మక మార్పులు సంభవిస్తాయని బౌద్ధం పేర్కొంటుందని రాహుల్ సాంకృత్యాయన్ సరిగా చెప్పారు..[20] మౌలిక విషయాలైన ఆత్మ, పునర్జన్మల గురించి బౌద్ధం చెప్పిన అభిప్రాయాలను పేర్కొన్నపుడు కూడా బలరామమూర్తి స్వయం విరుద్ధంగా రాశాడు. మనిషి మరణించాక శాశ్వతమైన ఆత్మ ఉంటుందనే భావాన్ని బౌద్ధం స్పష్టంగా తిరస్కరించిందని ఒక దశలో ఆయన రాశాడు..[21] దీనికి విరుద్ధంగా మరోదశలో మరణానంతరం వ్యక్తి చైతన్యం మరొక శరీరంలోకి ప్రవేశిస్తుందని బుద్ధుడు చెప్పినట్లు అదే వ్యాసంలో ఆయన పేర్కొన్నాడు..[22]

అదేవిధంగా బౌద్ధంలో పదార్థానికి, మనసుకు మధ్యగల సంబంధాన్ని గురించి అతడు స్పష్టమైన అభిప్రాయాన్ని చెప్పలేదు. ఒకవైపు 'మిళిందపన్హ' గ్రంథంలో నాగసేనుడు చేసిన విశ్లేషణ పదార్థ, చైతన్యాల మధ్యవున్న ఆధునిక భావాన్ని పోలి ఉందని అతడు పేర్కొన్నాడు. మరోవైపు పదార్థం, మనసు పరస్పరం ఒకదానిపై మరొకటి ఆధారపడి ఉన్నాయని, వాటిలో ఏది ప్రాథమికం, ఏది ద్వితీయం అనే ప్రశ్న లేదని బుద్ధుడు భావించాడని అతడు పేర్కొన్నాడు..[23] అతడు

---

18 Kosambi,D.D., An introduction to the study of Indian history, P.373
19 Balarama Murthy, Y., Budhism: The Marxist Approach, P.41
20 Rahul Samkrityayan, Selected Essays, P.621
21 Balaramamurthy, Y, Budhisam The Marxist Approach P.44
22 Balaramamurthy, Y, Budhisam The Marxist Approach P.47
23 Balaramamurthy, Y, Budhisam The Marxist Approach P.44

నాగార్జునుని గొప్ప బౌద్ధ తత్వవేత్తగా భావించాడు. నాగార్జునుడు తన మాధ్యమికవాద సిద్ధాంతం ద్వారా బౌద్ధంలోని గతితర్కాన్ని కాపాడినట్లు భావించాడు..[24] దీనికి పూర్తిగా విరుద్ధంగా మరో పుస్తకంలో నాగార్జునుడు బౌద్ధ గతితర్కాన్ని తన శూన్యవాదం ద్వారా నాశనం చేశాడని అతడు పేర్కొన్నాడు..[25] నాగార్జునుడు నూటికి నూరుపాళ్లు బ్రాహ్మణుడు. అతడు దొంగతనంగా బౌద్ధంలోకి జొరబడి లోపలనుండే బౌద్ధాన్ని నాశనం చేశాడు. మహాయానవాదంపేరిట నాస్తికత్వంతో కూడిన బౌద్ధాన్ని మోసపూరితమైన వేదాంతంగా మార్చివేశాడు.

అసలైన బౌద్ధతత్వం గురించి ఈ గందరగోళమెందుకు? ఇక్కడ మనం రెండు కారణాలు చెప్పుకోవచ్చు.

**1)** అసలైన బౌద్ధ తత్వాన్ని గురించి తెలుసుకోడానికి మహాయాన బౌద్ధ గ్రంథాలపై ఆధారపడటం పూర్తిగా తప్పు. ఎందుకంటే అవన్నీ వేదమతం యొక్క అధికార భాషగా ఉన్న సంస్కృతంలో మహాయాన బ్రాహ్మణులచే రాయబడ్డాయి.

**2)** బుద్ధుడి బలమైన నాస్తికత్వం, గతితర్కం భావాలపరంగా దిగజారిపోయి మహాయానవాదం పేరుతో ఆత్మాశ్రయ భావవాదంగా మార్పు చేయబడింది. అది నాగార్జునుని ఆధ్వర్యంలో బ్రాహ్మణులు కుట్రపూరితంగా చేసింది.

ఆకస్మికంగా నాస్తికత్వం నుండి మారిపోవడం ఒక్క బౌద్ధానికే పరిమితం కాలేదు. నాస్తికత్వంగా వున్న సాంఖ్య దర్శనానికి కూడా ఇది వర్తిస్తుంది.

గార్బే ఇలా అంటాడు.

“తరువాతి కాలంలో సాంఖ్యతత్వం సాంప్రదాయ వ్యవస్థలో భాగంగా మారిపోయింది. దానికి మనం ఆశ్చర్యపడనవసరంలేదు. సాంఖ్యతత్వం

24 Balaramamurthy, Y, Budhisam The Marxist Approach P.50
25 Balaramamurthy, Y, Bharatiya Tatvasastram (Telugu), P.66

వేదాంతపరమైన అతీతశక్తి వాదానికి విరుద్ధంగా నిలబడిందని, అందులోని సారళ్యతే దాని గొప్పతనమని నిరూపితమైంది. అయితే దాని తరువాత బ్రాహ్మణులు తమదిగా చేసుకొని తమ మేధోశక్తికి నిదర్శనంగా దాన్ని మార్చివేశారు"..[26]

ఉపనిషత్తుల కాలం నుండే భావవాదులు నిరీశ్వరతత్వంగా వున్న సాంఖ్యతత్వాన్ని నాశనం చేశారు. ఛటోపాధ్యాయ ఇలా అంటాడు.

"సాంఖ్యం పేర్కొన్న ప్రధానాన్ని (పదార్థాన్ని) అప్రధానమైనదిగా, కడకు భ్రమతోకూడినదిగా చూపడానికే ఉపనిషత్తులు గట్టిగా ప్రయత్నించినట్లు తెలుస్తోంది"..[27]

భగవద్గీతలో అసలైన సాంఖ్యాన్ని ఉద్దేశపూర్వకంగా భావవాదంగా మార్చివేశారు. ఈ మార్పు **16**వ శతాబ్దందాకా కొనసాగింది. డి.పి. ఛటోపాధ్యాయ ఇలా అంటాడు.

"సాంఖ్య సిద్ధాంతానికి తరువాతి కాలంలో వచ్చిన వ్యాఖ్యానాలు బ్రాహ్మణుల గ్రంథాల సహాయంతో సాంప్రదాయవాదులను శాంతింప జేయడానికి ప్రయత్నాలు చేశారు. దానికోసం సాంఖ్యాన్ని వేదసాహిత్యం ద్వారా సమర్ధించడానికి ప్రయత్నించారు. అవసరమైన చోట్ల ఆ సిద్ధాంతంలో మార్పులు చేయడానికి కూడా సిద్ధమయ్యారు". అటువంటి ప్రయత్నాలవల్ల సాంఖ్య సిద్ధాంతాన్ని ఆధునికులు వ్యాఖ్యానించడంలో పెద్ద గందరగోళం ఏర్పడింది".

డి.పి.చటోపాధ్యాయ ఇలా పేర్కొన్నాడు. "అసలైన సాంఖ్యం సాంప్రదాయ విరుద్ధమైనది. అటువంటి దాన్ని నీరుగార్చి సాంప్రదాయవాదుల ఆధిపత్యం క్రిందకు తేవడానికి నిరంతరం ప్రయత్నాలు కొనసాగాయి. భౌతికతత్వంగా వున్న సాంఖ్యంలో

[26] Chatopadhyaya D.P, Lokayata, P.381
[27] Chatopadhyaya D.P, Lokayata, P.428

పలురకాల వాదాలను చేర్చి దాన్ని భావవాద తత్వంగా, ఆధ్యాత్మికవాద తత్వంగా మార్చివేశారు. అందుచేత సహజంగానే సాంఖ్యతత్వాన్ని ఆధునికులు వ్యాఖ్యానించడంలో చాలా గందరగోళం ఏర్పడింది".[28]

సాంఖ్యతత్వం విషయంలో ఏం జరిగిందో అదే బౌద్ధం విషయంలో కూడా జరిగింది.

బ్రాహ్మణులు నాస్తికత్వంతో కూడిన సాంఖ్యాన్ని మోసపూరితంగా ఎలా మార్చివేశారో, అదే విధంగా వారు నాస్తికత్వంతో కూడిన బౌద్ధాన్ని కూడా మహాయానం పేరుతో ప్రచ్ఛన్న వేదాంతంగా మార్చివేశారు. ఈ కారణం చేతనే అసలైన బౌద్ధతత్వాన్ని ఆధునిక పండితులు అర్థం చేసుకోవడంలో చాలా గందరగోళం ఏర్పడింది..[29]

బ్రాహ్మణ వర్గానికి ప్రాతినిధ్యం వహించే నాగార్జున వంటివారు అసలైన బౌద్ధ సిద్ధాంతాలను తారుమారుచేసి వాటిని ఆధ్యాత్మిక తత్వంగా మార్చివేశారు.

న్యూఢిల్లీలో విద్యాశాఖలో సహాయ సంచాలకులుగా వున్న ఎస్.హెచ్. నక్వి ఇలా పేర్కొన్నాడు.

"బౌద్ధంలోని హీనయాన, మహాయాన శాఖలు రెండింటికి సుత్తపిటక, వినయపిటక, అభిదమ్మపిటక అనే ఒకే రకమైన పేర్లతో రెండురకాల పిటక గ్రంథాలున్నాయి"..[30]

ఆచార్య డి.డి. కోశాంబి ఇలా అన్నాడు :

[28] Chatopadhyaya D.P, Lokayata, P.429
[29] Chatopadhyaya D.P, Lokayata, P.363
[30] Naqui, S.H, Readings in Indian History, P.84

"బౌద్ధ జైన సాహిత్యానికి మొదటిసారిగా మలిదశలోని వైదిక బ్రాహ్మణవాదం రంగులు పులిమింది. తరువాత బ్రాహ్మణులే వాటిలో జొరబడ్డారు"..[31] బౌద్ధ ధర్మాల గురించి కశ్యప బ్రాహ్మణులు తమకనుకూలంగా మార్చి తిరగరాశారని కూడా అతడు పేర్కొన్నాడు. మహా భారతాన్ని కూడా భృగువంశస్తులు తిరగరాశారని అతడంటాడు..[32] కశ్యపులు బ్రాహ్మణులే అనడానికి ఎటువంటి సందేహం లేదు..[33]

బుద్ధుడు పిడివాదానికి వ్యతిరేకి. అతడు జ్ఞాన సిద్ధాంతాన్ని బోధించాడు. అతడు బోధించిన దాన్ని అతని శిష్యులు పిడివాదంగా మార్చివేయకుండా తగిన జాగ్రత్తలు తీసుకున్నాడు.

బుద్ధుడిలా పేర్కొన్నాడు. "అనేక ప్రాంతాలలో తరతరాలుగా వస్తున్నవని సంప్రదాయాలను విశ్వసించవద్దు. చాలామంది విశ్వసిస్తున్నారని భావించి దేనినీ విశ్వసించవద్దు. వృద్ధ సన్యాసి రాశాడని భావించి దేనినీ నమ్మవద్దు. అసాధారణంగా, ఆకర్షణీయంగా వుందని, దైవంచేత సృష్టించబడిందని భావించి దేనినీ విశ్వసించవద్దు. పరిశీలించి, విశ్లేషించిన తరువాత, అది హేతుబద్ధంగా ఉండి, అందరి శ్రేయస్సుకు ఉపయోగపడుతుందని తెలితే అప్పుడు మాత్రమే దాన్ని ఆమోదించు; దాని ప్రకారమే జీవించు"..[34]

బుద్ధుడి సూక్తులు గొప్ప వినయంతో కూడి ఉంటాయి. మతదురహంకారానికి అతడు బద్ధశత్రువు. మలయదేశంలోని కుశినారలో బుద్ధుడు మరణించే సమయంలో శిష్యుల విధుల గురించి ఆనందుడు అడిగినపుడు బుద్ధుడిలా సమాధానమిచ్చాడు.

"శిశిర రుతువులో చెట్ల ఆకులు రాలి అన్నివైపులా పడిపోతాయి. అవి లెక్కించలేనంత అసంఖ్యాకంగా ఉంటాయి. అదేవిధంగా నేను మీకు కావలసినన్ని

---

[31] Kosambi, D.D, An Introduction to the Study of Indian History, P.96
[32] Kosambi, D.D, An Introduction to the Study of Indian History, P.97
[33] David L.Snell Grove, The Image of Budha, P.46
[34] Bagchee, Our Buddha - Introduction

సత్యాలను తెలిపాను. ఇవేకాకుండా ఇంకా వేల సంఖ్యలో సత్యాలుంటాయి. వాటిని మనం లెక్కించలేము. మీకు మీరే చైతన్యవంతులై వాటిని తెలుసుకోవాలి."

ఏ సిద్ధాంతాన్ని కూడా సరైనదని భావించి గుడ్డిగా అనుసరించవద్దని, అది హేతువాదరీత్యా రుజువైనపుడు, జీవితానుభవానికి అందినప్పుడు మాత్రమే దాన్ని సరైనదిగా భావించి, స్వీకరించాలని బుద్ధుడు నిరంతరం శిష్యులతో చెప్పేవాడు. తన సిద్ధాంతాన్ని కూడా గుడ్డిగా అనుసరించవద్దని హెచ్చరించేవాడు. బుద్ధుడు హేతుత్వం, భౌతిక చర్య లేదా ప్రయోగం ఈ రెండే వాస్తవాన్ని తెలుసుకోడానికి గల ప్రమాణాలని భావించాడు.

బుద్ధుడు ఆదర్శవంతమైన జ్ఞానసిద్ధాంతానికి చేరువగా వచ్చాడు. సైన్సు సాధించిన ప్రగతి అంతా బుద్ధుడు బోధించిన జ్ఞానసిద్ధాంతంపై ఆధారపడి వుందని రాహుల్ సాంకృత్యాయన్ పేర్కొన్నాడు..[35]

ప్రపంచ ప్రఖ్యాత చరిత్రకారుడైన హెచ్.జి.వెల్స్ ఇలా వ్యాఖ్యానించాడు. "అసలైన సిద్ధాంతాల అధ్యయనం వల్ల నేడు గౌతముడు బోధించిన మౌలిక విషయాలను స్పష్టంగా, సులభంగా తెలుసుకోగలిగాం. అవన్నీ నేటి ఆధునిక భావాలతో సమన్వయాన్ని కలిగి వున్నాయి. ఇదంతా ప్రపంచం మునుపెన్నడూ ఎరుగని గొప్ప మేధోసంపత్తి కలిగిన బుద్ధుడు సాధించిన విజయం అనడంలో ఎటువంటి వివాదమూ" లేదు..[36]

బుద్ధుడు ఆధునిక శాస్త్రజ్ఞానం యొక్క మౌలిక సూత్రాలకు చాలా దగ్గరగా వచ్చాడు. బుద్ధుడు తాను పరిశీలించిన ప్రకృతి నియమాలను స్పష్టంగా పేర్కొన్నాడు. బుద్ధుడు తాను పరిశీలించిన ప్రకృతిలో అంతర్గతంగా ఇమిడి వున్న క్రమత్వాన్ని

---

[35] Rahul Sankrityayan, Budhism: The Marxist Approach P.7
[36] Wells H.G. Outline of World History, P.7

గుర్తించి ప్రతిపాదించాడని కోశాంబి పేర్కొన్నాడు..[37] ఒక ప్రసిద్ధమైన కథ బౌద్ధ సారాంశాన్ని తెలుపుతోంది. సంఘటనలకు కారణమేమిటన్నదే ఆ సారాంశం. అదే గతితర్కంలో మొదటిమెట్టు..[38]

బౌద్ధంలోని కార్యకారణ సిద్ధాంతమే అత్యంత ముఖ్యమైన అంశమని బి.బారువా సరిగానే పేర్కొన్నారు..[39] ఆ సిద్ధాంత సూత్రం ఇలా కొనసాగుతుంది.

"ఇది ఉనికిలో ఉన్నందువల్ల ఆ సంఘటన జరుగుతోంది. అది ఉనికిలో లేనందువల్ల ఆ సంఘటన జరగడంలేదు. అది అసంభవం"..[40]

విశ్వం గతిశీలమైనది. వస్తువులన్నీ పరస్పరారాధితం. ఎటువంటి ఇబ్బంది లేకుండా పరస్పరం ఒకదానిలోకి మరొకటి చొచ్చుకపోగలదు..[41]

**బౌద్ధమూలాలు వేదాల్లో ఉన్నాయా?**

బౌద్ధం యొక్క తాత్విక పునాదులు ఉపనిషత్తుల్లో వున్నాయని కొంతమంది చరిత్రకారులు ప్రచారం చేస్తున్నారు. అందువల్ల బౌద్ధాన్ని హిందుత్వశాఖగా భావించాలంటున్నారు. అయితే ఇది పూర్తిగా అసంబద్ధమైన విషయం. ప్రాచీన బౌద్ధం బ్రాహ్మణతత్వ మౌలిక విషయాలకే విరుద్ధమని అలిస్‌గెట్ సరిగా చెప్పారు.

"అన్నిటిని సృష్టించే దేవుడు (ఈశ్వరుడు) ఉన్నాడని బ్రాహ్మణవాదులు బోధిస్తున్నారు. ఆత్మ భౌతిక శరీరాలను ధరిస్తూ, విడుస్తూ చక్రభ్రమణం చేస్తుంటుందని, త్యాగాల ద్వారా దేవుళ్ళను ఆహ్వానించడం ద్వారా ఆ జననమరణ చక్రబంధం నుండి విముక్తి సాధించాలని, వ్యక్తిగత ఆత్మను విశ్వాత్మలో విలీనం చేయాలంటుంది బ్రాహ్మణవాదం. దీనికి విరుద్ధంగా ప్రాచీనబౌద్ధం నాస్తికమతం లేదా

37 Kosambi, D.D, An Introduction to the Study of Indian History, P.165
38 Kosambi, D.D, An Introduction to the Study of Indian History, P.161
39 Barua, B. Proligonaena to a history of Budhist Philosophy, P.30
40 Junjiro Takakusu, Essentials of Buddhist Philosophy, P.30
41 Junjiro Takakusu, Essentials of Buddhist Philosophy, P.35

నాస్తికతత్వం. అది సృష్టికర్తనుగాని, విశ్వాన్ని నడిపే దేవుడిని గాని గుర్తించదు. అదే విధంగా వ్యక్తిగత ఆత్మనుగాని, విశ్వాత్మనుగాని ఉన్నదని అంగీకరించదు".[42]

బౌద్ధం మౌలికంగా నూతన తత్వం. అది ఉపనిషత్తుల నుండి ఉద్భవించ లేదు. బౌద్ధం దాని తాత్విక సిద్ధాంతాలను ఉపనిషత్తుల నుండి అరువు తెచ్చుకోలేదని బ్లూమ్ ఫీల్డ్ పండితుడు సరిగా చెప్పాడు.[43] దేవుడిని ధ్యానించడం పనికిమాలిన విషయంగా అతడు పరిగణించాడు. ప్రతిదీ మరోదానిపై ఆధారపడి ఉంటుందనే బౌద్ధ నియమం, దాని గతిశీలత రాజ్యతత్వానికి, ఉపనిషత్తులలోని ఆత్మవాదానికి వ్యతిరేకంగా బయలుదేరిన గొప్ప ప్రతిస్పందన.

బ్రాహ్మణుడైన నాగార్జునుడు బౌద్ధాన్ని లోపలనుండి నాశనం చేయడానికే బౌద్ధసంఘంలో చేరాడు. మహాయాన బౌద్ధాన్ని రూపొందించడంలో అతడు ఉపనిషత్తుల నుండి తాత్విక సిద్ధాంతాలను తీసుకొన్నాడు. మహాయాన బౌద్ధం పేరుతో ప్రచారమైన తత్వమంతా ఉపనిషత్తులలోని భావవాదమే తప్ప మరొకటికాదు. బౌద్ధాన్ని బలోపేతం చేయడానికి బదులుగా అతడు ఉపనిషత్తులలోని భావవాదాన్ని స్వీకరించి, మహాయానం పేరిట దాన్ని పునరుద్ధరించాడు. పురాణకథలను అల్లడం ద్వారా, ఉద్దేశపూర్వకంగా భావవాదాన్ని రుద్దడం ద్వారా నాగార్జునుడు అసలైన బౌద్ధాన్ని సర్వనాశనం చేశాడు.

ఈ విషయాలేవీ తెలియని చరిత్రకారులు కొందరు నాగార్జునుడు గొప్ప బౌద్ధుడని భావించారు. బౌద్ధ మూలాలను ఉపనిషత్తుల నుండి తీసుకున్నట్లు వారు భ్రమించడానికి అది దారితీసింది. అందువల్ల ఉపనిషత్తుల నుండి భావవాదతత్వాన్ని స్వీకరించింది బౌద్ధ స్థాపకుడైన గౌతమబుద్ధుడు కాదు. ఆ పని చేసింది నాగార్జునుడే.

42 Alice Getty, Gods of Northern Buddhism, P.XXIV
43 Bhattacharya, N., Ancient Indian Athiest Movements

## బౌద్ధం నిరాశావాద తత్వమా?

కొన్ని సమయాలలో బౌద్ధం నిరాశావాదమని, బుద్ధుడు భౌతిక సుఖాలను అణచివేసుకొమ్మని చెప్పాడని ప్రచారం చేశారు. పండితలోకంలోని చరిత్రకారులు కొందరుసైతం ఇదే భావాన్ని కలిగివున్నారు. అయితే ఇది సరైనది కాదు. త్రిపిటకాలలో పాళీభాషలో పొందుపరచబడిన వందలాది బుద్ధుని ప్రవచనాలను గనుక చూసినట్లయితే, అతడు వర్ణవ్యవస్థ యొక్క నిరంకుశత్వానికి వ్యతిరేకంగా తన భావపోరాటాన్ని కొనసాగించినట్లు, అతనికి మానవాభ్యుదయంలో గొప్ప నమ్మకమున్నట్లు అర్ధమవుతుంది. బ్రాహ్మణతత్వం ప్రచారం చేసిన శాశ్వతమైన వర్ణవ్యవస్థను బుద్ధుని విప్లవ భావాలు పటాపంచలు చేశాయి. అతడు వేదమతాన్ని వ్యతిరేకించాడు. వర్ణవ్యవస్థను భగవంతుడు సృష్టించిన సామాజిక వ్యవస్థగా అతడు ఏనాడూ విశ్వసించలేదు. బౌద్ధం నిరాశావాద తత్వం కాదని రైస్‌డేవిడ్స్ సరిగా పేర్కొన్నాడు.

అతడిలా అన్నాడు : “ఉన్నతమైన బౌద్ధంలో కోరికలను అణచివేయడం భాగమని భావించడం పెద్ద తప్పు. వాస్తవానికి బౌద్ధం దీనికి పూర్తిగా వ్యతిరేకం. చెడు కోరికలను అణచివేయాల్సిందే. అందులో సందేహం లేదు. బౌద్ధంలో సామాన్యుడు భార్యాపిల్లలను కలిగి వుండడానికి, సంపదను, అధికారాన్ని కలిగివుండడానికి అనుమతివ్వబడింది”..[44]

నిజానికి ప్రజలమనసులలో నిరాశావాదాన్ని నాటింది వేదమతమే. దేవుడు, ఆత్మ, కర్మ, పునర్జన్మలు మతానికి మూలమైనవి. భౌతిక ప్రపంచాన్ని విస్మరించమని ప్రచారం చేసి శ్రామికవర్గ జీవుల్లో నిరాశావాదాన్ని నింపింది వేద మతమే. బౌద్ధానికి కర్మవాదంతో పనిలేదు. విధి, తలరాత వంటి వాటికి బౌద్ధంలో చోటులేదు..[45]

---

[44] Gangulee, N., Budha and his message, P.134
[45] Junjiro Takakusu, Essentials of Buddhist Philosophy, P.37

బుద్ధుడిలా అన్నాడు. "జీవితావసరాలను తీర్చుకోవడం పాపంకాదు. శరీరాన్ని ఆరోగ్యంగా ఉంచుకోవడం మన బాధ్యత. లేని పక్షంలో మనం మన జ్ఞానదీపాన్ని వెలిగించుకోడానికి, మనసును దృఢంగా, నిష్కల్మషంగా ఉంచుకోడానికి సాధ్యపడదు"..[46]

జీవితం నిరాశతో నిండినదని బుద్ధుడేనాడూ భావించలేదు. జీవితాన్ని నిరంతరం మార్పు చెందే ప్రక్రియగా అతడు పరిగణించాడు. ఈ ప్రపంచంలో ప్రతిదీ మార్పు చెందేదే. పూర్తిగా కర్మవాదం మీద ఆధారపడే ఆత్మవాదులను అతడు తీవ్రంగా విమర్శించాడు. దేవుడిని ప్రార్థించడం ద్వారానో, అతీతశక్తుల మీద ఆధారపడడం ద్వారానో మానవుల బాధలను తొలగించలేమని, సరియైన మానవ ప్రయత్నం ద్వారానే వాటిని తొలగించగలమని అతడు ఎల్లప్పుడూ చెపుతూ వుండేవాడు.

బౌద్ధం నిరాశావాదమే అయినట్లయితే ప్రపంచవ్యాప్తంగా కోట్లాదిమంది అణగారిన ప్రజలలో వ్యాపించి వుండేదే కాదు. బుద్ధుడు గొప్ప సామాజిక విప్లవకారుడు. కులాలకు వ్యతిరేకంగా రాజీలేని పోరాటం చేయడమే బౌద్ధ ఉద్యమం యొక్క ఏకైక గొప్ప లక్షణం. కుల వ్యవస్థలోని సామాజిక అసమానతలకు వ్యతిరేకంగానే బౌద్ధం ఆవిర్భవించింది.

బౌద్ధం నిరాశావాదమని చెప్పడానికి కొందరు చరిత్రకారులు బౌద్ధసన్యాసుల నిరాడంబర, నియమబద్ధ మత జీవితాన్నే సాక్ష్యంగా చూపుతున్నారు. అయితే మనం వినయపిటకలోని నిబంధనలను జాగ్రత్తగా పరిశీలిస్తే అవి ప్రాపంచిక వ్యవహారాలను త్యజించమని చెప్పడం లేదని, బౌద్ధ సంఘంలో క్రమశిక్షణను, ఐకమత్యాన్ని, నిస్వార్థాన్ని పెంచడానికి పనికొచ్చేవిగా వున్నాయని తెలుస్తోంది.

---

[46] Paul Carus, The Gospel of Buddha, P.42

# బౌద్ధం ఒక మతమా?

బౌద్ధాన్ని ఇస్లాం, క్రైస్తవం వంటి మతాలతో పోల్చడం చాలా దురదృష్టకరం. బుద్ధుడి అసలు సిద్ధాంతాలను మనం జాగ్రత్తగా పరిశీలించినట్లయితే బౌద్ధం మతం కాదనే విషయాన్ని తెలుసుకుంటాం. గౌతమబుద్ధుడు రాజీఎరుగని నాస్తికుడు. ప్రాచీన ప్రపంచంలోని గతితార్కిక తత్వంలో అతడు ఆరితేరినవాడు. భారత పురాతత్వ పరిశోధనశాఖ సంచాలకులైన జె.ఎ.ఎస్.బర్గెస్ పేర్కొన్నట్లు సిసలైన బౌద్ధం ఒక తత్వమే కాని మతంకాదు..[47]

దేవుడికి సంబంధించిన నమ్మకాలన్నిటిని వ్యతిరేకించినందువల్లనే గౌతమ బుద్ధుడు నాస్తికుడయ్యాడు..[48] బ్రాహ్మణులు బౌద్ధ సంఘంలోచేరి లోపలనుండే దాన్ని నాశనం చేయడానికి కుట్రపన్నారు. ఉద్దేశపూర్వకంగానే వారు బౌద్ధాన్ని ఆత్మవాదంగా మార్చడానికి ప్రయత్నించారు. ఆ కారణం వల్లనే నాస్తికత్వంగా వున్న బౌద్ధం ఒకరకమైన మతంగా (మహాయానం) మార్పు చెందింది. ఆ విధంగా బౌద్ధానికి, నూతన బ్రాహ్మణవాదానికి పెద్ద తేడా లేకుండా పోయింది. ఈ విధంగా బౌద్ధం బ్రాహ్మణ తత్వాన్ని సంతరించుకోవడం వల్ల మహాయానం పేరుతో మతరూపాన్ని పొందింది. కొందరు చరిత్రకారులు అందుకే దాన్ని మతంగా పరిగణించారు. బౌద్ధం ఒక ధర్మం. సంఘం ఆదేశాల ప్రకారం నడిచే ఒక జీవన విధానం.

మతం అనేది తప్పని సరిగా రెండు లక్షణాలను కలిగి ఉండాలి. **(1)** అది దేవుడు, ఆత్మ, పునర్జన్మ, పరలోకాలను నమ్మాలి. భావవాద తత్వానికి పునాది మతమే. అది ప్రకృతి శాస్త్రానికి బద్ధశత్రువు. ప్రకృతిశాస్త్రం వివేకం, అనుభవం మీద

[47] Burgess, J.A.S, Budhiest art in India, P.47
[48] Bachm A.C, Philosophy of Buddha, P.146

ఆధారపడుతుంది. చారిత్రకంగా మతం సైన్సు పురోగతిని అడ్డుకొంది. సైన్సుకు మతానికి మధ్య గొప్ప సంఘర్షణ కొనసాగింది. **(2)** మతం దోపిడీవర్గాల ప్రయోజనాలను కాపాడుతుంది. ఈ కారణం వల్లనే రాజ్యం తన ప్రయోజనాలను కాపాడుకోడానికై మతాన్ని దోపిడీ చేయసాగింది. పీడితవర్గాల ప్రజలు హింసకు పాల్పడకుండా అణగిమణిగి వుండడానికి మతమేకారణం.

ఈ దృష్టితో చూసినపుడు తరువాతి కాలంలో హీనయానంగా చులకన భావంతో చూడబడిన సిసలైన బౌద్ధాన్ని మతంగా పరిగణించడానికి వీలులేదు. అది దేవుడినిగాని, అతీతశక్తులనుగాని నమ్మలేదు. భారతదేశచరిత్రలో అది రాజ్య విధానాలకు పావుగా ఉపయోగపడలేదు.

కొందరు పండితులు మహాయానాన్ని బౌద్ధం యొక్క ఉన్నతదశగా భావించారు. భావవాదానికి, భౌతికవాదానికి మధ్యే మార్గాన్ని బుద్ధుడు అనుసరించాడని వారు భావించారు. మహాయాన బౌద్ధానికి విశేష ప్రచారం కల్పించిన నాగార్జునుడే తన తత్వాన్ని మాధ్యమిక వాదమని, మధ్యేమార్గమని స్వయంగా ప్రకటించాడు. బుద్ధుడి అసలైన బోధలకు పూర్తిగా విరుద్ధమైనది నాగార్జునుని తత్వం. నాగార్జునుడు బుద్ధుని చారిత్రకతనే వ్యతిరేకించాడు. బౌద్ధంలోని అసలైన గతితర్క సిద్ధాంతాలను నాశనం చేశాడు.

తాత్విక రంగంలో నాగార్జునుడు మహాయానాన్ని తన మాధ్యమిక వాదంతో సమంగా చూడటంలోనే అతని అవకాశవాదం స్పష్టమవుతోంది. తాత్వికపరమైన మౌలిక ప్రశ్నల విషయంలో బుద్ధుడు ఏనాడూ అటువంటి అవకాశవాదానికి పాల్పడలేదు. బుద్ధుడు తననుతాను సర్వజ్ఞుడిగా ప్రకటించుకోలేదు. అతడు తన శిష్యులను అధిభౌతిక ఊహలనుండి దూరంగా వుండమని హెచ్చరించాడు. తన సిద్ధాంతాలను వివేకం, అనుభవం ఆధారంగా నిర్మించాడు. భావవాదానికి,

భౌతికవాదానికి మధ్య తటస్థంగా వుండే మధ్యేమార్గాన్ని అనుసరించింది మహాయాన బ్రాహ్మణులేగాని అసలైన బౌద్ధులు కాదు. తాత్వికపరమైన జ్ఞానాన్ని పొందడానికి శరీరాన్ని తీవ్రంగా హింసకు గురిచేయడంగాని, సామాజిక బాధ్యతలు లేకుండా విలాసవంతమైన జీవితాన్ని గడపడం గాని పనికిరావని, ఆ రెండు పద్ధతులను పూర్తిగా వ్యతిరేకించాడు బుద్ధుడు. పరస్పర విరుద్ధమైన ఆ రెండు రకాల జీవనానికి వ్యతిరేకంగా బుద్ధుడు అష్టాంగమార్గాన్ని సూచించాడు. స్వార్థాన్ని విడనాడి నిస్వార్థాన్ని పెంపొందించుకోడానికి, సేవాతత్పరతను అవలంబించడానికిగాను బుద్ధుడు బౌద్ధ బిక్షువులకు నిరాడంబరమైన సాధారణ జీవితాన్ని ప్రతిపాదించాడు. అయితే దీన్ని భారతదేశంలోని మహాయాన బ్రాహ్మణులు భావవాదానికి, భౌతికవాదానికి మధ్య తాత్వికంగా తటస్థంగా వుండే మధ్యేమార్గంగా తప్పుగా భావించి ప్రచారం చేశారు.

ఇప్పుడు మనం తాత్వికపరమైన మౌలిక ప్రశ్నల గురించి, దేవుడు, ఆత్మ, పునర్జన్మ, పరలోకం, నిర్వాణం వంటి వాటి గురించి బుద్ధుని భావాలను తెలుసుకుందాం.

బౌద్ధతత్వం భౌతిక ప్రపంచానికే పరిమితమైనది. అభౌతిక ప్రపంచాన్ని వాస్తవ విరుద్ధమైనదని బుద్ధుడు వ్యతిరేకించాడు. ప్రతిదీ మరోదానిపై ఆధారపడి వుంటుందనే సిద్ధాంతమే బౌద్ధతత్వంలో కేంద్రస్థానంలో ఉంటుంది. అది భౌతిక ప్రపంచానికి వర్తించేదే గాని ఆధ్యాత్మిక ఊహలకు చెందింది కాదు.

బుద్ధుడు దేవుడు, ఆత్మ, పునర్జన్మల అస్తిత్వాన్నే స్పష్టంగా తిరస్కరించాడు. బుద్ధుడు తనకు జ్ఞానోదయమయ్యిందని, తాను సంపూర్ణ జ్ఞానినయ్యానని ప్రకటించుకున్నాడు. అందువల్ల తాత్వికపరమైన ప్రశ్నలలో అతనికింకా సందేహాలు వున్నాయని ఊహించడం సమంజసం కాదు.

బౌద్ధ తత్వానికి సంబంధించి తన శిష్యులలో ఎవరికీ ఎటువంటి సందేహాలు ఉండరాదని భావించిన బుద్ధుడు దానికి అవసరమైన అన్ని జాగ్రత్తలు తీసుకున్నాడు.

బుద్ధుడిలా అన్నాడు. "సోదరులారా! ఎవరి మనసుల్లోనైనా బుద్ధుడు, సత్యం, మార్గం వంటివాటి గురించి ఇంకా సందేహాలు మిగిలి వుండవచ్చు. వాటి గురించి స్వేచ్ఛగా విచారించండి. తరువాత మిమ్ములను మీరు నిందించుకోకండి. 'మా గురువుగారు మాతో ముఖాముఖి సంభాషించారు. అప్పుడు మనం ఆయన దృష్టికి మన సందేహాలను తీసుకెళ్లలేకపోయామని బాధపడకండి".

బుద్ధుడు ఆ విధంగా మాట్లాడినపుడు అందరూ మౌనంగా వుండిపోయారు. అతడు మళ్లీ రెండవసారి, మూడవసారి కూడా అదే విషయాన్ని తిరిగి ప్రస్తావించాడు. అప్పుడు కూడా వారంతా మౌనంగానే వుండిపోయారు. అప్పుడతడు తిరిగి వారితో ఇలా అన్నాడు.

"సోదరులారా! మీరు నామీదున్న గౌరవంతోనే నన్ను ప్రశ్నించడానికి వెనుకాడుతున్నట్లుంది. సరే. ఇప్పుడు మీలోమీరు ఒకరితో మరొకరు చర్చించుకొండి". అయినా వారు నిశ్శబ్దాన్ని వీడలేదు.

అప్పుడు ఆనందుడు గురువుగారితో ఇలా అన్నాడు. "గురువుగారూ! ఇదెంత విచిత్రమైన విషయం. ఇంతపెద్ద సభలో ఒక్క సోదరుడు కూడా బుద్ధునిగురించి, సత్యం గురించి, మార్గం గురించి ఒక్క సందేహాన్ని కూడా వెలిబుచ్చలేదు"..[49]

బుద్ధుడు తిరుగులేని నాస్తికుడు. అతడు బ్రాహ్మణుల దేవతలను నిస్సంకోచంగా తిరస్కరించాడు. మహాయాన బౌద్ధం ఆత్మలను, పునర్జన్మలను ఆమోదించింది. భౌతిక ప్రపంచ అస్తిత్వాన్ని తిరస్కరించింది. ఇదంతా బ్రాహ్మణులు

[49] Rhys Davids, T.W, Buddhist Suttas, P.113

ఉద్దేశపూర్వకంగా చేసిందే. దీనివల్ల అసలైన బౌద్ధం గురించి, బౌద్ధ సిద్ధాంతాల గురించి ప్రజలలో పెద్ద గందరగోళం చెలరేగింది. బౌద్ధం పేరిట మహాయాన బ్రాహ్మణులు తరువాత సృష్టించిన వాటినన్నిటిని బుద్ధుడు గతంలోనే తిరస్కరించి వున్నాడు. అసలైన బౌద్ధం బ్రాహ్మణవాదానికి అన్ని రకాలుగాను బద్ధ శత్రువు.

హిందూయిజంలోని భ్రమలు, పునర్జన్మ సిద్ధాంతాలు బౌద్ధంలో జొరబడ్డాయి గాని బౌద్ధ సిద్ధాంతాలను హిందూయిజం అనుసరించలేదు. ఈ బౌద్ధ సిద్ధాంతాలు లేకపోవడమే బౌద్ధానికి, హిందూయిజానికి మధ్య గల అసమానతలను తెలుపుతుంది. బుద్ధుడు వేదాలను తిరస్కరించడం, బ్రాహ్మణ కర్మకాండను, కులాలను తిరస్కరించడం మాత్రమే చేయలేదు. అతడు అష్టాంగ మార్గాన్ని నిస్వార్ధంగా ఆచరింపజేయడానికే ప్రాధాన్యాన్నిచ్చాడు..[50]

తివిగ్గ సుత్తలో బుద్ధుడు బ్రహ్మ అస్తిత్వాన్ని ఖండించాడు. మూడు వేదాలలో బ్రాహ్మణులు చేసిన వాదమంతా మూర్ఖత్వంతో కూడుకొన్నదని పేర్కొన్నాడు. బుద్ధుడిలా అన్నాడు. "మూడువేదాలలో బ్రాహ్మణుల సంభాషణలన్నీ మూఢత్వంతో కూడుకున్నవి, హాస్యాస్పదమైనవి, కేవలం మాటలగారడీ, విషయమేమీలేని చెత్త"..[51]

వ్యక్తి బ్రహ్మంలో ఐక్యమవడాన్ని విమర్శించి, అదంతా అబద్ధమని నిరూపించాడు. మూడు వేదాలలో బ్రాహ్మణులు అల్లిన రుక్కులు యదార్ధంగా ఉనికిలో లేని దాని గురించి, తమకు తెలియని దానిగురించి మాత్రమే చర్చిస్తాయి..[52] బ్రహ్మంతో ఐక్యం కావడాన్ని అవి నిరూపించలేవన్నాడు.

జె.జి.జెన్నింగ్స్ ఇలా అన్నాడు. "తివిగ్గ సుత్తలోని ప్రథమభాగంలో బుద్ధుడు బ్రహ్మం అనే భావాన్ని హాస్యాస్పదమైనదిగా పేర్కొన్నాడు. హిందువుల ప్రధాన దైవం

---

50 Jennings J.G, The Vedantic Budhism of Buddha, P.XXI
51 Rhys Davids, T.W. Buddhist Suttas, P.174
52 Rhys Davids, T.W. Buddhist Suttas, P.177

బ్రహ్మం. బ్రహ్మైక్యం పొందవచ్చునని బోధించే గురువులకే ఆ బ్రహ్మం గురించి ఏమీ తెలియదు. తెలుసుకోవడానికి అవకాశం కూడా లేదు. అటువంటి బ్రహ్మంతో ఐక్యం కావడం జరగని పని".

బ్రహ్మం యొక్క అస్తిత్వానికి వ్యతిరేకంగా సుదీర్ఘమైన వాదనలు వినిపించిన తరువాత బుద్ధుడిలా అన్నాడు.

"అందువల్ల మూడువేదాలలో వివరించబడిన బ్రహ్మావాదుల జ్ఞానాన్ని నీరులేని ఎడారిగాను, మార్గంలేని అడవిగాను, నాశనానికి దారితీసే ప్రక్రియగాను పేర్కొనవచ్చును". అతడు ఇంకా ఇలా అన్నాడు. "ఇతరులు తెలివిలేకుండా ఈశ్వరుని గురించి మాట్లాడుతారు. ఐక్యం గురించి ఎందుకు మాట్లాడరు? అన్ని చర్యలకు అతడే కారణమైతే మరి బ్రహ్మం ఎందుకు?"

బౌద్ధం నికార్సయిన నాస్తికత్వం. దేవుడికి వ్యతిరేకంగా బుద్ధుడు తన వాదనను ఇలా ప్రతిపాదించాడు :

"ప్రపంచాన్ని దేవుడే గనుక సృష్టించి వున్నట్లయితే అందులో మార్పులుండరాదు, వినాశనం ఉండరాదు. దుఃఖం, సంక్షోభం, తప్పొప్పులు ఉండరాదు. మనం చూస్తున్నవన్నీ పవిత్రమైనవి, అపవిత్రమైనవన్నీ అతడే సృష్టించి ఉండాలి. చైతన్యవంతమైన జీవులలో ఉండే సుఖదుఃఖాలు, ప్రేమద్వేషాలు కూడా అతని సృష్టే కావాలి. వీటన్నిటికీ అతడే కారణమైనపుడు ఇదంతా సక్రమంగా ఉందని ఎలా అనుకోగలం? దేవుడే సృష్టికర్త అయితే, జీవులన్నీ అతని శక్తికి తలవంచి ఉండాలన్నట్లయితే, ఆదర్శాలను ఆచరించడంలో ప్రయోజనమేముంది? తప్పుచేసినా, ఒప్పు చేసినా తేడా ఏమీ ఉండదు. సర్వకార్యాలు అతడే చేస్తున్నపుడు అతని దృష్టిలో అన్నీ సమానమే కావాలి. అయితే దుఃఖానికి, బాధలకు మరో కారణాన్ని చూపించినట్లయితే అప్పుడు దేవుడు కారణం కాకుండా పోతాడు.

మరొకటి కారణమవుతుంది. అటువంటప్పుడు ఉన్న మిగతా వాటికి కూడా అతడు కారణం కాకుండా ఎందుకుండకూడదు? దేవుడే సృష్టికర్త అయితే అతని చర్యలకు ఉద్దేశం ఉండవచ్చు, లేకపోవచ్చు. అతడు ఉద్దేశపూర్వకంగా చర్యలను చేసివుంటే, అతడు పరిపూర్ణుడు కాజాలడు. చర్య ఏదైనా కోరికను తీర్చుకోవడమే అవుతుంది. అతడు ఒకవేళ ఉద్దేశరహితంగా చర్యలు చేస్తే అప్పుడతడిని పిచ్చివాడు, లేదా పసిబిడ్డ క్రింద జమకట్టాల్సి ఉంటుంది. దేవుడే సృష్టికర్త అయితే ప్రజలు భక్తిశ్రద్ధలు లేకుండా అతనికి లోబడకుండా ఎందుకుండరాదు? ప్రజలు తమ అవసరాలు మానుకొని దేవుడికెందుకు కానుకలు సమర్పించాలి ? వారు ఒకడికంటె ఎక్కువమంది దేవుళ్లను ఎందుకు పూజించాలి? ఈ విధమైన హేతువాదంతో దైవభావం తప్పని రుజువవుతుంది. వైరుధ్యాలతో కూడిన దైవ ప్రకటనలన్నిటినీ బహిర్గతం చేయాలి".

ఎవరికీ తెలియని శాశ్వతమైన ఆత్మ ఉందనే వాదానికి వ్యతిరేకంగాను, విశ్వంలోని భౌతిక ప్రక్రియలవెనుక దైవభావం ఉందనేవాదనకు వ్యతిరేకంగాను బుద్ధుడు తీవ్రంగా వాదించాడు. అనాథ పిండకునితో అతడిలా అన్నాడు.

"మనకు తెలిసిన వస్తువులలో దేనితోను సంబంధం లేకుండా ఏదైనా ఉన్నట్లయితే దాని గురించి వివేకం ద్వారా అది ఉన్నట్లు మనం తెలుసుకోజాలం. ఏ వస్తువుతో కూడా సంబంధం లేనటువంటిది ఉందని మనం ఎలా చెప్పగలం? మనకు తెలిసినంత వరకు విశ్వమంతా సంబంధాలతో కూడిన వ్యవస్థే. దేనితోను సంబంధం లేని దాని గురించి మనకు తెలియదు. దేనిమీద ఆధారపడకుండా, దేనితోను సంబంధం లేకుండా ఉండేది పరస్పరం సంబంధం గల, పరస్పరాధారితమైన వస్తువులను ఎలా సృష్టించగలదు? ఆత్మ భావం ఒకటేనా లేక అనేకమా? అది ఒకటే అయినట్లతే వేరువేరు వస్తువులు వేరువేరు కారణాలతో ఉద్భవించడానికి అది కారణమెలా అవుతుంది? ఒకవేళ ఆత్మభావాలు అనేకమైతే అప్పుడవి పరస్పరం

ఒకదానితో ఒకటి సంబంధాన్ని ఎలా కలిగి ఉంటాయి. ఒకవేళ పరమభావమే సర్వత్రా వ్యాపించి, అన్ని ప్రదేశాలను నింపివున్నట్లయితే అప్పుడది మరిదేన్నీ సృష్టించే అవకాశమే ఉండదు. ఒకవేళ అది నిర్గుణమైతే దాని నుండి సృష్టికాబడేవన్నీ కూడా నిర్గుణ లక్షణాలతో ఉండాలి. అందువల్ల వాటికి ఆత్మ భావం కారణం కాదు. ఆ ఆత్మ భావాన్ని లక్షణాలకు భిన్నమైనదిగా భావిస్తే లక్షణాలు కలిగివున్న వస్తువులను అది ఎలా సృష్టిస్తుంది? వాటిలో అంతర్గతంగా అది ఎలా ఉంటుంది? ఒకవేళ పరమభావం మార్పుచెందనిదైతే అది సృష్టించిన వస్తువులు కూడా మార్పు చెందనివే కావాలి. ప్రకృతిలో కార్యకారణాలు ఒకదానితో మరొకటి విభేదించవు. ప్రపంచంలోని వస్తువులన్నీ మార్పుచెందేవే, అంతరించిపోయేవే. అటువంటప్పుడు పరమాత్మ మారకుండా ఎలా ఉంటుంది? ఒకవేళ ఆత్మభావమే అంతటా వ్యాపించి వుండి అన్నిటికీ అదే కారణమైతే మోక్షాన్ని ఎందుకు కోరాలి? మనలోకూడా పరమాత్మ ఉన్నప్పుడు ఆ పరమాత్మ సృష్టించిన బాధలను, దుఃఖాలను మనం సహనంతో అనుభవించాల్సి ఉంటుంది.

పై పేరాలో పేర్కొన్న దాన్ని బట్టి బుద్ధుడు ఆత్మాశ్రయ భావవాదానికి గొప్ప శత్రువని రుజువైంది. తద్వారా అతడు ఆధునిక భౌతికవాద మూల సూత్రాలకు చాలా దగ్గరగా వచ్చినట్లయింది.

బుద్ధుడు ఆత్మ సిద్ధాంతాన్ని వ్యతిరేకించాడు. ఆ కాలంలో ప్రచారంలో వున్న ఆధ్యాత్మిక భావాలకు వ్యతిరేకంగా బౌద్ధ తత్వం విప్లవాత్మకంగా దాడిచేసింది. ఈ కారణంవల్లనే బౌద్ధాన్ని అనాత్మవాద తత్వమని పిలుస్తారు. బౌద్ధ అనాత్మవాదం ఉపనిషత్తులలోని విముక్తి సిద్ధాంతానికేకాక, ఆనాటి సర్వాత్మవాదానికి కూడా ప్రత్యామ్నాయంగా నిలిచింది.

జె. తకకుసు సరిగా చెప్పాడు. "బుద్ధుడు బ్రహ్మం, ఆత్మల ఉనికిని నికారించాడు. అనాత్మవాదాన్ని ప్రతిపాదించాడు. ప్రతిదీ మార్పు చెందుతూనే ఉంది. మారని పరమాత్మ, లేదా నిత్యాత్మకోసం వెదకడం సమంజసం కాదు".

విశ్వానికి సంబంధించిన బుద్ధుని విప్లవాత్మకమైన భావం మారని, శాశ్వతమైన ఆత్మ ఉనికిని నిరాకరించింది. ఆత్మ ఒక శరీరం నుండి మరో శరీరంలోకి పోవడాన్ని ఖండించింది. అతని విప్లవాత్మకమైన భావాలు శాశ్వతమైన ఆత్మను, దానికి సంబంధించిన ఊహలతో కూడిన నమ్మకాలను తొలగించింది.

ఎన్.రమేశన్ ఇలా రాశాడు. "బుద్ధుడు ఆత్మ లేదని బోధించాడు. మనిషి వాస్తవంగా అనుభవిస్తున్న దాన్ని ఆత్మగా భావించి నిరాకరించలేదు. శాశ్వతంగా ఉంటుందని చెప్పే ఆత్మ సిద్ధాంతాన్ని నిరాకరించాడు. భౌతిక ప్రక్రియల వెనుక వాస్తవంగా ఉంటుందనే ఆత్మను నిరాకరించాడు".

బుద్ధుడు తన శిష్యులతో ఆధ్యాత్మిక ఊహలను అనుసరించరాదని హెచ్చరించాడు.

నళినాక్షదత్ ఇలా అన్నాడు. "సత్యాన్ని తెలుసుకోడానికి ఆచరణాత్మకమైన పద్ధతులనే అనుసరించాలని, అతీతమైన దానికోసం, పరమమైన దానికోసం ఆధ్యాత్మిక ఊహల్లో పడిపోరాదని బుద్ధుడు తన అనుచరులను పదేపదే ఆదేశించాడు".

ప్రాచీన భారతీయ తత్వశాస్త్రంలో బుద్ధుడు ఆత్మను తిరస్కరించడం గొప్ప విప్లవాత్మకమైన ముందడుగు. ఎందుకంటే సమకాలీన మతశాఖలన్నీ ఆత్మ సిద్ధాంతాన్ని విశ్వసించాయి. ఆ కాలంలోని ప్రాచీన గ్రీకు భౌతికవాద తత్వవేత్తలు కూడా ఆత్మభావం నుండి బయటపడలేకపోయారు. అయితే వారు ఆత్మనుకూడా

ఒక భౌతిక కణంలాగే భావించారు. అందువల్ల సమకాలీన ప్రపంచంలో బుద్ధుడిలాగ ఆత్మ సిద్ధాంతాన్ని ఖండించిన మరో తత్వవేత్త కనిపించడు.

రేస్ డేవిడ్స్ ఇలా అన్నాడు. "భారతదేశంలోని మతాలన్నింటిలోకి ఆత్మను తిరస్కరించిన తత్వం బౌద్ధం ఒక్కటే. ఆ కాలంలో ప్రపంచంలో వున్న మత వ్యవస్థలన్నిటిలోకి ప్రత్యేకతలు కలిగిన శక్తివంతమైన నూతన తత్వం బౌద్ధం ఒక్కటే అనడానికి తగిన ఆధారాలున్నాయి. సర్వాత్మ భావాలలో మునిగివున్న యూరోపియన్ రచయితలు బుద్ధుడి అనాత్మవాద సిద్ధాంతాన్ని అర్థం చేసుకోడానికిగాని, అభినందించడానికిగాని చాలా కష్టమైంది. దీన్నిబట్టి మానవజాతి భావాల చరిత్రలో అందరికంటె ముందుగా మతం, తత్వం వంటి విషయాలలో అంతటి గొప్ప నిర్ణయాత్మకమైన సిద్ధాంతాన్ని ప్రతిపాదించడానికి బుద్ధుడు ఎంతగా కష్టపడి ఉంటాడో అర్థం చేసుకోవచ్చు".

బుద్ధుడి విశ్వసిద్ధాంతం, లేదా ప్రతీత్య సముత్పాదవాదం ఆనాడు చెలామణిలో వున్న ఆత్మసిద్ధాంతాలన్నిటినీ ఒక్కదెబ్బతో తుడిచిపెట్టింది. ఆ విధంగా బుద్ధుడు ప్రాచీన భారతదేశంలోని సమకాలీన ఆత్మ సిద్ధాంతాలన్నిటినీ తిరస్కరించాడు.

రేస్ డేవిడ్స్ ఇలా రాశాడు. "గౌతముడు తన మొదటి శిష్యులకు ఇచ్చిన మొదటి ఉపన్యాసం అనాత్తలక్కన సుత్త (వ్యక్తిగత జీవితంలో ఆత్మకు సంబంధించిన లక్షణాలు ఏవీ లేవని కనిపెట్టడం). అవన్నీ వినయపిటకలో పొందుపరచబడ్డాయి. సంయుత్త నికాయలో వాటిని తిరిగి పొందుపరచడం జరిగింది".

బౌద్ధ సాహిత్యంలో ధర్మానికి సంబంధించిన ప్రమాణ గ్రంథంలో బుద్ధుడి ప్రథమ ప్రవచనాలను సేకరించి పొందుపరిచారు. అందులో సమకాలీన ఆత్మ

సిద్ధాంతాలన్నిటినీ పూర్తిగా, స్పష్టంగా, క్రమపద్ధతిలో బుద్ధుడు తిరస్కరించినట్లు తెలుస్తుంది.

బుద్ధుడి మరణం తర్వాత బ్రాహ్మణులు ఆత్మ సిద్ధాంతాన్ని బౌద్ధతత్వంలో ప్రవేశపెట్టడానికి తీవ్రంగా కృషిచేశారు. అయితే బౌద్ధులు దాన్ని అడ్డుకొన్నారు. ఆత్మసిద్ధాంతాన్ని వ్యతిరేకించడానికే వారు ఎక్కువ ప్రాధాన్యమిచ్చారు. అశోకుడి కాలంలో మొగలిపుత్తతిస్స అధ్యక్షతన మూడవ బౌద్ధ మహాసభ జరిగింది. అందులో ఆత్మ సిద్ధాంతాన్ని గురించి, ఇతర భావవాద, ఆధ్యాత్మికవాదాలను గురించి చర్చించారు.

రేస్ డేవిడ్స్ ఇలా అంటాడు. "క్రీ.పూ. మూడవ శతాబ్దంలో బౌద్ధ సంఘంలోని భిన్నాభిప్రాయాలను చర్చించే నిమిత్తం 'కథావస్తు' అనే వివాదాస్పద గ్రంథం రచించబడింది. అందులో ఆత్మకు సంబంధించిన ప్రశ్నలను చర్చించడానికే ప్రాధాన్యం ఇవ్వబడింది. మిగతా విషయాలను నామమాత్రం చేసింది".

"బుద్ధుడి అనాత్మవాద సిద్ధాంతం పునర్జన్మలను తిరస్కరించింది. పునర్జన్మ సిద్ధాంతం ఆత్మల ఉనికి మీద ఆధారపడి ఉంది. బుద్ధుడు ఆత్మల ఉనికినే నిరాకరించాడు. అందువల్ల సిసలైన బౌద్ధంలో పునర్జన్మ నమ్మకానికి ఏమాత్రం అవకాశం లేదని నిస్సందేహంగా చెప్పవచ్చు. మహాయాన బౌద్ధులు నిర్వాణానికిచ్చిన తప్పు వ్యాఖ్యానంవల్లనే మరణించిన తరువాత 'తిషిట స్వర్గానికి' వెళతారనే పొరపాటు భావం ప్రచారమైంది. వాస్తవానికి నిర్వాణమంటే మానవ జీవితంలోని బాధలు అంతం కావడమే. అష్టాంగ మార్గాన్ని అనుసరించడం ద్వారా ఎవరైనాసరే బాధలను నియంత్రించుకోవచ్చు, నిర్వాణాన్ని పొందవచ్చు. నిర్వాణమనేది జీవితకాలంలోనే పొందే ప్రశాంత మానసిక స్థితి".

బుద్ధుడు పరలోకాలను స్పష్టంగా వ్యతిరేకించి ప్రచారం చేశాడు. భక్తి, మంత్రాలు, శకునాలు, జ్యోతిష్యం, దైవబలులు, బాణామతి వంటి మూఢనమ్మకాలను క్షుద్రమైనవిగా, పనికిరానివిగా భావించి నిరాకరించాడు. బుద్ధుడి మాటల సారాంశాన్ని ఈ క్రింద తెల్పిన విధంగా చెప్పుకోవచ్చు.

**1)** కార్యకారణ నియమం : బౌద్ధ పారిభాషిక పదాలలో దీన్ని ప్రతీత్య సముత్పాదం అంటారు. అంటే ప్రతిదీ మరోదానిపై ఆధారపడి ఉంటుందని అర్థం. ఈ సిద్ధాంతం కార్యకారణాలు రెండింటినీ పదార్థ ప్రక్రియలుగానే పరిగణిస్తుంది. అందులో దేవుడికిగాని, అతీతశక్తులకుగాని ఆస్కారం లేదు. ఈ కార్యకారణ సిద్ధాంతం, లేదా ప్రతీత్య సముత్పాదవాదాన్ని తన ధర్మబోధల సారంగా గ్రహించవలసిందిగా బుద్ధుడు తన శిష్యులను కోరాడు. బుద్ధుడి అత్యంత సన్నిహితుల్లో సారిపుత్త ఒకడు. అతడిలా అన్నాడు. "ప్రతీత్య సముత్పాదాన్ని చూసినవాడు ధర్మాన్ని చూస్తాడని, ధర్మాన్ని చూసినవాడు ప్రతీత్య సముత్పాదాన్ని చూస్తాడని బుద్ధుడు చెప్పాడు". మతభావాలలో కూరుకుపోయిన చరిత్రకారులు కొందరు విద్యావంతుల్లో బౌద్ధ భావాలను ప్రచారం చేసే సందర్భంలో బౌద్ధంలోని ప్రధానాంశమైన దీన్ని పూర్తిగా విస్మరించారు. బౌద్ధాన్ని ఒక నిరాశావాదతత్వంగా ప్రచారం చేశారు. జీవితంలో బాధలను అంతం చేయడానికి, నిర్వాణం పొందడానికి భౌతికపరమైన కోరికలను చంపుకోమని బుద్ధుడు బోధించాడని వారు ప్రచారం చేశారు. ఇది అసలైన బౌద్ధతత్వాన్ని ఉద్దేశపూర్వకంగా తప్పుగా చిత్రించడమే అవుతుంది. భారతదేశ చరిత్రలో స్వేచ్ఛా సమానత్వ సౌభ్రాతృత్వాల కోసం పోరాడటంలో విప్లవాత్మకమైన పాత్ర పోషించిన బౌద్ధాన్ని ఉద్దేశపూర్వకంగా కించపరచడమే అవుతుంది.

ఒక కారణం`ఒక కార్యం గురించి మాత్రమే చెప్పే పాత కార్యకారణవాదం స్థానంలో ఈ కొత్త కార్యకారణవాదం వచ్చిందని రాహుల్ సాంకృత్యాయన్ అన్నాడు. రాహుల్ ఇంకా ఇలా అన్నాడు. “మార్క్సిస్టు తత్వశాస్త్రంలో పేర్కొన్న వైరుధ్యాల ఐక్యతాసూత్రం ఇందులో లేనప్పటికీ అనేక కారణాల సమాహారం వల్ల కార్యం జరుగుతుందని ఇందులో స్పష్టంగా చెప్పబడింది. అందులో ఏ ఒక్క చిన్న కారణం లేకపోయినా కార్యం జరగదు. బౌద్ధతత్వం ప్రకారం కారణం కార్యానికి పూర్తిగా భిన్నమైనది. మరోమాటలో చెప్పాలంటే కార్యం జరగడమనేది గుణాత్మకమైన మార్పు. అన్ని కారణాలు అవసరమైన పరిమాణంలో కూడినప్పుడే గుణాత్మకమైన మార్పు సంభవిస్తుంది. ఈ కార్యకారణాలలో గుణాత్మక, పరిమాణాత్మక మార్పులు ఇమిడి ఉన్నాయి”.

**2)** మార్పు, అంతస్సంబంధాల నియమం : మార్పు, అంతస్సంగమ నియమాల గురించి బుద్ధుడు చాలా స్పష్టంగా ప్రకటించాడు. పారమ్యభావాన్ని బుద్ధుడు తిరస్కరించినట్లు దీనివల్ల స్పష్టమవుతుంది. దీనిగురించి ఇదివరకే పేర్కొనడం జరిగింది. ‘విశ్వమంతా సంబంధాల వ్యవస్థ అని, వస్తువులన్నీ మార్పుచెంది నశిస్తాయ’ని బుద్ధుడు పేర్కొన్నాడు. అందువల్ల ఈ ప్రపంచంలోని ప్రతిదీ సాపేక్షమని, ఏదీ మరోదానితో సంబంధం లేకుండా లేదని, ప్రపంచంలో నిరపేక్షమైనదేదీ లేదని, ప్రతిదీ మారుతుందని అతడు చెప్పాడు.

**3)** ప్రపంచం ఒక ప్రక్రియ : ఈ భౌతిక ప్రపంచమంతా ఒక మందుతున్న ప్రక్రియగా బుద్ధుడు పరిగణించాడు. విశ్వమంతా పరిణామ ప్రక్రియ ద్వారా నడుస్తోంది. ప్రపంచానికి సంబంధించిన బుద్ధుడి విప్లవాత్మక భావన, ప్రపంచంలోనే గొప్ప గతితార్కికుడైన గ్రీకు తత్వవేత్త హిరాక్లిటస్ భావనతో సరిగ్గా సరిపోతుంది. ఉపనిషత్తుల స్తబ్దమైన తత్వానికి వ్యతిరేకంగా బుద్ధుడి తత్వం బయలుదేరింది.

రాచరికం, సామాజిక నియంతృత్వం బానిసత్వం, అసమానతలన్నీ తాత్కాలికమే. ఇవన్నీ కనుమరుగైపోతాయి. మరేవో వస్తాయి. ఇది తాత్విక పరిభాషలో బుద్ధుడి సందేశం.

బుద్ధుడి ప్రకారం విశ్వమంతా నియమబద్ధమైన వ్యవస్థ. విశ్వం పదార్థ నిర్మితం. ప్రకృతిలోవున్న భిన్నత్వంలోని ఏకత్వాన్ని బుద్ధుడు చక్కగా విశ్లేషించాడు. ఒకే పదార్థం నుండి భిన్నరూపాలు ఏర్పడడం వల్లనే ప్రకృతిలో భిన్నత్వం దర్శనమిస్తుంది.

కశ్యపుడితో బుద్ధుడిలా అన్నాడు. "వస్తువులన్నీ ఒకే మూలధాతువుతో ఏర్పడినవే. భిన్నరూపాలవల్ల వస్తువులు భిన్నంగా కనిపిస్తాయి. వాటి రూపాలనుబట్టి వాటి చర్యలుంటాయి. వాటి చర్యలను బట్టి అవి రూపొందుతుంటాయి. కశ్యపా! కుమ్మరివాడు ఒకే మట్టితో వివిధ రూపాలలో కుండలను తయారుచేస్తున్నాడు గదా. వాటిలో కొన్నిటిలో పంచదార, మరికొన్ని పాత్రలలో బియ్యం, ఇతర పాత్రలలో పాలు, పెరుగు పెట్టుకుంటున్నాం. వాడిన మట్టిలో భిన్నత్వం లేదు. భిన్నత్వమంతా కుమ్మరివాడు అవసరాలను బట్టి తన చేతులతో మట్టి నుండి భిన్నరూపాలలో పాత్రలను తయారుచేయడంవల్ల ఏర్పడుతోంది. అయినా ఆ పాత్రలన్నీ ఒకే మూలపదార్థమైన మట్టి నుండి తయారవుతున్నాయి. అంటే అవన్నీ ఒక నియమానుసారంగా వృద్ధిచెందుతున్నాయి".

"గడ్డిపోదలు, మొక్కలు, అడవిచెట్లు పెద్దమేఘాలు కురిపించిన వర్షం మూలంగా అందుబాటులోకి వచ్చిన నీటిని పీలుస్తాయి. వాటి స్వభావాన్ని బట్టి అవి వృద్ధి చెందుతాయి. అవి బాగా పెరిగి కాలనుగుణంగా ఫలాలను ఉత్పత్తి చేస్తాయి. ఒకే మట్టిలో వేళ్ళూనుకొన ఆ వృక్షజాతులన్నీ ఒకే నీటిని పీల్చుకొని వేగంగా వృద్ధి చెందుతున్నాయి".

ఒకే మూలపదార్థం నుండి ప్రకృతిలో ఏర్పడిన భిన్నత్వాన్ని బుద్ధుడు చక్కగా విశ్లేషించాడు. ఇది బుద్ధుడి బోధలోని శాస్త్రీయతను సూచిస్తుంది. భారతీయ తత్వశాస్త్రాభివృద్ధిలో బౌద్ధం గొప్ప విప్లవాన్నే తెచ్చింది. అది ఉపనిషత్తుల్లోని భావవాదాన్ని మట్టి కరిపించింది.

బుద్ధుడి ప్రకారం విశ్వమంతా నాలుగు మూలభూతాలతో నిర్మితమైంది. అవి భూమి, నీరు, నిప్పు, గాలి. ఎం.హిరియణ్ణ ఇలా అన్నాడు. "భౌతికపరంగా బౌద్ధం నాలుగు మూల భూతాలను గుర్తించింది. అవి ` భూమి, నీరు, నిప్పు, గాలి. ఆనాటి తాత్వికులు ఆమోదించిన ఐదవభూతమైన ఆకాశాన్ని బౌద్ధం తొలగించింది. భౌతిక ప్రపంచం, మన జ్ఞానేంద్రియాలు, మన శరీరాలు అన్నీ కూడా ఈ నాలుగు మూలభూతాల నుండే ఏర్పడుతున్నాయి. అందుకే మూలభూతాన్ని 'భంతికె' (పదార్థం) అంటాం.

వేద బౌద్ధుడిగా ప్రసిద్ధిపొందిన వసుబంధుడు (ఇతడు మహాయాన బౌద్ధంలోని వసుబంధుడు కాదు) రాసిన అభిదమ్మ కోశలో ఇలా పేర్కొంటాడు. "ఒకే గని నుండి విభిన్నమైన ఖనిజాలను తవ్వితీసినట్లు మానవుడి జీవన ప్రవాహం కూడా పద్దెనిమిది రకాల ధాతువులతో కూడి ఉన్నది".

పదార్థం కంటె ముందే భావం లేదా దైవం ఉందని భావవాదం ప్రచారం చేస్తోంది. బుద్ధుడు విశ్వ ప్రక్రియను వివరించే సందర్భంగా దేవుడిని, నిరపేక్ష భావాన్ని ప్రధానంగా తిరస్కరించాడు. విశ్వమంతా సంబంధాల వ్యవస్థ అని, కార్యకారణ నియమాల ప్రకారమే అది నడుస్తుందని అతడు పేర్కొన్నాడు. అతడు కార్యకారణాలు రెండింటిని భౌతిక వాస్తవికాంశాలుగా పరిగణించాడు. అందువల్ల మనం బుద్ధుడిని నికార్సయిన భౌతికవాదిగా నిస్సందేహంగా ఆమోదించవచ్చు. అతడు ప్రకృతిలో దర్శించిన నియమాలకు ఎక్కువ ప్రాధాన్యతనిచ్చాడు.

పై విశ్లేషణ ఆధారంగా మనం ఈ క్రింది నిర్ణయాలకు రావచ్చు.

**1)** బుద్ధుడు స్థాపించిన బౌద్ధం ఒక మతం కాదు. దాన్ని బ్రాహ్మణులు హీనయానంగా ఈసడించారు. బౌద్ధం ఆధునిక విజ్ఞానశాస్త్ర మౌలికాంశాలను కలిగిన తత్వం.

**2)** బౌద్ధం నిరాశావాద మతంకాదు. అది ప్రజలను బాధల నుండి విముక్తి చేయడానికి బ్రాహ్మణ నియంతృత్వానికి వ్యతిరేకంగా రాజీలేని పోరాటాన్ని ప్రారంభించింది.

**3)** బుద్ధుడు తన తత్వాన్ని బ్రాహ్మణుల నుండి, ఉపనిషత్తుల నుండి స్వీకరించలేదు. దానికి భిన్నంగా, ఉపనిషత్తులలోని ఆత్మవాదానికి, వైదిక తత్వానికి వ్యతిరేకంగా బౌద్ధం బయలుదేరింది. మహాయాన బౌద్ధాన్ని ఉద్ధరించిన నాగార్జునుని వంటి బ్రాహ్మణులు బౌద్ధ సంఘంలో చేరి ఉపనిషత్తుల నుండి తాత్విక సూత్రాలను, సిద్ధాంతాలను స్వీకరించారు.

**4)** బుద్ధుడు ప్రతిపాదించిన మౌలిక సిద్దాంతాలన్నీ భౌతికవాదపరమైనవే. భారతీయ తత్వశాస్త్ర చరిత్రలో అతడు వైతాళికుడిగా నిలిచాడు.

*************

# 2. బుద్ధుడు పీడిత ప్రజల పోరాట యోధుడు

అసలైన బౌద్ధం యొక్క వర్గ స్వభావం ఏమిటనేది ముఖ్యమైన ప్రశ్న. భారతదేశంలో మహాయాన బౌద్ధం నిర్వహించిన పాత్రను విశ్లేషించడానికి ఈ ప్రశ్నకు సమాధానం కావాల్సి ఉంటుంది. అసలైన బౌద్ధం యొక్క వర్గ స్వభావాన్ని గురించి ఏకాభిప్రాయం లేదు. కొందరు బుద్ధుడిని పీడిత ప్రజల పోరాటయోధుడిగా భావించారు. మరికొందరు బుద్ధుడికి పీడిత ప్రజలతో ఉన్న సంబంధాన్ని సంశయించారు. ప్రాచీన భారతంలోని బానిసలు, బానిస యజమానులు అనే రెండు వర్గాలమధ్య రాజీ కుదిర్చే మతంగా బౌద్ధాన్ని పరిగణించారు.

బుద్ధుడి చరిత్ర తెరపైకి వచ్చేనాటికి భారత సమాజం బానిస దశలోనే కొనసాగుతోంది. దేశంలో అక్కడక్కడ ఆటవిక జాతులవారు కూడా ఉండేవారు. బానిసల జీవితాల్లోని దుర్భరమైన బాధల గురించి బుద్ధుడు మాట్లాడేవాడు.

క్రీస్తుకు పూర్వం ఆరవ శతాబ్దంలో మొదటిసారిగా బ్రాహ్మణాధిపత్యం క్రింద వర్ణాలవారీగా విభజించబడిన సమాజం ఉండేది. బ్రాహ్మణులే రాజులపైన పెత్తనం చేస్తూ రాజకీయాధికారాన్ని అనుభవించేవారు. పాలించే క్షత్రియులకు తల, మెదడు అన్నీ బ్రాహ్మణులే. మతం, సంస్కృతి, సామాజిక వ్యవహారాలకు చెందిన చట్టాలన్నిటిని వారే తయారు చేసేవారు. ఆర్థిక రంగానికి చెందిన ఉత్పత్తులన్నిటినీ అట్టడుగు వర్ణానికి చెందిన శూద్రులు, అస్పృశ్యులు తయారుచేస్తూ వారు మాత్రం బానిసలుగా కొనసాగేవారు. బానిసలు, యజమానులుగా ఉన్న సమాజాన్ని

సమర్థించడానికి అది దేవుడిచ్చిన సామాజిక వ్యవస్థ అని చెప్పారు. ఉపనిషత్తులలోని భావవాదాన్ని మరింతగా పెంచి పోషించారు బ్రాహ్మణులు.

శూద్రుల సంపదను, బంగారాన్ని, భూములను, పశుసంపదను, వేల సంఖ్యలో మహిళా బానిసలను దోపిడీచేస్తూ బ్రాహ్మణులు విలాసవంతమైన జీవితాలను గడపడానికి కర్మ సిద్ధాంతం బాగా తోడ్పడింది. పురోహితవర్గం భూములను ఆక్రమించుకొని, సామాజిక బాధ్యత లేకుండా విలాసవంతమైన జీవితాలను గడిపారని చూపడానికి బౌద్ధంలో అనేక సాక్ష్యాధారాలు లభిస్తున్నాయి. ప్రాచీన భారతదేశంలో ఆర్థిక, రాజకీయ, మత వ్యవహారాలలో పురోహిత వర్గమే ఆధిపత్యం చెలాయించింది. పురోహితుల మార్గదర్శకత్వంలో, సంరక్షణలో కొనసాగే రాజులపాలనే ప్రపంచవ్యాప్తంగా గుర్తింపు పొందిన గొప్ప ప్రభుత్వపాలన అని నమ్మించడానికి వారు ప్రయత్నించారు..[1]అటువంటి విషమ పరిస్థితులలోనే భారతదేశంలో బుద్ధుడు అవతరించాడు.

మౌర్యులపాలనకు ముందుకాలంలో, భారతదేశ వాయువ్య ప్రాంతాలపై గ్రీకులు దండెత్తి వచ్చినపుడు కూడా దేశంలో పురోహితుల ఆధిపత్యమే కొనసాగుతుండేది. అందువల్ల ఆ విదేశీయులు భారతదేశంలోని బ్రాహ్మణులతోనే ప్రధానంగా పోరాడవలసి వచ్చేది..[2]

క్రీస్తుశకం ఏడవశతాబ్దంలో భారతదేశాన్ని బ్రాహ్మణుల దేశమని సామాన్యులు పిలిచేవారని హుయాన్‌స్టాంగ్ పేర్కొన్నారు..[3]

డి.పి. ఛటోపాధ్యాయ 'శైశవ బౌద్ధంలోని కొన్ని సమస్యలు' అనే వ్యాసం రాశాడు. అందులో ఆటవిక తెగలపట్ల బుద్ధుడి దృక్పథాన్ని బట్టి బుద్ధుడి వర్గ స్వభావాన్ని గురించి చర్చించాడు. అయితే ఈ పద్ధతి సరైనది కాదు. బుద్ధుడి బోధలన్నీ

[1] Rhys Davids, T.W. Buddhist Suttas, P.2
[2] Rapson, E.J., Ancient India, P.37-38
[3] Huantsong, Si-yu-ki, translated by S. Beal, P.69

వర్ణ సమాజాన్ని ఖండించడానికి సంబంధించినవైనందువల్ల, బుద్ధుడు బానిసల జీవితాల్లోని బాధల గురించి మాట్లాడినందువల్ల, అతడు ఆటవిక తెగలపట్ల చూపిన దృక్పథం కంటె వర్ణ సమాజంపట్ల చూపిన దృక్పథాన్ని బట్టి మనం అతడి వర్గ స్వభావాన్ని నిర్ణయించడం సమంజసంగా ఉంటుంది.

ప్రారంభదశలోని బౌద్ధం స్వభావరీత్యానే బ్రాహ్మణిజానికి విరుద్ధమైంది..[4] బుద్ధుడు సమకాలీన వైదికమతం మీద దాడి చేశాడు. అది బ్రాహ్మణ కులస్తులు సామాజిక, ఆర్థిక, రాజకీయ రంగాలలో కొనసాగిస్తున్న ఆధిపత్యాన్ని ప్రత్యక్షంగా సవాలు చేయడమే. ఆ కారణంగానే ఆనాటి బ్రాహ్మణులు బుద్ధుడికి, బౌద్ధ ఉద్యమానికి జీవితకాలమంతా బద్ధశత్రువులుగా మారిపోయారు. గొప్ప బ్రాహ్మణ పండితులు, బ్రాహ్మణ మేధావి వర్గానికి చెందిన ప్రతినిధులు బుద్ధుడితో తీవ్రమైన తాత్విక వాదనలకు దిగారు. అయితే బుద్ధుడు వాటన్నిటినీ తీవ్రంగా విమర్శించి ఖండించాడు.

భారతదేశంలోని వర్ణవ్యవస్థ ఔచిత్యాన్ని, బ్రాహ్మణుల తాత్వికవాదనల్ని తప్పని రుజువుచేసి, సవాల్ విసిరింది బౌద్ధం. దానికి సంబంధించిన సాక్ష్యాధారాలు పాళీభాషలోని గ్రంథాల్లో లభ్యమవుతున్నాయి.

రిచర్డ్‌ఫిక్ ఇలా అంటాడు. "పాళీభాషలోని ధర్మ గ్రంథాలను రచించింది బౌద్ధ సన్యాసులు. అందుకే వారు బ్రాహ్మణ సంస్కృతికి దూరంగా ఉన్నారు. యజ్ఞయాగాదులు, వేదాధ్యయనం వంటివన్నీ బ్రాహ్మణులకు ఒక ప్రత్యేక హోదాను కల్పించాయి. అయితే వాటన్నిటినీ బౌద్ధ సన్యాసులు నిరుపయోగకరమైనవిగా గుర్తించి సవాల్ విసిరారు"..[5]

---

[4] Bhattacharya, N., History of Searches on Buddhism, P.5
[5] Richard Fick, The Social Organization in North-East India in Budha's time, P.14

ప్రపంచానికి సంబంధించిన బుద్ధుడి విప్లవాత్మకమైన భావన ప్రాచీన భారతదేశంలోని వర్ణవ్యవస్థ యొక్క ఔచిత్యాన్ని ఖండించి సవాలు చేసింది. బుద్ధుడి సామాజిక తత్వాన్ని గురించి వై.బలరామమూర్తి చక్కగా వ్యాఖ్యానించాడు.

"ఉపనిషత్తులలోని భావవాద దృక్పథాన్ని సామాజిక రంగానికి వర్తింపజేసి వర్ణ వ్యవస్థను సమర్థించుకున్నారు. బానిస సమాజంలో అగ్రవర్ణ నిరంకుశత్వం పరాకాష్టకు చేరింది. బౌద్ధం విప్లవ నినాదాన్నిచ్చింది. ప్రతిదీ మార్పు చెందుతుంది. ఏదీ శాశ్వతం కాదు. వర్ణవ్యవస్థ కూడా శాశ్వతం కాదు. బుద్ధుడు తన వందలాది ప్రసంగాలలో బ్రాహ్మణుల నిరంకుశత్వాన్ని, వర్ణవ్యవస్థను, రాజరికాన్ని, అసమానతలను బహిరంగంగా ఖండించాడు. పేదల బాధలను చూసి అతని హృదయం చలించిపోయింది. మానవజాతిని దుఃఖం నుండి విముక్తి చేయడమే తన జీవిత ధ్యేయమని బుద్ధుడు ప్రకటించాడు. అది సమాజంలో గొప్ప మార్పుకు సంకేతమైంది. బౌద్ధంలోని ఈ విప్లవాత్మక భావన ప్రతిదీ మార్పు చెందుతుందనే భావం నుండి, గతిశీలత అనే భావం నుండి ఏర్పడిందే"..[6]

సమాజంలో మంచిని నిర్ణయించడానికి అందరి సంతోషమే ప్రమాణమని బౌద్ధం పరిగణించింది.

రాహుల్ సాంకృత్యాయన్ ఇలా పేర్కొన్నాడు.

"ఇతర మతాలమాదిరిగా కాకుండా బౌద్ధంలో మంచి చెడు చర్యలపై ఆధారపడి నీతి ఉంటుంది. దేవుడిని నమ్మినవారికి నీతికూడా దైవ సంకల్పమే. వారికి దేవుడు చేయమనేదంతా మంచి, దేవుడు నిషేధించిందంతా చెడు. దీనితో బౌద్ధం విభేదించింది. ఎక్కువ మందికి మేలు చేసేది, ఎక్కువమందికి సంతోషాన్నిచ్చేదే మంచిదని బౌద్ధం పరిగణించి, దాన్నే ప్రమాణంగా చేసింది"..[7]

[6] Balarama Murthy, Y., Budhism- The Marxist Approach, P.42
[7] Rahul Sankrityayan, Budhism: The Marxist Approach, P.1

బ్రాహ్మణ, క్షత్రియ, వైశ్యవర్ణాలవారు ద్విజులు. (అంటే ఉపనయనం ద్వారా రెండుసార్లు పుట్టిన వారని అర్ధం). వర్ణ వ్యవస్థలో చదువు, జ్ఞానార్జన ద్విజులకే పరిమితం. దీనికి భిన్నంగా బుద్ధుడు ఎటువంటి వివక్ష చూపకుండా ప్రజలందరూ చదువుకొని, జ్ఞానాన్ని ఆర్జించవచ్చని ప్రకటించాడు. ప్రాచీన భారతదేశంలో ఇదొక విప్లవాత్మకమైన ముందడుగు.

బుద్ధుడిలా అన్నాడు. "విద్యవిషయంలో తథాగతుడు ఎటువంటి వివక్ష చూపకుండా అందరికీ సమానావకాశాలు కల్పించాడు. సూర్యచంద్రులు ప్రపంచమంతటా ఒకేలా వెలుగులు ప్రసరింపజేస్తాయి. వాటికి మంచివారు` చెడ్డవారు, అధికులు`అల్పులు, సువాసనతో కూడిన ప్రాంతాలు `మురికి కంపుకొట్టే ప్రాంతాలు అనే భేదాలు లేకుండా అన్నిటిమీదా తమకిరణాలను సమానంగా ప్రసరింపజేస్తాయి. అదేవిధంగా తథాగతుడి మేధోశక్తి అనే జ్ఞానకాంతి కూడా అందరిమీదా ఒకేలా ప్రసరిస్తుంది"..[8]

బుద్ధుడు తన సంఘంలో అందరినీ సమానంగా ఆదరించాడు. బుద్ధుడు ఒక చండాల స్త్రీని తన భిక్షిణుల సంఘంలోకి అనుమతించాడు. అప్పుడు రాజు ప్రసేన జిత్తు, శ్రావస్తిలో బ్రాహ్మణులు, క్షత్రియులు దాన్ని ఒక అపరాధంగా భావించి బుద్ధుడి దగ్గరకొచ్చి అతడి చర్య తప్పని హెచ్చరించారు. అప్పుడు బుద్ధుడు వర్ణవ్యవస్థలోని లోపాలను ఎత్తిచూపుతూ, వాటిని తీవ్రంగా ఖండించాడు. సమాజంలో అటువంటి అసమానతలకు తావులేదని వాదించాడు. తన ధర్మ బోధలో మాత్రం ఎటువంటి వివక్ష చూపనన్నాడు. తన ప్రవచనాలు వినడానికి అందరూ రావచ్చన్నాడు.

బుద్ధుడు మరలా ఇలా అన్నాడు. "ఒక మేఘం తరతమ భేదం లేకుండా అంతటా ఒకేలా వర్షం కురిపించినట్లు తథాగతుడు కూడా ప్రపంచాన్నంతటినీ

[8] Lakshmi Narasu, P, Essence of Budhism, P.95

సమానంగా భావిస్తాడు. అధికులు-అల్పులు,-జ్ఞానులు-అమాయకులు, గొప్పవారు-అవినీతిపరులు అనే తేడా లేకుండా అందరినీ సమానంగా ఆదరిస్తాడు. అతడి బోధ శుద్ధమైనది. గొప్పవారు-అల్పులు, ధనవంతులు-పేదవారు అనే తేడాను పట్టించుకోదు. నీరు అన్ని పాత్రలను సమానంగా శుభ్రం చేసినట్లుగా నా బోధ అందరికీ సమానంగా వర్తిస్తుంద"న్నాడు..[9]

బుద్ధుడు క్షత్రియ ధర్మాన్ని అతిక్రమించి ఒక నూతన తత్వాన్ని కనిపెట్టాడు. దాన్ని ఎటువంటి వివక్ష చూపకుండా సమాజంలోని ప్రజలందరికీ బోధించాడు. భారతదేశంలో మధ్యయుగంలో బౌద్ధాన్ని సర్వనాశనం చేసిన కుమారిలభట్టు తాను రచించిన 'తంత్రవార్తిక'లో బుద్ధుడిపై అనేక నేరారోపణలు చేశాడు.

"క్షత్రియ వర్ణానికి చెందిన బుద్ధుడు తన క్షత్రియ ధర్మాన్ని విడనాడి బోధించే వృత్తిని ఎంచుకున్నాడు. బహుమతులను స్వీకరించే హక్కును కోరుకున్నాడు. అలా చేయడం వర్ణవ్యవస్థను పాతిపెట్టడమే అవుతుంది. ఆ విధంగా అతడు ప్రపంచానికి లాభదాయకమైన వర్ణవ్యవస్థను ఎదిరించి, క్షత్రియ ధర్మాన్ని విడనాడి, బ్రాహ్మణ వర్ణానికి చెందిన బోధించే వృత్తిని స్వీకరించాడు. బ్రాహ్మణులు అనుభవించే హక్కును తాను కావాలనుకున్నాడు. ఇతరులపట్ల దయతో వుండాలని బోధిస్తున్నాడు. తన ధర్మాన్ని తానే అతిక్రమించాడు. దాన్నే ఒక గొప్ప పనిగా భావించి అందరూ అతడిని మెచ్చుకుంటున్నారు. అతడి ఆదేశాలను ఆచరిస్తూ, శ్రుతులు, స్మృతులు, నిర్దేశించిన ధర్మాలను విడనాడుతూ, వాటికి వ్యతిరేకంగా ప్రవర్తించడం చాలా పెద్ద తప్పు "..[10]

చైనాలో బౌద్ధ గ్రంథాలు బానిసల వ్యాపారాన్ని, బానిసలను పెట్టుకోడాన్ని నిషేధించాయి. సమాజంలో ఒక వర్ణానికి చెందినవారు మరో వర్ణానికి సేవ

[9] Lakshmi Narasu, P, Essence of Budhism, P.91
[10] Lakshmi Narasu, P, Essence of Budhism, P.109

చేయడానికి మాత్రేమ ఉన్నారనడాన్ని బౌద్ధ తత్వం వ్యతిరేకించింది. అందువల్ల బానిసల విధానాన్ని రెండువేల సంవత్సరాలకు పూర్వమే నిషేధించిన ఘనత బౌద్ధానికే దక్కుతుంది.

వి.పి.వర్మ ఇలా పేర్కొన్నాడు. "మాధ్యమనికాయానికి చెందిన అశ్వలాయన సుత్తాంతలో గౌతమబుద్ధుడు సంప్రదాయంగా వస్తున్న వర్ణవ్యవస్థను ఖండించాడు. 'కాతువన్ని సుధి' అనే భావాన్ని వ్యాఖ్యానించాడు. ఆ భావాన్ని సమర్ధించడానికై బుద్ధుడు తొమ్మిది వాదనలను చేపట్టాడు. అవి చారిత్రకంగా, జీవశాస్త్రపరంగా, భౌతికశాస్త్రపరంగా, నైతికంగా, చావుకూ, స్వర్గనరకాలకూ సంబంధించినవి. ఈ సుత్తాంత ప్రకారం బుద్ధుడు సామాన్య ప్రజానీకానికి చెందిన గొప్ప నాయకుడిగా కనిపిస్తాడు. అతడు శూద్రులు ధ్యానం చేసుకోడానికి సమాన హక్కులు కల్పించాడు. అతడు శూద్రుల హక్కులనేకాక, చండాలుర హక్కులను కూడా ఆమోదించాడు. ఆ చండాలురలో నిషాదులు, బాసర్లు, రాధకర్లు, పుక్కుసులు మొదలగువారు ఉన్నారు"..[11]

బుద్ధుడికి పూర్వం విద్యనేర్చుకోవడం, మతం, సంస్కృత భాషలో ఉండేవి. విద్య కేవలం బ్రాహ్మణులు, క్షత్రియులకే పరిమితం. బౌద్ధం రాకతో విద్యావ్యవస్థలో విప్లవాత్మక మార్పులు చోటు చేసుకున్నాయి. బ్రాహ్మణవాదానికి వ్యతిరేకంగా బౌద్ధం విద్యకు పాళీభాషను ఎంపికచేసింది. భారతదేశ చరిత్రలోనే మొట్టమొదటిసారిగా శూద్రులకు, అంటరానివారికి, అణగారినవర్గాలవారికి బౌద్ధం చదువుకునే అవకాశాలను కల్పించింది. వారంతా గతంలో చదువుకు దూరమై నిచ్చెనమెట్ల కులవ్యవస్థతో కూడిన సమాజంలో చావుదెబ్బలు తిన్నవారే. గతంలో విద్యావ్యవస్థ సంస్కృత భాషాధిపత్యంలో బ్రాహ్మణుల చేతిలో ఉండేది.

---

[11] Viswanath Varma, Early Budhist Origins, P.356

భారతదేశంలోని బౌద్ధ విద్యావ్యవస్థను గురించి రాధాకుముద్ ముఖర్జీ ఇలా అన్నాడు. "బుద్ధుడు ప్రవేశపెట్టిన విద్యావ్యవస్థ చరిత్ర ఆచరణలో బౌద్ధ సంఘానికి చెందినదే. వైదిక సంస్కృతికి యజ్ఞయాగాలు కేంద్రమైనట్లు, బౌద్ధ విద్యావ్యవస్థకు బౌద్ధారామాలు కేంద్రంగా నిలిచాయి. బౌద్ధారామాలలో తప్ప ప్రత్యేకంగా, స్వతంత్రంగా విద్యావకాశాలను బౌద్ధం కల్పించలేదు. లౌకిక విద్య అంతా బౌద్ధ సన్యాసుల చేతుల్లోనే ఉండేది. విద్యనేర్పడంలోను, దాన్ని ఆచరించేలా చేయడంలోను వారు సర్వస్వతంత్రులుగా ఉండేవారు. బౌద్ధ సంస్కృతికి వారే రక్షకులుగా ఉండేవారు"..[12]

విద్యనేర్పడం, లౌకికతత్వానికి మార్గదర్శకంగా ఉండడం బౌద్ధ సన్యాసుల విధి. దేశంలోని విద్యావ్యవస్థను బౌద్ధ సన్యాసులే నడిపేవారు.

శూద్రులు అధమవర్ణస్తులైనందువల్ల బానిసలుగా బ్రతికేవారు. అణగారిన అటువంటి శూద్రుల కోసం బుద్ధుడు తన సంఘ ద్వారాలు తెరిచాడు. అద్భుతమైన, ఉన్నతమైన అష్టాంగ మార్గమనే సిద్ధాంతంలోని ఎనిమిది గుణాలను, బౌద్ధులు అనుసరించవలసిన క్రమశిక్షణను గురించి బుద్ధుడు ఇలా అన్నాడు:

"ఓ బిక్షువులారా! గంగ, యమున, అసిరావతి, సరయు, మహి వంటి గొప్ప నదులు గొప్ప సముద్రంలో కలిసినపుడు తమ పుట్టుకను, పేర్లను వదులుకొని సముద్రంగా పిలువబడతాయి. అదేవిధంగా ఈ బ్రాహ్మణ, క్షత్రియ, వైశ్య, శూద్రులనే నాలుగు గొప్ప వర్ణాలుసైతం తథాగతుడు ఏర్పరచిన అష్టాంగమార్గంలో కలిసి ప్రపంచం నుండి అంతరించిపోతాయి. అప్పుడవి కూడా తమ పుట్టుకను, పేర్లను వదులుకొని శాక్యపుత్రుడు ఏర్పరచిన అష్టాంగ మార్గంలో కలిసిపోతాయి. అటువంటి గుణాలలో ఇది నాల్గవది"..[13]

---

[12] Mukharjee, R.K. Education in Ancient India, P.394
[13] Vinaya Texts, PartIII, P.304

బుద్ధుడు తాను సంఘంలో ఏర్పరచిన నాలుగు రకాలవారిలో (భిక్షువు, భిక్షుణి, ఉపాసక, ఉపాసిక) వర్ణ వ్యవస్థను నిషేధించాడు. అతడు నాలుగు వర్ణాలతో కూడిన వర్ణవ్యవస్థ మీద గొప్పదాడిని ప్రారంభించాడు. అతడు తన ధర్మంలో సంఘమే సర్వోన్నతమైనదని గుర్తించాడు. జైనమతానికి భిన్నంగా అసలైన హీనయాన బౌద్ధం భారతదేశంలో తాను అంతమైపోయేవరకు వర్ణవ్యవస్థతో రాజీపడలేదు.

బ్రాహ్మణ సాహిత్యంలో బౌద్ధం గురించి ద్వేషాలు, అపోహలు మాత్రమే ఉన్నాయి. కలికిపురాణం బౌద్ధం గురించి ఇలా వర్ణించింది. "బౌద్ధమతం వేదమతానికి పూర్తిగా భిన్నమైనది. దేవుళ్లను, మనుషులను అది పూజించదు. కుటుంబాన్ని గురించి, వర్ణాన్ని గురించి అది పట్టించుకోదు. సంపద, స్త్రీలు, ఆహారం, ఇతర సంతోషాల విషయంలో ఎవరికి ఏది స్వంతం, ఏది ఇతరులది అనే భేదాన్ని పట్టించుకోదు."[14]

సామాజిక తత్వంలో బౌద్ధం బ్రాహ్మణ వ్యతిరేకమైంది. ఆర్.ఎస్. కోపుల్‌స్టన్ ఇలా పేర్కొన్నాడు.

"బుద్ధుడు వేదాల దైవత్వాన్ని నిరాకరించాడు. బ్రాహ్మణ పురోహితుల అహంకార పూరితమైన హోదాను, ప్రాధాన్యాన్ని, ఔన్నత్యాన్ని తిరస్కరించి సవాల్ చేశాడు. తద్వారా సమాజంలో తిష్టవేసుకొన్న మతపరమైన, సామాజికపరమైన నిర్మాణాల పునాదులను బలహీనపరచిన వాడిగా పరిగణించబడ్డాడు"..[15]

బుద్ధుడికి, అజాతశత్రువుకి మధ్య జరిగిన సంభాషణ ద్వారా శూద్రవర్ణులపట్ల అతని దృక్పథాన్ని స్పష్టంగా అర్థం చేసుకోవచ్చు. బౌద్ధ గ్రంథాలు ఆ

[14] Narayana, A.K; Studies in Pali and Budhism, P.211

[15] Copbestone, R.S; Budhism: Primitive and Present, P.228-229

సంభాషణను ఇలా పేర్కొన్నాయి. గౌతముడు అజాతశత్రుని ఇలా అడిగాడు. "ఒక రాజుకు బానిసగా వుండేవాడు లేదా సేవకుడు పసుపురంగు దుస్తులు ధరించి, ఒక సన్యాసిలా జీవిస్తూ ఆలోచనలోను, మాటలోను, చేతలోను కోపానికి, దూషణలకు దూరంగా వుంటే ` అప్పుడు కూడా నీవు అతడిని నీ బానిసగా లేదా సేవకుడిగా భావిస్తావా? నీముందు నిలబడమంటావా? తలవంచమంటావా? నీ ఆజ్ఞను పాటించి మంత్రిని సంతోషపెట్టమంటావా? నీ మాటలకు భిన్నంగా మాట్లాడమంటావా?" అప్పుడు రాజు ఇలా సమాధానమిచ్చాడు. "లేదయ్యా. అతని ముందు నేనే వంగుతాను. అతన్ని కూర్చోమంటాను. అతడికి అవసరమైన ఆహారం, నివాసం, జబ్బుపడినపుడు మందులు ఇస్తాను. అతడికి రక్షణ కల్పిస్తాను. అతడి బాగోగులు చూస్తాను". అప్పుడు బుద్ధుడు ప్రజలందరూ సుఖసంతోషాలతో ఉండాలని కోరుకున్నాడు. పై సంభాషణ ద్వారా బుద్ధుడు తన సంఘంలో చేరిన బానిసలకు బానిస యజమానుల నుండి విముక్తి కల్పించాలని ఉద్దేశపూర్వకంగా, గట్టిగా కోరుకొన్నాడని తెలుస్తోంది. బుద్ధుడు సమాజంలోని మెజారిటీ ప్రజల సంక్షేమాన్ని ఆశించి వారి కోసం పోరాటాలు జరిపాడు. ముఖ్యంగా శూద్రులకోసం పోరాడాడు. బానిస యజమానుల నుండి తప్పించుకొన్న బానిసలను తిరిగి బానిస యమజానులకు అప్పగించరాదని బుద్ధుడు తీర్మానించాడు. కప్పపున్న, పున్నికవంటి ఎంతోమంది బానిస బాలికలను బుద్ధుడు తన సంఘంలో చేర్చుకున్నాడు. బుద్ధుడి శిష్యులలో చాలామంది గొప్పవారు అంటరానివర్గం నుండే వచ్చారు.

బుద్ధుడి జీవితకాలంలోనే అగ్రవర్ణ బ్రాహ్మణులు బౌద్ధం మీద ఆధిపత్యం చెలాయించారని కొందరు పండితులు వాదించారు. అణగారిన వర్గాల ప్రజలతో బుద్ధుడి సాంగత్యాన్ని కూడా వారు సంశయించారు. ఉరువల ప్రాంతంలో బుద్ధుడు మహిమలమీద మహిమలను ప్రదర్శించి వెయ్యిమంది బ్రాహ్మణులమీద గెలిచాడని,

అందులో కశ్యప కుటుంబం వారు కూడా ఉన్నారని ప్రచారం జరిగింది..[16] అయితే బుద్ధుడు ఎల్లప్పుడూ మహిమలకు వ్యతిరేకంగానే మాట్లాడేవాడని, మహిమలనేవి క్షుద్రకళలని భావించేవాడని, అందువల్ల బుద్ధుడు మహిమలను ప్రదర్శించాడనడం సందేహించాల్సిన విషయమని స్పష్టమవుతోంది. బుద్ధుడు మరణించేనాటికి కేవలం **500** మంది బౌద్ధ భిక్షువులు మాత్రమే అతనివెంట ఉన్నారని ప్రాచీన సుత్తలలో పేర్కొనబడింది..[17] కులాన్ని విడనాడినందువల్లనే సారిపుత్ర, మొగ్గలాన వంటి కొద్దిమంది బ్రాహ్మణులను మాత్రమే బుద్ధుడు అనుమతించాడు..[18] బ్రాహ్మణ మతాన్ని అనుసరించేవారే మొగ్గలానను హత్యచేశారు. పారిపోయివచ్చిన బానిసలకు బౌద్ధంలో స్థానం లేదని ఓల్డెన్‌బర్గ్ అన్నాడు. బౌద్ధంలో చేరేవారిని అడిగే ప్రశ్న "నీవు స్వేచ్ఛావంతుడివేనా**?"** అనేది. బుద్ధుడు అందరి కోసం తన ఉద్యమాన్ని ఎలా ప్రారంభించాడో మనకు తెలుసు. బానిసల యజమానులు అభ్యంతరాలు లేవనెత్తినప్పటికీ బుద్ధుడు బానిసలను తన బౌద్ధసంఘంలో చేర్చుకున్నాడు. బుద్ధుడికి అజాత శత్రువుకి మధ్య జరిగిన సంభాషణలో ఈ వివరాలన్నీ ఉన్నాయి. బుద్ధుడు వర్ణ వ్యవస్థతో రాజీపడివున్నట్లయితే బౌద్ధం భారతదేశంలో విజయం సాధించి విస్తరించి వుండేది కాదు. కులవ్యవస్థను భగవంతుడే సృష్టించినట్లు బుద్ధుడు ఏనాడూ భావించలేదు. దాన్ని సామాజిక పరిణామంలో ఉద్భవించిన ఒక ప్రక్రియగా భావించాడు. "బుద్ధుడు బోధించిన సామాజిక సమానత్వం అనే భావన సమాజంలో క్రింది స్థాయి వారికి ఒక బలమైన, సహజమైన సందేశాన్ని ఇచ్చింది. బౌద్ధం దిగువ కులాలవారికి సమానత్వమనే గొప్ప పిలుపునిచ్చింది" అని సుప్రసిద్ధ చరిత్రకారులైన రొమిల్లాథాపర్ అన్నారు..[19]

---

[16] Chatopadayaya, D.P., Budhism: The Marxist Approach,P.12
[17] Kosambi, D.D., An introduction to the study of Indian history, P.160
[18] Kosambi, D.D., Culture and Civilization of ancient India, P.179
[19] Romila Thaper, Ashoka and decline of Mauryans, P.141

ఇప్పుడిక పాలకవర్గం పట్ల, రాజరికంపట్ల బుద్ధుడి దృక్పథాన్ని తెలుసుకుందాం. సమజాంలో నెలకొన్న పురోహిత వర్గాధిపత్యాన్ని బుద్ధుడు తీవ్రంగా విమర్శించి, వ్యతిరేకించాడు. తన బౌద్ధ ధర్మం ముందు బ్రాహ్మణులు, బ్రాహ్మణేతరులు అందరూ సమానమని ప్రచారం చేశాడు. తన సంఘంలో రాజు, బానిస కూడా సమానమేనన్న విషయాన్ని బుద్ధుడు బోధించినట్లు ఇదివరకే చూశాం. ప్రజలు పుట్టుకతో సంక్రమించే కులవృత్తులనే పాటించాలనేది వర్ణధర్మం. దాన్ని సమర్థించే పురోహిత వర్గాధిపత్యాన్ని బుద్ధుడు వ్యతిరేకించాడు. రాజరికంపట్ల బుద్ధుడికి సదభిప్రాయం లేదు. బ్రాహ్మణవాదం రాజ్యాన్ని దైవాంశ సంభూతమని భావిస్తుంది. దానికి భిన్నంగా బుద్ధుడు రాజ్యం పుట్టుక గురించి భౌతికవాద సిద్ధాంతాన్ని ప్రతిపాదించాడు.

రాహుల్‌జీ ఇలా పేర్కొన్నారు. "బుద్ధుడి ప్రకారం రాజరిక వ్యవస్థ పుట్టుకకు ఎటువంటి దైవాంశ అవసరంలేదు. ప్రైవేటు ఆస్తుల పెరుగుదల కారణంగానే రాజరికం ఏర్పడింది. వ్యక్తిగత ఆస్తుల కారణంగానే ప్రజలమధ్య వర్గవిభజన జరిగి అసమానతలు తలెత్తాయి. వారి మధ్య ఘర్షణలు ప్రారంభమైనాయి. ఒకరి ఆస్తిని మరొకరు దోచుకోవడం ప్రారంభమైంది. అప్పుడు తమకు న్యాయం చేయడానికై తమలోని ఒకరిని ఎంపికచేసి, అతనికి అధికారాన్ని కట్టబెట్టి రాజుని చేశారు"..[20]

రాజులపట్ల, రాజరికం పట్ల బుద్ధుడికిగల చులకన భావమే అజాతశత్రువుకు కోపం తెప్పించింది. బుద్ధుడి దాయాది తమ్ముడైన దేవదత్తుండి సహాయంతో అజాత శత్రువు బుద్ధుడిని చంపడానికి అనేకసార్లు ప్రయత్నించాడు. బుద్ధుడు ప్రవేశపెట్టిన వినయపిటక నియమాలకు వ్యతిరేకంగా బౌద్ధ సంఘంలో తన ఆధిపత్యాన్ని, నాయకత్వాన్ని చెలాయించడం కోసం దేవదత్తుడు తీవ్రంగా ప్రయత్నించాడు.

[20] Rahul Sankritvayan, Budhism- The Marxist Approach, P.2

నియంతృత్వ రాజరికాలకు వ్యతిరేకంగా బుద్ధుడు ఆదివాసీల ప్రజాస్వామ్యాన్ని గట్టిగా సమర్ధించాడు. వజ్జియన్లకు వ్యతిరేకంగా అజాతశత్రువు చేపట్టిన ఉద్యమాన్ని గురించి వర్ణించిన బౌద్ధ సాహిత్యం ద్వారా ఈ విషయం స్పష్టమవుతోంది. ఆదివాసీ ప్రజాస్వామ్యాలు విజయవంతంగా పనిచేయడానికై బుద్ధుడు ఏడు రకాల నిబంధనలను ప్రతిపాదించాడు. ఆ ఆదివాసీ ప్రజాస్వామ్యం అధారంగానే తన బౌద్ధారామాలను తీర్చిదిద్దాడు. అనాగరికులైన ఆదివాసీలలో ఈ భావజాలాన్ని ప్రచారం చేయడానికి బుద్ధుడు నిరంతరం చాలా శ్రద్ధ తీసుకొన్నాడు. బుద్ధుడు రాజకుటుంబంలో పుట్టినప్పటికీ అతడు ఎల్లప్పుడూ నిజాయితీతో కూడిన సాధారణ జీవితాన్నే బౌద్ధ బిక్షువుగా గడిపాడు. ప్రజలలో తనపై ఆదరాభిమానాలు పెరగడానికి అదే కారణమైంది. భారతదేశంలోని ఆటవిక సమాజాలన్నిటిలో బౌద్ధం విస్తృతంగా వ్యాపించడానికి గల సాక్ష్యాధారాలు అమరావతి వంటి బౌద్ధ స్తూపాల ద్వారా, బౌద్ధ సాహిత్యం ద్వారా లభ్యమవుతున్నాయి. నాగాలు, యక్షులు మరియు ఇతర అనేక ఆటవిక జాతులవారు బౌద్ధాన్ని ఆశ్రయించారు. ఆ ఆదివాసీలను నాగరికులను చేయడంలో బౌద్ధం గొప్ప శక్తిగా పనిచేసింది. "మరణానంతర జీవితం, పూర్వీకులను ఆరాధించడం వంటి నమ్మకాలతో కూడిన సర్వాత్మవాదం (**Animism**) ఆటవికుల్లో ఉండేది..[21] దానికి వ్యతిరేకంగా బౌద్ధం ఆవిర్భవించింద"ని బాషం పేర్కొన్నాడు. బౌద్ధం ఆటవికుల్లో వుండే అన్ని రకాల మూఢాచారాలను నిర్మూలించింది. వారిలో విశ్వమానవ తత్వాన్ని సృష్టించింది..[22]

బుద్ధుడు సామాజికపరంగా, వృత్తిపరంగా చాలా మార్పులను బోధించాడు. ఎవరైనా సరే తనకు ఇష్టం వచ్చిన వృత్తిని ఎన్నుకునే స్వేచ్ఛను కల్పించాడు. పుట్టుకను

[21] Hanumantra Rao, B.S.L, Religion in Andhra,P.37
[22] Kosambi,D.D., An introduction to the study of Indian history,P.373 and Rhys Davids,T.W, Budhist India, P.226

బట్టి సామాజిక స్థాయిని, వృత్తిని ఎంపిక చేసే బ్రాహ్మణుల ఆధిపత్యాన్ని వ్యతిరేకించాడు. ఈ కారణం చేతనే తరువాతి కాలంలో భారతదేశ చరిత్రలో బ్రాహ్మణులు బౌద్ధాన్ని వ్యతిరేకించారు.

రాజాదరణ లభించడంవల్ల బౌద్ధం బాగా వ్యాప్తి చెందింది. దీన్ని చూసి కొందరు బౌద్ధతత్వం రెండు వర్గాల మధ్య సామరస్యాన్ని తెచ్చిందని తరచుగా వాదిస్తుంటారు. అయితే బుద్ధుడు బౌద్ధారామాలలోని బిక్షువులు డబ్బుగాని, బంగారంగాని స్వీకరించరాదనే నియమాన్ని ప్రతిపాదించి అమలు చేశాడు. బుద్ధుడి తరువాతి కాలంలో కూడా ఈ నియమాలను బౌద్ధ బిక్షువులు పాటించారు. అయితే వైశాలిలోని బౌద్ధ సన్యాసులు మహాసాంఘికులుగా రూపొందడానికి ఏర్పరచిన సభల నిర్వహణకుగాను వినయపిటకలోని నియమాలను ఉల్లంఘించి ప్రజల నుండి డబ్బును, బంగారాన్ని, వెండిని సేకరించారు. వైశాలిలో జరిగిన రెండవ బౌద్ధ మహాసభ ఈ విషయాన్ని తీవ్రంగా ఖండించింది. ఆ మహాసభలో వినయపిటకలోని నియమాలను ఆమోదించారు. అయితే విరాళాలను ధనరూపంలో సేకరించవచ్చా అనేది చర్చనీయాంశమైంది. బౌద్ధ సన్యాసులుగాని, సన్యాసినులుగాని తాము బిక్షకోసం ఉపయోగించే బిక్షపాత్రతప్ప ఎటువంటి వ్యక్తిగత ఆస్తిని కలిగి వుండరాదని తీర్మానించారు. బుద్ధుడి జీవితకాలంలో బౌద్ధం రాజాదరణ పొందలేదు..[23] అజాత శత్రువు బుద్ధుడిని దర్శించి, గొప్ప ధనసహాయం చేసి బౌద్ధాన్ని కలవరపెట్టినట్లు కొందరు వాదిస్తున్నారు. అయితే ఇది ఎంతమాత్రం చారిత్రక సత్యంకాదు. రైస్‌డేవిడ్స్ ఇలా పేర్కొన్నాడు. "అజాత శత్రువు బౌద్ధుడిగా మారలేదని, బుద్ధుడి బోధనలను అనుసరించలేదని బౌద్ధ సాహిత్యం ద్వారా స్పష్టంగా తెలుస్తోంది. బుద్ధుడి జీవితకాలంలో అజాత శత్రువు బౌద్ధ సంఘానికి ఎటువంటి ధన సహాయం

[23] Rhys Davids, T.W., Budhist India, P.15

చేయలేదు".[24] వాస్తవానికి అజాతశత్రువు బుద్ధుడిని హతమార్చడానికి ఎన్నో పన్నాగాలు పన్నాడు. బౌద్ధ సంఘంలో చీలిక తేవడానికి బుద్ధుడి దాయాది సోదరుడైన దేవదత్తుడికి బాగా సహకరించాడు. బుద్ధుడి మరణానికి **9** లేక **10** సంవత్సరాల ముందే బుద్ధుడి దాయాదియైన దేవదత్తుడు బౌద్ధ సంఘంలో చేరి చీలిక తీసుకొచ్చాడు. ఆనాటి రాజకుమారుడు అజాతశత్రువు. బుద్ధుడికి మునుపటి శిష్యుడైన దేవదత్తుడికి అజాతశత్రువు బాగా సహకరించేవాడు. బుద్ధుడంటే దేవదత్తుడికి గిట్టేదికాదు.[25]

పి.బెనర్జీ ఇలా పేర్కొన్నాడు. "బుద్ధుడి జీవితం ప్రశాంతంగా గడిచినప్పటికీ అతని దాయాది దేవదత్తుడి కొంటెపనులవల్ల చికాకు కలిగేది. అజాతశత్రువు సహాయంతో బుద్ధుడిని చంపి బౌద్ధ సంఘానికి నాయకత్వం వహించాలనుకొన్నాడు దేవదత్తుడు".[26] బుద్ధుడిని చంపడానికి నూతన రాజుగారి ఆమోదం పొందిన దేవదత్తుడు ఆ పని చేయడానికి **31** మంది కిరాయి హంతకులను నియమించాడని ఎ.కుమారస్వామి పేర్కొన్నాడు.[27] రాజగృహకు చెందిన అజాతశత్రువు బుద్ధుడిని హతమార్చడానికి దేవదత్తుడికి సహకరించాడని కె.ఎల్.హజ్రా పేర్కొన్నారు.[28]

గౌతమ బుద్ధుడికి, అజాతశత్రువుకి మధ్యగల గొప్ప వైరం గురించి వినయపిటక గ్రంథాలు ఇలా తెలియజేస్తున్నాయి.

చాలామంది బౌద్ధ బిక్షువులు బుద్ధుడి వద్దకు వెళ్ళి తలవంచి నమస్కరించి అతనికిరువైపుల ఆసీనులయ్యారు. అతని అనుమతితో వారిలా అన్నారు. యువరాజు అజాతశత్రువు దేవదత్తుడి కోసం ఉదయం సాయంత్రం **500** గుర్రపు బళ్లలో వెళ్లి వేచి

[24] Rhys David,T.W.,Budhist India, P.14
[25] Rhys David, T.W., Budhist India, P.13
[26] Benergee, P., Early Indian religions, P.193
[27] Swamy, R, Bhagavan Budha and our heritage, P.59
[28] Hazra, K.L., History of Ravada Budhism in South, East Asia

ఉంటాడు. 500 పళ్లేలలో ఆహారాన్ని తెచ్చి అతనిముందు వుంచుతున్నారు".

బుద్ధుడిలా అన్నాడు. "ఓ బిక్షువులారా! దేవదత్తుడి లాభాలు, కీర్తి ప్రతిష్టలు చూసి అసూయపడకండి. అజాత శత్రువు దేవదత్తుడికి దాన ధర్మాలు చేస్తున్నంతకాలం ఇలాగే వుంటుంది. అటువంటి వాటిని మనకు ఇవ్వదలచుకున్నపుడు మనం వాటిని తిరస్కరించవలసి వుంటుంది"..[29]

అటువంటి వాటిని దేవదత్తుడు బుద్ధుడికి ఇవ్వాలనుకున్నపుడు బుద్ధడు వాటిని తిరస్కరించాడు. అప్పుడే దేవదత్తుడు అజాతశత్రువుతో కలిసి బుద్ధుడి హత్యకు పథకం వేశాడు. దేవదత్తుడిలా అన్నాడు. "ఓ రాజా! శ్రమణుడైన గౌతముడిని చంపడానికి మీ వాళ్లకు ఆజ్ఞ ఇవ్వండి." అజాత శత్రువు అదే విధంగా తన మనుషులను ఆజ్ఞాపించాడు. దేవదత్తుడు ఏమి చెబితే అది చెయ్యమన్నాడు..[30]

అజాత శత్రువు, పాలకవర్గం బుద్ధుడి గొప్ప విరోధులని పాల్ కారస్ అన్నాడు. అతడిలా రాశాడు.

"బౌద్ధ సంఘాన్ని సర్వనాశనం చేయడానికి దేవదత్తుడు పథక రచన చేశాడు. తన కోరికలు నెరవేరక అసంతృప్తితో వున్న దేవదత్తుడు చక్రవర్తి బింబిసారుని కుమారుడైన అజాతశత్రువు వద్దకు వెళ్లి అతడిని ఆకట్టుకున్నాడు. అజాతశత్రువు దేవదత్తుడికి నూతన విహారాన్ని నిర్మించాడు. దేవదత్తుడు సంఘంలో చీలికతెచ్చి ఒక నూతన శాఖను ప్రారంభించాడు. అతడి శిష్యులు సంఘ నియమాలను పాటిస్తామని ప్రమాణం చేశారు. తథాగతుడు దేవదత్తుడి ప్రతిపాదనలను తిరస్కరించాడు. దాంతో దేవదత్తుడు బుద్ధుడిని వదిలి వెళ్లిపోయాడు. విహారంలోకి వెళ్లి బుద్ధుడి మార్గం గురించి, నిర్వాణం గురించి చెడుగా మాట్లాడాడు.

[29] Vinaya Texts, Part III, P.237
[30] Vinaya Texts, Part III, P.243

అవి అల్పమైన విషయాలని, సంతృప్తిని కలిగించలేనివని విమర్శించాడు.

దేవదత్తుడి మాటలు విని అజాతశత్రువు బుద్ధుడిని చంపడానికి ఉత్తర్వులిచ్చాడు. అయితే చంపడానికి వెళ్లినవారు ఆ దుర్మార్గపుపని చేయలేదు. బుద్ధుడిని చూసి అతని బోధలు విన్న తరువాత వారు బౌద్ధంలోకి మారిపోయారు. ఏటవాలుగా వున్న ఎత్తైన ప్రదేశం నుండి బుద్ధుడి మీదికి దొర్లించిన బండరాయి రెండు ముక్కలై అతడికిరువైపులా పడిపోయాయి. నీలగిరి అనే క్రూరమైన ఏనుగును అతడిని చంపమని వదలినపుడు అది బుద్ధుడిని చూడగానే ప్రశాంతంగా నిలబడిపోయింది..[31]

ఇటువంటి సంఘటనలను చూసినపుడు ఆనాటి పాలకవర్గం బుద్ధుడికి వ్యతిరేకంగా వుండి అతడి ఉద్యమాన్నే నాశనం చేయడానికి తీవ్రంగా ప్రయత్నించినట్లు తెలుస్తోంది. దీన్నిబట్టి భారతదేశంలో ఆవిర్భవించిన బౌద్ధ ఉద్యమం రాజాదరణ లేకపోయినా స్వతంత్రంగానే అభివృద్ధి చెంది విస్తరించినట్లు తెలుస్తోంది. తదనంతర కాలంలో కూడా పాలకవర్గం బౌద్ధ ఉద్యమాన్ని నాశనం చేయడానికి నానా తంటాలు పడింది. బౌద్ధాన్ని అణగదొక్కడానికి కౌటిల్యుడు తన రాజ్యంలో బలమైన చట్టపరమైన చర్యలను చేపట్టాడు. అతడు తమ రాజ్యంలోని గ్రామాలలోకి బౌద్ధ సన్యాసులను అనుమతించలేదు. అనుమతి లేకుండా సన్యాసులెవరూ తమ రాజ్యంలోకి రాకూడదని కౌటిల్యుడు తన అర్థశాస్త్రంలో నిషేధం విధించాడు. పవిత్రమైన సంప్రదాయ కార్యక్రమాలలో బౌద్ధ సన్యాసులెవరూ కనిపించరాదని నిషేధం విధించాడు..[32] అశోకుడు బౌద్ధాన్ని రాజమతంగా చేశాడని, అందువల్ల బౌద్ధానికి పాలకవర్గంతో సత్సంబంధాలున్నాయని కొందరు

[31] Paul Carus, The Gospel of Budha, P. 89-90.
[32] Viswanatu Varma, Early Budhist Origins,P.425

వాదించవచ్చు. వాస్తవానికి అశోకుడు బౌద్ధాన్ని రాజమతంగా ఎన్నడూ ప్రకటించలేదు. దోపిడీవర్గ ప్రయోజనాలను కాపాడటానికి బౌద్ధాన్ని ఒక సాధనంగా అతడు ఉపయోగించలేదు. అతడు తన రాజ్యంలోని వైరి మతాలను అణచివేయడానికి తన యంత్రాంగాన్ని ఏనాడూ వినియోగించలేదు.

అన్ని రకాల మతాలవారు, శాఖలవారు తన రాజ్యంలో ఎక్కడైనా నివసించవచ్చునని అశోకుడు తన **7**వ రాజశాసనంలో ప్రకటించాడు. అన్ని శాఖలవారిని అతడు సమానంగా గౌరవించాడు. అశోకుడు దేశంలోని అన్నిరకాల భిన్న శాఖలవారిని కూడా గౌరవించి ఆదరిస్తానని కాశీలోని **12**వ శిలా రాజశాసనం ద్వారా ప్రకటించాడు. అన్ని శాఖలవారు పరస్పరం గౌరవించుకోవాలని, మాటల ద్వారాగాని, చేతలద్వారా గాని ఇతరులను నొప్పించరాదని సూచించాడు. అశోకుడు ధర్మమహామాత్రలను నియమించి వారికి కేటాయించిన భిన్న మతశాఖలను సమానంగా ఆదరించి, అభివృద్ధి చేయాలని ఆదేశించాడు. ఢిల్లీ`తోప్రా రాతిస్తంభాలలో (**6**వ, **7**వ రాజశాసనాలు) తాను నియమించిన ధర్మమహామాత్రలు బౌద్ధ సంఘాలను, బ్రాహ్మణ, అజీవక మరియు ఇతర శాఖల వ్యవహారాలను తమకు కేటాయించిన విధంగా నిర్వర్తించాలని ప్రకటించాడు. దేశంలోని అన్ని శాఖల వారి వ్యవహారాలు ధర్మ మహామాత్రలు నిర్వహించిన కార్యకలాపాలు తనకు సంతృప్తి కలిగించాయని పేర్కొన్నాడు. దేశప్రజలందరూ ధర్మాన్ని పాటిస్తున్నారని, దేశంలో జంతుబలులన్నీ ఆగిపోయాయని కూడా అతడు పేర్కొన్నాడు. బ్రాహ్మణులకు, శ్రమణులకు బహుమతులివ్వడం, జంతుబలులను ఆపివేయడం వంటి కార్యాలు ఉత్తమమైనవని కాశీ శిలాశాసనం (**3**వ, **4**వ మరియు **8**వ రాజశాసనాలు) ద్వారా తెలియజేశాడు. అతడు దేశ పర్యటన సందర్భంగా బ్రాహ్మణులకు, శ్రమణులకు అనేక దానధర్మాలు చేశాడు.

అశోకుడు వ్యక్తిగతంగా బౌద్ధాన్ని అనుసరించాడనడంలో సందేహంలేదు. అతడు బౌద్ధానికి కట్టుబడివున్న విషయం కలకత్తా బైరతు శిలాశాసనం ద్వారా స్పష్టంగా తెలుస్తోంది. మగధ దేశరాజు సంఘం ముందు తలవొంచి నిలిచాడు. బుద్ధుడి ధర్మం, సంఘంపట్ల తనకు గల ప్రేమాభిమానాలను వ్యక్తపరిచాడు. బుద్ధుడి మాటలన్నీ సత్యాలనీ, అవి శాశ్వతంగా నిలిచిపోతాయని అతడు అభిప్రాయపడ్డాడు. బౌద్ధ సన్యాసులు, ఉపాసకులు, ఉపాసిణులు అందరూ బుద్ధ ధర్మాన్ని అనుసరించి పాటించాలని ఆకాంక్షించాడు.

అశోకుడు బౌద్ధానికి కట్టుబడి వున్నంతమాత్రాన అతడు దోపిడీవర్గ ప్రయోజనాలను కాపాడటానికి మతాన్ని వాడుకున్నట్లు భావించరాదు. బౌద్ధానికి ప్రజాదరణ లభించడంతో అశోకుడు తన ప్రభుత్వ విధానాల ద్వారా వైదిక క్రతువుల, బ్రాహ్మణమతం యొక్క అస్తిత్వంపై అహింసా పూర్వకమైన పద్ధతులలో చావు దెబ్బకొట్టాడు. హింసాత్మక విధానాల ద్వారా అతడు ఇతర మతాలను అణచివేయాలని ఆశించలేదు. తన దేశ ప్రజలందరు తమకు ఇష్టమైన మతాన్ని అనుసరించడానికి పూర్తి స్వేచ్ఛను కల్పించాడు. బౌద్ధ సన్యాసులకు అతడు ప్రత్యేకమైన సదుపాయాలను కల్పించలేదు. వారి విధులు, ప్రవర్తనకు సంబంధించి కొన్ని మంచి సలహాలను ఇచ్చాడు. బుద్ధుడి సామాజిక తత్వం అశోకుడి ద్వారా ప్రభుత్వ యంత్రాంగంలోకి ప్రవేశించింది..[33] అశోకుడు సిసలైన బౌద్ధుడు. పసుపు వస్త్రాలను ధరించి బౌద్ధాన్ని నాశనం చేయడానికి పన్నాగం పన్నిన బ్రాహ్మణుల ప్రయత్నాలను అశోకుడు బలంగా అణచివేశాడు. బుద్ధుడి పాత సిద్ధాంతాలు ఏ విధంగా సరైనవో తెలియజేసే శిలాశాసనాలను పాళీభాషలో చెక్కించాడు. బుద్ధుడి సిసలైన సిద్ధాంతాలను అనుసరించే థేరవాదులను సమర్థించాడు. మూడవ బౌద్ధ

[33] Kosambi, D.D., Culture and Civilization of Ancient India. P.159

మహాసభలో చేసిన తీర్మానాలు, నిర్ణయాల ప్రకారం బౌద్ధంలో ప్రవేశించిన ఆస్తిక పోకడలను తీవ్రంగా ఖండించాడు.

ఉత్తర భారతదేశంలో మౌర్యుల పతనానంతరం పుష్యమిత్రుడి నాయకత్వంలో శుంగులు అధికారంలోకి వచ్చారు. ఈ బ్రాహ్మణవంశం శుంగ అనే తమ గోత్రనామాన్నే రాజ్యానికి తగిలించుకున్నారు..[34] శుంగులు తాము భరద్వాజ వంశస్థులమని చెప్పుకొన్నారు..[35]

సతీష్ గ్రోవర్ ఇలా అన్నారు. "అశోకుడి మరణానంతరం అర్ధ శతాబ్ద కాలంలోనే, అసంతృప్తితో రగిలిపోతున్న బ్రాహ్మణులు అనేకసార్లు తిరుగుబాటుచేసి గొప్ప మౌర్యవంశాన్ని వేగంగా నాశనం చేసి అధికారం కైవసం చేసుకున్నారంటే ఆశ్చర్యపడవలసిన పనిలేదు. ఈ తిరుగుబాట్లకు ప్రధాన సూత్రధారి పుష్యమిత్రుడు. ఇతడు మధ్యభారతంలోని కనౌజ్‌కు చెందిన బ్రాహ్మణుడు. చివరి మౌర్యరాజును హత్యచేసిన సైనికాధికారి. క్రీస్తుపూర్వం **185**వ సంవత్సరంలో శుంగ వంశ సామ్రాజ్యాన్ని స్థాపించినవాడు"..[36]

పుష్యమిత్రుడు శక్తివంతుడైన బ్రాహ్మణ మతోద్ధారకుడు. బౌద్ధులను పగబట్టి హింసించడం ద్వారా ఉత్తర భారతంలో బౌద్ధ ఉద్యమాన్ని నాశనం చేశాడు. 'దివ్యావదన' అనే బౌద్ధ గ్రంథం, టిబెట్‌కు చెందిన చరిత్రకారుడైన తారానాధుడి రచనలు పుష్యమిత్రుడిని బౌద్ధానికి గొప్ప శత్రువుగా వర్ణించాయి. బ్రాహ్మణ నాయకుడి సలహా ప్రకారం పుష్యమిత్రుడు బౌద్ధ నియమాలను నాశనం చేయడానికి నిశ్చయించుకున్నాడని దివ్యావదనలో పేర్కొనబడింది. పాటలీపుత్రలోని కుక్కుటరామ బౌద్ధారామాన్ని నాశనం చేయడానికి అతడు బయలుదేరి వెళ్లాడు.

---

[34] Samaddar, Glories of Magadhas,Ed.1927, Foot Note
[35] Rapson,E.J., Cambridge History of India, P.98
[36] Rapson,E.J., Cambridge History of India, P.98

అయితే ప్రజల నుండి ప్రతిఘటన రావడంతో భయపడి తిరిగి వెళ్లిపోయాడు. తదనంతరం అతడు నాలుగంచెల సైన్యంతో బయలుదేరి సకల వరకుగల బౌద్ధ స్థూపాలను, బౌద్ధారామాలను ధ్వంసం చేశాడు. బౌద్ధ సన్యాసులను చంపివేశాడు. సకలలో పుష్యమిత్రుడు ఒక ప్రకటన చేశాడు. దాని ప్రకారం ఎవరైనాసరే ఒక శ్రమణుడి తలను తనకు బహుమతిగా ఇస్తే అతనికి వంద బంగారు దీనారాలను బహుమతిగా ఇస్తానన్నాడు. సకల అనేది బౌద్ధ సన్యాసులు విశ్రాంతి తీసుకొనే ఆరామంగా మిళిందపన్హలో వర్ణించబడింది.

ఆ కాలంలోనే మనుస్మృతి రాయబడింది. ఎవరైనా బౌద్ధ భిక్షువును తాకితే అతడు వెంటనే స్నానం చేసి పవిత్రుడు కావాలని మనువు ప్రకటించాడు..[37]

భారతదేశమంతటా మహాయాన వర్గతత్వమే బౌద్ధవర్గ తత్వంగా సాధారణీకరించ బడడం పెద్ద తప్పిదం. అయితే బౌద్ధతత్వం పేరుతో నాగార్జునుడు రూపొందించిన సిద్ధాంతాలన్నీ బుద్ధుడు బోధించినవి కావని ఇదివరకే పేర్కొనడం జరిగింది. బౌద్ధ సంఘంలో చేరిన బ్రాహ్మణుల ఎత్తుగడ ఫలితమే మహాయానంలో కల్పించబడిన మూఢవిశ్వాసాలు. మహాయానంలోని తాత్విక సిద్దాంతాలకు, వైదికమతంలోని భావవాదానికి గల భేదం స్వల్పమే. మహాయాన తత్వం, బ్రాహ్మణవాద తత్వం సారాంశంలో ఒకటే. అందువల్లనే మహాయానతత్వం చరిత్రలో దేశమంతటా పాలకవర్గ ప్రయోజనాలను కాపాడింది. బుద్ధుడు చెప్పిన దానికి విరుద్ధంగా మహాయానం రాజుని దేవుని కుమారుడిగా, రాజ్యాన్ని దేవుడిచ్చిన వరంగా భావించింది. బ్రాహ్మణ సామంతరాజ్యాలు మహాయానాన్ని గొప్పగా పోషించాయి. దీనికి భిన్నంగా అసలైన బౌద్ధాన్ని బ్రాహ్మణులు హీనయానంగా పిలిచారు. హీనయానం మొదటి నుండి రాజపోషణకు దూరంగా స్వతంత్రంగానే

[37] Ambedkar, B.R., Untouchables, P.98

మనుగడ సాగించింది. మహాయాన బౌద్ధులు పాలకవర్గాల ఆర్థిక పోషణలో విలాసవంతమైన జీవితాలను గడిపారు. మహాయానం, పాలకవర్గం పరస్పరం సహకరించుకున్నాయి. శాసనకర్తల మౌలిక ప్రయోజనాలను కాపాడేందుకు మహాయానులు తమ పద్ధతిలో సేవలందించారు..[38] బౌద్ధ ఉద్యమంపై మహాయానం ఆధిపత్యం వహించిందని దీని భావం కాదు. క్రీస్తుశకం ఏడవ శతాబ్దంలో హుయాన్‌సాంగ్ భారతదేశాన్ని సందర్శించినపుడు దేశంలో సుమారు రెండు లక్షలమంది బౌద్ధులుండేవారని వారిలో మూడొంతులమంది పాతసిద్ధాంతాలను అనుసరించే హీనయానులుండేవారని, ఒక వంతు మాత్రమే మహాయానులుండే వారని రేస్ డేవిడ్స్ పేర్కొన్నారు..[39]

హుయాన్‌సాంగ్ లెక్కల ప్రకారం సుమారు **1,80,000** మంది బౌద్ధ సన్యాసులుండేవారని, వారిలో **32,000** మంది మాత్రమే మహాయానులని, **94000** మంది హీనయానులని తెలుస్తోంది. రెండు రకాల సిద్ధాంతాల అధ్యయనం జరిగే ఆరామాలలో **54,000** మంది వుండేవారని ఎ.బి.కైత్ పేర్కొన్నారు..[40]

శతాబ్దాల తరబడి బ్రాహ్మణులు ఎంతగా ప్రయత్నించినా, గొప్ప రాజుల పోషణ లభించినా **7**వ శతాబ్దం వరకు భారతదేశంలోని సిసలైన బౌద్ధ ఉద్యమంపై మహాయానం ఆధిపత్యాన్ని సాధించలేకపోయింది.

అశోకుడి తరువాత పాలకవర్గం స్వదేశంలో బౌద్ధ ఉద్యమ ఉనికినే సహించలేక పోయింది. బ్రాహ్మణవాద రక్షకులు ఏనాడూ బౌద్ధాన్ని అభినందించలేదు.

---

[38] Chatopadhayaya, D.P., What is the living and What is dead in Indian Philosophy, P.208
[39] Rhys Davids, T.W., Budhist India, P.319
[40] Keith, A.B.,Budhist Philosophy in India and Cylon, P.158

లాల్‌మానిజోషి ఇలా పేర్కొన్నారు. “అశోకుడి కాలం నుండే బౌద్ధం ప్రజాదరణ పొంది బాగా వ్యాప్తి చెందింది. బౌద్ధ సన్యాసులకు మంచి గౌరవ మర్యాదలు లభించాయి. వర్ణధర్మంలో నమ్మకంలేని కొందరు వ్యక్తులు వేదాధికారాన్ని ప్రశ్నించారు. శాసనకర్తల ప్రమాణాన్ని, పురోహితుల అధికారాన్ని సవాల్ చేశారు. రంగు, వృత్తి వంటి సామాజిక స్థాయితో సంబంధం లేకుండా ఉన్నతమైన జీవితానికి అందరూ అర్హులేననే భావానికి తెరలేపారు. తరతమ భేదాలులేని సమానత్వానికి ప్రతీకగా బౌద్ధం నిలిచింది. భారత సాంస్కృతిక పరిరక్షకులైన బ్రాహ్మణులు ఏనాడూ బౌద్ధాన్ని మెచ్చుకోలేదు..[41]

థేరవాదులైన సిసలైన బౌద్ధులను హీనయానులని పిలిచి అవమానించారు. బ్రాహ్మణ సామంతుల ద్వారా భారత భూస్వామ్యవిధానం అభివృద్ధి చెందింది. దాంతో బౌద్ధంపై బ్రాహ్మణుల ద్వేషం కూడా పెరిగింది. ధర్మశాస్త్రాలు మధ్యయుగంలో బౌద్ధులను అంటరానివారిగా పరిగణించాయి. భారతదేశంలో అంతరించిపోయేవరకు సిసలైన బౌద్ధమే (హీనయానం) మహాయానం కంటె ఆధిపత్యాన్ని చెలాయించింది. హీనయాన బౌద్ధమే అణగారిన ప్రజల ప్రయోజనాల కోసం పోరాడింది. స్వదేశంలో అది తన సిసలైన స్వభావాన్ని ఏనాడూ పోగొట్టుకోలేదు.

*************

[41] Joshi,L.M., Studies in Budhist Culture of India, P.314

# 3. బౌద్ధాన్ని బ్రాహ్మణీకరించడం

## నూతన బ్రాహ్మణమత ఆవిర్భావం

భారతదేశంలో నాస్తిక వాదానికి, వేదమతానికి మధ్యగల తాత్విక వైరుధ్యమే వర్ణ వ్యవస్థలోని సామాజిక వైరుధ్యానికి సైద్ధాంతిక ప్రతిబింబం. సాంఖ్య, చార్వాక, బౌద్ధ ఉద్యమాలే వేదమతానికి, ఉపనిషత్తులలోని భావవాదానికి ప్రధాన ప్రతిపక్షాలుగా నిలిచాయి. ఎప్పుడైతే నాస్తికవాదాన్ని హింసాత్మక పద్ధతుల ద్వారా నిర్మూలించడం పురోహిత వర్గానికి కష్టమైందో అప్పుడు ఆ వర్గం మోసపూరితంగా నాస్తికత్వాన్ని ఒక నిరాశావాదతత్వంగా మార్చి చూపడానికి ప్రయత్నించింది. అటువంటి మార్పునే భారతదేశంలో నాస్తికత్వాన్ని బ్రాహ్మణీకరించడంగా పేర్కొంటున్నాం.

బౌద్ధాన్ని బ్రాహ్మణీకరించడంలో ఎటువంటి ఎత్తుగడను ఉపయోగించారు? బ్రాహ్మణులు దొంగచాటుగా బౌద్ధ ఉద్యమంలో ప్రవేశించారు. వారు బౌద్ధ సంఘ ప్రతినిధులుగా వుంటూ నాస్తికవాదంగా వున్న బౌద్ధాన్ని మోసపూరితంగా నిరాశావాద వేదాంతంగా మార్చివేశారు. మహాయాన బౌద్ధులందరూ బ్రాహ్మణులే. వారు ఉద్దేశపూర్వకంగానే సిసలైన బౌద్ధాన్ని నిరాశావాద వేదాంతంగా వక్రీకరించారు. బౌద్ధ సంఘం విజయవంతంగా పనిచేయడం కోసం బుద్ధుడు ప్రవేశపెట్టిన సంఘ నియమాలను మహాయాన బ్రాహ్మణులు ఎత్తుగడవేసి రద్దుచేశారు.

వినయపిటకలోని నియమాల గురించి బుద్ధుడు ప్రత్యేకించి చెప్పేవాడు. అందులోని నియమం ఏమిటంటే బౌద్ధ ఆరామాలలో, విహారాలలో నివసించే వారంతా వినయపిటకలో పొందుపరచిన సంఘ నియమాలను ప్రతినెల తప్పక పఠించవలసి ఉంటుంది..[1] బౌద్ధ సన్యాసులు ప్రతి **15** రోజులకొకసారి కలుసుకొని ధర్మాన్ని గురించి, వినయపిటక నియమాల గురించి చర్చించుకోవాలని బుద్ధుడు నియమం పెట్టాడు..[2] బుద్ధుడు తన శిష్యులతో "సోదరులారా! సత్ప్రవర్తన కలిగి ఆచరణలో పెట్టండి. సంఘం విధించిన విధి నిషేధాలను పాటిస్తూ ఉండండి"..[3] బుద్ధుడు మరణించిన తరువాత ఒకరోజు ఆనందుడు భిక్ష కోసం వీధిలో నడుస్తున్నాడు. అజాతశత్రువు మంత్రిగా వున్న వశకరుడు బుద్ధుని తరువాత ఉద్యమ వారసుడెవరని ఆనందుని అడిగాడు. బుద్ధుడు ప్రవేశపెట్టిన నియమాలే తమ భవిష్యత్తును నడిపిస్తాయని, అవే బౌద్ధ ఉద్యమ మార్గదర్శకాలుగా ఉంటాయని ఆనందుడు సమాధానమిచ్చాడు. బుద్ధుని ప్రకారం వినయ పిటకంలో పొందుపరచిన నియమాలను సక్రమంగా పాటించడంలోనే బౌద్ధ ఉద్యమ విజయం ఆధారపడి ఉంటుంది.

బుద్ధుడిలా అన్నాడు. "సోదరులారా! మీరు తరచుగా కలిసి సమావేశాలు జరపండి. ఏకాభిప్రాయంతో ఉండండి. సంఘ నియమాలను పాటించడంలో ఏకాభిప్రాయంతో మెలగండి. గతంలో స్థిరపడిన నియమాలను వ్యతిరేకించకండి. ప్రస్తుత సంఘ నియమాల ప్రకారమే జీవించండి. సంఘంలోని పెద్దలను గౌరవించి, సహకరించండి. వారి మాటలకు విలువనివ్వండి. మనసులోని కోరికల ప్రభావానికి లోను కాకండి. ఒంటరి జీవితాన్ని ఆశించకండి. ఆత్మ విశ్వాసం పెంచేలా మనసును

[1] Rhys Davids, T.W., Budhist India, P.II
[2] Dube, S.N., Cross Currents in Early Budhism, P.213
[3] Rhys Davids, T.W., Budhist India, P.200

తీర్చిదిద్దండి. సాటి భిక్షువులు తమ వద్దకు వచ్చి ప్రశాంతంగా వుండేలా చూడండి. ఇలా చేస్తూ వున్నంత వరకు మీరు నశించరు. వృద్ధి చెందుతూనే ఉంటారు. ఇటువంటి పరిస్థితులు మీ మధ్య వున్నంతవరకు మీరు ఎన్నటికీ నశించరు. వృద్ధి చెందుతూనే వుంటారు".

బుద్ధుడి తరువాత సంఘానికి ఆదేశాలిచ్చే వారసుడుగాని, సర్వోన్నతాధికారి గాని ఎవరూ లేరు. సంఘానికి పెద్ద వుండడమనేది బుద్ధుడి బోధలకే విరుద్ధం. బౌద్ధ సంఘం ఒక ప్రజాస్వామ్య వ్యవస్థ. ఆనందుడు బుద్ధుడిని ఎల్లవేళలా కనిపెట్టుకొని ఉండేవాడు. బుద్ధుడు తన మరణానికి ముందు ఆనందుడితో ఇలా చెప్పాడు.

"ఆనందా! నీవిలా ఆలోచించు. బోధలన్నీ గురువు లేకుండా వచ్చినవే. మనకు గురువెవరూ లేరు. అయితే ధర్మం గురించి, నియమాల గురించి నీవలా అనుకోనక్కరలేదు. ధర్మం గురించి, వినయపిటకంలోని నియమాల గురించి నేను ఏవైతే చెప్పానో అవే నా తదనంతరం మీకు గురువుగా వుంటాయని భావించాలి"..[4]

ఉజ్జయినిలోని ఆటవిక జాతుల ప్రజాస్వామ్యం కోసం, దాని శ్రేయస్సు కోసం బుద్ధుడు ఏడు నియమాలను ప్రవేశపెట్టాడు. నిరంకుశ రాజరికానికి వ్యతిరేకంగా విజయవంతంగా పోరాడడానికి ఆటవిక జాతుల వారంతా ఐక్యంగా వుండాలని బుద్ధుడు చెప్పాడు. అదే విధంగా బౌద్ధ ఉద్యమం విజయవంతంగా కొనసాగడానికి బౌద్ధ భిక్షువులంతా ఐక్యంగా ఉండాలని ఉపదేశించాడు. బ్రాహ్మణులు ఆటవిక జాతుల వారిలో దొంగతనంగా చేరి గూఢచర్యంతో వారిలోని ఐక్యతను నాశనం చేశారు. అదే విధంగా ఉజ్జయినులను కూడా ఎత్తుగడలతో ఓడించారు. అజాతశత్రువు తన సైనికబలంతో ఉజ్జయినులను ఓడించలేకపోయినపుడు, లిచ్ఛావీ వంశంలో విభేదాలను సృష్టించడం కోసం అతడు బ్రాహ్మణమంత్రిగా వున్న వశకరను

[4] Rhys Davids, T.W., Budhist India, P.6

పంపించాడు. వశకరుడు వైశాలి వెళ్లి అక్కడ మూడు సంవత్సరాల కాలంపాటు వుండి అజాత శత్రువు విజయానికి పునాదులు వేశాడు. తరువాత కొద్దిమంది మోసగాళ్లుగా వున్న బౌద్ధ సన్యాసుల సహాయంతో అజాతశత్రువు ఉజ్జయినులను సులభంగా ఓడించగలిగాడని బుద్ధఘోషుడు తన నివేదికలో పేర్కొన్నాడు. లిచ్ఛాలీ రాజుల ఓటమికి ప్రధాన కారణం కులవలయుడనే మోసస్వభావం గల బౌద్ధ సన్యాసి అని జినదాసు రచించిన 'ఆవశ్యక కరణి' పేర్కొంటున్నది.[5]

అదేవిధంగా బౌద్ధంలోకి దొంగచాటుగా జొరబడిన బ్రాహ్మణులే వినయపిటకంలోని నియమాలను ఉల్లంఘించడం ద్వారా, వాటిని చులకనగా చూడడం ద్వారా నాశనం చేశారు. వాటి స్థానంలో బుద్ధుడు బోధించని మత సిద్ధాంతాలను చేర్చారు.

దొంగ సన్యాసులు సంఘంలో చీలిక తెచ్చే విషయమై బుద్ధుడికి, ఉపాలికి మధ్య జరిగిన సంభాషణ గురించి వినయపిటకలో ఇలా పేర్కొనబడింది.

సంఘంలో చీలిక తేవడానికి ఏమి కావలసి వుంటుందని బుద్ధుడిని ఉపాలి అడిగాడు. దానికి బుద్ధుడిలా అన్నాడు.

"దొంగ సన్యాసులే సంఘంలో చీలిక తెస్తారు. వారు ధర్మం కాని దాన్ని ధర్మంగా చూపుతారు. లేదా ధర్మాన్ని అధర్మంగా చూపుతారు. లేదా వినయం కాని దాన్ని వినయంగా చూపుతారు. లేదా వినయాన్ని వినయం కాని దాన్నిగా చూపుతారు. లేదా బుద్ధుడు బోధించని దాన్ని బోధించినట్లు చెపుతారు. బుద్ధుడు బోధించిన దాన్ని బోధించనిదానిగా చెపుతారు. బుద్దుడు ఆచరించని దాన్ని ఆచరించినట్లు, ఆచరించిన దాన్ని ఆచరించనట్లు పేర్కొంటారు. తథాగతుడు

[5] Chatopadhyaya, D.P., Lokayata, P.176

అధికారికంగా ప్రకటించని దాన్ని ప్రకటించినట్లు, ప్రకటించిన దాన్ని ప్రకటించనట్లు పేర్కొంటారు" అని ఉపాలితో అన్నాడు..[6]

ఆ విధంగా ఉపాలి మొత్తం **18** అంశాలను పేర్కొన్నాడు. ఈ **18** అంశాలతోనే వారు తమ అనుచరులను తప్పుదోవ పట్టించి, మోసం చేయగలుగుతారు. వాటి ఆధారంగానే వారు సంఘ అధికారిక కార్యక్రమాలను నిర్వహిస్తారు. ఆ విధంగా వారు సంఘంలో చీలిక తెస్తారు..[7]

మోసగాళ్లయిన సన్యాసులు కొందరు దొంగతనంగా సంఘంలో జొరబడి, అసలైన సంఘ సిద్ధాంతాలను మార్చి, వక్రభాష్యాలు చెప్పడం ద్వారా సంఘంలో చీలిక తెస్తారనే విషయాన్ని బుద్ధుడు చాలా ముందుగానే వూహించాడనడానికి పై వాక్యాలే నిదర్శనం. కొందరు బ్రాహ్మణులు బౌద్ధులుగా నటిస్తూ, బౌద్ధ ధర్మాన్ని వక్రీకరిస్తూ, వినయ నియమాలను ఉల్లంఘిస్తూ మహాసాంఘిక శాఖను, మహాయాన బౌద్ధాన్ని సృష్టించడం జరిగింది. ఇటువంటి పరిణామాన్ని బుద్ధుడు ముందుగానే వూహించినట్లు ఈ వాక్యాలు రుజువు చేస్తున్నాయి.

బుద్ధుడి జీవితకాలంలోనే కొందరు బౌద్ధ సన్యాసులు బుద్ధుడి బోధలకు వ్యతిరేకంగా వక్రభాష్యాలు చేసినట్లు వినయపిటకం పేర్కొంటున్నది.

గొప్ప ఆంగ్ల తాత్వికుడు, నోబెల్ బహుమతి గ్రహీత అయిన బెర్ట్రాండ్ రస్సెల్ బౌద్ధ పరిణామాన్ని గురించి ఇలా పేర్కొన్నాడు.

"క్రైస్తవం గురించి ఏది సత్యమో బౌద్ధం గురించి కూడా అదే సత్యం తనను అమరుడిగా భావించిన శిష్యుల గురించి మరణశయ్యపై వున్న బుద్ధుడు ప్రశాంత వదనంతో నవ్వుతూ వారికి వాస్తవాలను తెలిపి చైతన్యవంతులను చేశాడు. అయితే

[6] Rhys Davids, T.W., Vinaya Texts, Part III, P.266-267
[7] Rhys Davids, T.W., Vinaya Texts, Part III, P.268

టిబెట్‌లో వున్న బౌద్ధ పురోహితులు వాస్తవాలను దాచి, నిరంకుశత్వంగా, చాలా క్రూరంగా వుండడాన్ని ఒక ఉదాహరణగా తీసుకోవచ్చు".

"చర్చికి, దాన్ని స్థాపించిన వాడికి మధ్యనున్న తేడా యాధృచ్ఛికమైనది కాదు. ఒకరు చెప్పినదాన్ని పరమసత్యంగా భావించినపుడు, దానికి భాష్యాలు చెప్పడానికి ఒక నిపుణుల బృందం బయలుదేరుతుంది. వారిని సత్యదర్శకులుగా భావించడంవల్ల, వారెప్పుడూ తప్పు చెప్పరనే భావం ఏర్పడంవల్ల వారు శక్తివంతులవుతారు. అప్పుడు వారు ఇతర అగ్రకులస్తులలాగే వారి శక్తిని వారి స్వార్థానికి ఉపయోగించుకుంటారు. అయితే వారు ఒక విధంగా అగ్రకులస్తుల కంటె నీచమైనవారు. ఎందుకంటే వారు అన్ని విధాలుగా పరిపూర్ణమైన, ఉద్బుద్ధమైన, మార్పులేని సత్యం గురించి ఒక క్రమపద్ధతిలో వాదనలను ప్రవేశపెట్టి వివరించే కార్యక్రమాన్ని చేపట్టడం వల్ల మేధోవికాసానికి, నైతికాభివృద్ధికి శత్రువులుగా తయారవుతున్నారు"..[8]

బ్రాహ్మణులే ఎక్కువగా బౌద్ధ ఉద్యమంలోకి జొరబడినట్లు, వారిలోని నిపుణుల బృందమే బుద్ధుడి బోధలను వక్రీకరించి తమ స్వార్థానికి వాడుకున్నట్లు చూపడానికి కావలసినన్ని సాక్ష్యాధారాలు లభిస్తున్నాయి..[9] బౌద్ధసంఘంలో చేరిన బ్రాహ్మణులే మహాయాన బౌద్ధాన్ని సృష్టించారని జవహర్‌లాల్ నెహ్రూ సరిగా చెప్పాడు..[10]

మహాయాన బౌద్ధం బ్రాహ్మణుడైన నాగార్జునునితో ఆకస్మికంగా ఏర్పడింది కాదు. నాగార్జునుని కంటె చాలా ముందుగానే బ్రాహ్మణులు మోసపూరితంగా బౌద్ధ సంఘంలోచేరి, నాస్తికమైన బౌద్ధంలో భావవాదాన్ని ప్రవేశపెట్టి బౌద్ధ ఉద్యమాన్ని

---

[8] Bertrand Russel, Why I am not a Christian, P.28
[9] Kosambi, D.D; An Introduction to the Study of Indian History, P.279
[10] Jawaharlal Nehru, Discovery of India, P.175

నాశనం చేయడానికి గట్టిగా కృషిచేశారు. అశోకుడి కాలంలోనే వైతుల్యకులుగా పిలువబడే బ్రాహ్మణులు బౌద్ధ భిక్షువులుగా సంఘంలో చేరి లోపలి నుండే బౌద్ధాన్ని నాశనం చేయదలిచారు..[11] వారు ప్రత్యేకంగా వైతుల్యపిటకం అనే దాన్ని సంస్కృతంలో రచించారు..[12] వారి సిద్ధాంతాలు విదేశాలలో సైతం ప్రచారం చేయడానికి కృషి చేశారు. శ్రీలంకలోని థేర వాదబౌద్ధ సన్యాసులు వైతుల్యపిటకను తప్పుబోధ చేసే గ్రంథంగా తిరస్కరించారు..[13] వైతుల్యపిటక అనేది బ్రాహ్మణుల సృష్టి. సంస్కృతంలో రాయబడిన ఆ గ్రంథం వైదిక మత ప్రయోజనాలను కాపాడడానికే పరిమితమైంది. వైతుల్య సూత్రాలే మహాయాన సూత్రాలుగా భావించినందువల్ల వైతుల్యవాదులంతా మహాయానవాదులుగా గుర్తించబడ్డారు..[14] మహాయాన రచనలన్నీ వైదిక భాషగా వున్న సంస్కృతంలోనే రచించబడ్డాయనే విషయం మనకు తెలుసు. క్రీ.శ. ఆరవ శతాబ్దంలోని బుద్ధఘోషుడి ప్రకారం వైతుల్యక బ్రాహ్మణులందరు బుద్ధుడు తుస్సిత స్వర్గంలోనే నివసిస్తుంటాడని, మానవలోకానికి ఎప్పుడూ తిరిగిరాడని భావిస్తారు. ఇది కేవలం వారు కల్పించిన అభూతకల్పన మాత్రమే. వారు కల్పించిన రూపం బుద్ధుడిది కాదు. బుద్ధుడి రూపంగాని, అతని శిష్యుడు ఆనందుడు చేసినట్లుగా బోధగాని బుద్ధుడు బోధించింది కాదు. పరస్పర అంగీకారంతో మానవ జంట లైంగిక సంబంధాలను ఏర్పరచుకోవచ్చునని కూడా వారు భావించారు..[15] శ్రీలంకలో ఈ వైతుల్య బ్రాహ్మణులు నూతన వాదాన్ని సృష్టించారు..[16] అయితే ఆరవ శతాబ్దం చివరికి

---

[11] Walpola Rahula, History of Budhism in Cylon, P.89
[12] Walpola Rahula, History of Budhism in Cylon, P.88
[13] Walpola Rahula, History of Budhism in Cylon, P.86
[14] Walpola Rahula, History of Budhism in Cylon, P.85
[15] Walpola Rahula, History of Budhism in Cylon, P.87
[16] Walpola Rahula, History of Budhism in Cylon, P.84

వారంతా పోరాటంలో ఓడిపోయారు. శ్రీలంకలో జ్యోతిపాల థేరతో జరిగిన బహిరంగ చర్చలో వైతుల్యక వాదాన్ని అనుసరించేవారంతా ఓడిపోయారు..[17]

శ్రీలంకలోని బౌద్ధచరిత్రను గమనించినట్లయితే వైతుల్యక బ్రాహ్మణులుగా పిలువబడే మోసగాళ్లు కుట్రపూరితంగా బౌద్ధ ఉద్యమంలోకి జొరబడి, భారతదేశంలోని బౌద్ధ చరిత్రను తిరస్కరిస్తూ బుద్ధుడి చుట్టూ అనేక అభూత కల్పనలను సృష్టించినట్లు తెలుస్తోంది. భారతదేశంలోని బౌద్ధ ఉద్యమ చరిత్రలో అశోకుడి కాలంలోనే గొప్ప ప్రచారం జరిగింది. అందుకే దాన్ని బౌద్ధ ఉద్యమ స్వర్ణయుగంగా పేర్కొనవచ్చు. బౌద్ధ సంఘంలో వచ్చిన విభేదాలకు చాలవరకు బ్రాహ్మణులే కారణంగా కనిపిస్తుంది. అశోకుడు మూడవ బౌద్ధ మహాసభను ఏర్పాటుచేసి సంఘంలో చీలిక తేవడానికి బ్రాహ్మణులు చేసిన ప్రయత్నాలను తీవ్రంగా ఎదిరించాడు. ఆ వివరాలన్నీ థేరవాదానికి బలమైన కేంద్రాలుగా వున్న సాంచి, సారనాథ్, కౌశాంబిలలో వేయించిన శాసనాల ద్వారా తెలుస్తోంది.

బౌద్ధసంఘంలో చీలిక తేవడానికి వైతుల్యక బ్రాహ్మణులు తీవ్రంగా కృషిచేశారు. అయితే బౌద్ధుడిగా మారిన అశోకుడు సంఘ వ్యవహారాలలో జోక్యం చేసుకొని చీలిక రాకుండా వుండడానికి అవసరమైన ప్రయత్నాలన్నీ చేశాడు. ఆ మేరకు తగిన ఉత్తర్వులు జారీచేశాడు. ఈ క్రింది విషయాలు ఆ విషయాన్ని స్పష్టం చేస్తున్నాయి.

**(అ)** సారనాథ్ శాసనం : బౌద్ధ సంఘంలో చీలిక తెస్తే విధించే శిక్ష గురించి రాజశాసనం.

**(1)** పాటలీపుత్ర మరియు దాని పాలనా కేంద్రాలలో సంఘాన్ని చీల్చడానికి ఏ వ్యక్తి ప్రయత్నించినా ` అతడు బౌద్ధ సన్యాసి అయినా, సన్యాసిని అయినా `

[17] Hazra, K-L, History of the Ravada Budhism in South-East Asia, P.52

శిక్షార్హులవుతారు. అటువంటి వారికి తెల్ల వస్త్రాలు ధరింపజేసి, బహిష్కరించి ఊరి బయట నివసించేలా శిక్ష విధించబడుతుంది. ఈ విషయాన్ని బౌద్ధ సన్యాసుల సమావేశాలలోను, సన్యాసినుల సమావేశాలలోను అందరికీ తెలియజేయవలసిందిగా ఆజ్ఞాపిస్తున్నాను..[18]

**(2)** ఈ శాసన ప్రతిని అందరికీ అందుబాటులో వుంచుతున్నాను. మరొక ప్రతిని బౌద్ధ సంఘంలోని అనుచరులకు అందుబాటులో వుంచుతున్నాను. సంఘంలోని సామాన్య అనుచరులందరూ ఉపవాస దీక్ష రోజున ఈ శాసనంలోని విషయాన్ని తెలుసుకొని అర్థం చేసుకోవాలి. సంవత్సరం పొడవునా ఈ కార్యక్రమం కొనసాగాలి. ఉపవాసదీక్ష రోజు వారికి సేవలందించడానికి సంబంధిత అధికారులందరూ హాజరుకావాలి. వారు కూడా ఈ శాసనంలోని విషయాన్ని తెలుసుకోవాలి. మీ పరిధిలో వున్న ప్రదేశాలలో ఎక్కడ దీని ఉల్లంఘన జరిగినా వారిని వెంటనే సంఘం నుండి బహిష్కరించాలి. అదే విధంగా రక్షిత జిల్లాల్లో, పట్టణాలలో కూడా ఈ శాసనాన్ని అమలు చేయాలి. దీని ప్రకారం అవసరమైన చోట్ల సంబంధించిన వారిని బహిష్కరించాలి.

**(ఆ)** కౌశాంబి శాసనం : కౌశాంబిలోని ఉన్నతాధికారులందరినీ రాజు ఇలా ఆజ్ఞాపిస్తున్నాడని మొదటి వాక్యం తెలుపుతోంది.

రెండవ వాక్యంలో సంఘం పేరు కనిపిస్తుంది.

మూడు నాలుగు వాక్యాలలో "బౌద్ధ సన్యాసిగాని, సన్యాసిని గాని సంఘాన్ని తప్పుదోవ పట్టిస్తే, వారికి తెల్లబట్టలు వేసి ఊరిబయట నివసించేలా బహిష్కార శిక్ష విధించబడుతుంది.

[18] Christamas Hamphreys, Budhism, P.47

(ఇ) సాంచి శాసనం :

బౌద్ధ సన్యాసులకు, సన్యాసినులకు మార్గం నిర్దేశించబడింది. నా కొడుకులు, మనవళ్లు రాజ్యం ఏలుతున్నంత కాలం, సూర్యచంద్రులు వెలుగుతున్నంత కాలం సన్యాసిగాని, సన్యాసినిగాని సంఘంలో చీలిక తీసుకొస్తే అటువంటివారికి తెల్లబట్టలు తొడిగి నివాసయోగ్యం కాని చోట వారిని నివసింపజేయాలి. సంఘం ఐక్యంగా, చిరంతనంగా ఉండాలనేదే నా కోరిక..[19]

పై శాసనాల ద్వారా సంఘం గురించి అశోకుడి అభిప్రాయాలను అర్థం చేసుకోవచ్చు. ఈ శాసనాలన్నీ మూడవ బౌద్ధ మహాసభలకు సంబంధించినవే. వాటి ఉద్దేశం బౌద్ధ సంఘంలో చీలిక రాకుండా చూడటమే. బౌద్ధ ఉద్యమంలో అశోకుడి కాలంలోని పెద్ద సమస్య ఇదే. అందువల్ల అశోకుడు తన శాసనాల ద్వారా ప్రచారం చేసి ప్రజల్లో చైతన్యం నింపి బౌద్ధ సంఘం ఐక్యంగా వుండడానికి చాలా కృషి చేశాడు. పసుపు రంగు వస్త్రాలు ధరించి సంఘంలో చేరి, సంఘాన్ని నాశనం చేయడానికి ప్రయత్నించిన సంఘ వ్యతిరేకులను దాదాపు **60,000** మందిని అశోకుడు బహిష్కరించాడు. ఆ రకంగా బౌద్ధులుగా నటించే వారిని గుర్తించి బలవంతంగా మగధ నుండి దూరప్రాంతాలకు పంపించి వేశాడు.

అశోకుడు థేరవాదాన్నే అసలైన బౌద్ధంగా పరిగణించాడు. "బౌద్ధ సంఘ నిర్వాహకులు సమావేశాలు ఏర్పాటుచేసి సంఘంలో చీలికతెచ్చే వారి గురించి చర్చించి వారిని అణచివేశారు. ఆ చర్చల ఫలితంగానే సంఘంలో చీలిక తెచ్చేవారిని శిక్షించే ఉద్దేశంతో శాసనాలు వేయించి ప్రచారం చేయడం జరిగింద"ని వి.ఏ.స్మిత్ పేర్కొన్నాడు..[20]

[19] Smith, V.A, Ashoka, P.215-216
[20] Smith, V.A, Oxford History of India, P.125

అసలైన బౌద్ధులచేత రెండవ మహాసభలో బహిష్కరించబడిన వారే బ్రాహ్మణ నాయకత్వంలో మహాసాంఘికులుగా అవతరించారు. రెండవ బౌద్ధ మహాసభలో అసలైన బౌద్ధులు కొందరు సన్యాసుల నూతన సిద్ధాంతాలను తిరస్కరించి వారిని బహిష్కరించారు. ఆ విధంగా బహిష్కరించబడినవారే మహా సాంఘికులుగా ఏకమయ్యారు. మధుర బ్రాహ్మణుడైన మహాదేవుడే మహాసాంఘిక వర్గ స్థాపకుడు. ఆ మహాదేవుడు సృష్టించిన ఐదు వివాదాస్పద సూత్రాల గురించి బౌద్ధ సన్యాసుల మధ్య ఏర్పడిన విభేదాల గురించి చర్చిండానికే టిబెట్, చైనా బౌద్ధ సాంప్రదాయంలో మహాసభలు జరిగాయి. పాటలీపుత్రలోని కుక్కుటరామలో అతడికి అధికారాలు ఇవ్వబడ్డాయి. అప్పుడతడు బౌద్ధ సంఘానికి నాయకుడయ్యాడు. ఆ సంఘాన్ని అప్పటి రాజు ఆదరించాడు.[21] మహాదేవుడి జీవితం, మహాసాంఘికులు ప్రవేశపెట్టిన సిద్ధాంతాలన్నీ బుద్ధుడి బోధలకు వ్యతిరేకమైనవే.

నళినాక్షదత్ ఇలా పేర్కొంటున్నారు.

"అభిదమ్మ-విభాష శాస్త్రం నుండి మహాదేవుడి జీవితానికి సంబంధించిన కొంత సమాచారాన్ని వాటర్స్ అనే అతడు సేకరించాడు. దాని ప్రకారం మహాదేవుడు మధురలోని బ్రాహ్మణ వ్యాపారి కుమారుడు. పాటలీపుత్రలోని కుక్కుటారామలో అతనికి అధికారాలు ఇవ్వబడ్డాయి. అతడి శక్తియుక్తులవల్ల త్వరలోనే బౌద్ధసంఘానికి నాయకుడైనాడు. అక్కడి రాజు మహాదేవుడికి మిత్రుడైనాడు. అతడి సహకారంతో మహాదేవుడు తనకంటె ముందున్న సీనియర్ బౌద్ధ సన్యాసులను తొలగించి, పైన తెల్పిన విధంగా తన ఐదు సిద్ధాంతాలను ప్రవేశపెట్టాడు. అప్పుడు పాలిస్తున్న రాజు అనుమతితో బౌద్ధసన్యాసుల సమావేశం ఏర్పాటు చేయబడిందని హుయాన్‌సాంగ్ పేర్కొన్నాడు. ఆ సమావేశంలో సీనియర్లు, నిర్వాణం పొందిన అర్హతులు మహాదేవుడి

[21] Bapat, P.V., 2500 Years of Budhism, P.97-98

ఐదు సిద్ధాంతాలకు వ్యతిరేకంగా ఓటువేశారు. అర్హతులు కాని బౌద్ధ భిక్షువులు సైతం చాలామంది వ్యతిరేకంగా ఓటువేసి సీనియర్లకు మద్ధతుగా నిలిచారు.".[22]

ఈ పరిణామంతో దిక్కుతోచని స్థితిలో పడిన మహాదేవుడు తన అభిమాని, మిత్రుడైన రాజు సహకారంతో బౌద్ధ సంఘంలో చీలిక తేవడానికి పథకం వేశాడు. మహాసాంఘికుల స్థాపకుడైన మహాదేవుడు ప్రవేశపెట్టిన సిద్ధాంతాలన్నీ విజ్ఞానవాదుల ఆత్మాశ్రయ భావవాదాన్ని పోలివున్నాయి. నాగార్జునుని కంటె ముందుగానే మహాదేవుడు ఉపనిషత్తులలోని భావజాలాన్ని నాస్తికమైన బౌద్ధం మీద రుద్దాడు. ఆ విధంగా బౌద్ధాన్ని నిరాశావాదంతో కూడిన వేదాంతంగా మార్చివేశాడు. నళినాక్షదత్ మరలా ఇలా పేర్కొన్నాడు.

"మహాదేవుడు ఒకవైపు మహాయాన సూత్రాలను త్రిపిటికాలలో చేర్చాలనుకున్నాడు. అతడు మహాయాన బోధలతో స్ఫూర్తి పొందాడు. ముఖ్యంగా విజ్ఞానవాద భావాలు అతనికి బాగా నచ్చాయి. అతడు విజ్ఞానవాదాన్ని గట్టిగా సమర్ధించాడు. మహాదేవుడు చాలా సూత్రాలను అల్లాడు. అందరికి నచ్చేలా వాటికి భాష్యాలు రాయమని శిష్యులను కోరాడు. వ్యతిరేకులు లేవదీసే అభ్యంతరాలకు సమాధానం చెప్పేలా ఆ భాష్యాలుండాలని కోరాడు. పాత సిద్ధాంతాలనే కోరుకునే స్థవిరవాదులు కూడా మహాయాన సాంప్రదాయాలను అంగీకరించే విధంగా వుండాలని కోరాడు.".[23]

మహా సాంఘికులు రూపొందించిన లోకోత్తరవాదం ప్రకారం ప్రాపంచిక ధర్మాలన్నీ అవాస్తవమైనవే. లౌకిక ధర్మాలన్నీ అవాస్తవాలుగాను, పారలౌకిక ధర్మాలన్నీ వాస్తవమైనవిగాను వారు భావించారు. భౌతిక ప్రపంచ వాస్తవికతను

[22] Nalinakshadutt, Budhist Sects in India, P.28
[23] Nalinakshadutt, Budhist Sects in India, P.23

తిరస్కరించారు. ఇదంతా బుద్ధుడి బోధలకు పూర్తిగా వ్యతిరేకమైనది. భౌతిక ప్రపంచాన్ని తిరస్కరించడం, ఉపనిషత్తులలో వివరించబడిన ఆత్మాశ్రయ భావవాదాన్ని ఆమోదించడం ద్వారా బ్రాహ్మణులు పన్నాగం పన్ని బౌద్ధానికున్న భౌతికమూలాలను ధ్వంసం చేయడానికి ప్రయత్నించాడు. అదే వారి ముఖ్యమైన ఎత్తుగడ. మహాయాన భావవాదానికి ఆ విధంగా వీరే ప్రారంభకులయ్యారు. తరువాతి కాలంలో దీనినే నాగార్జునుడు, శంకరాచార్యుడు అభివృద్ధి చేసి ప్రచారం చేశారు.

బుద్ధుడిని గురించి మహా సాంఘికులు అనేక అభూత కల్పనలు చేశారు. బ్రాహ్మణులు బుద్ధుడిని ఒక పురాణ పురుషునిగా చిత్రించారు. భారతదేశంలో అతడు చారిత్రక పురుషుడనే భావం తిరస్కరించబడింది. బ్రహ్మదేవుని ఆదేశం ప్రకారమే బుద్ధుడు లోకంలో ధర్మాన్ని బోధించాడని బ్రాహ్మణులు ప్రచారం చేశారు. మహా సాంఘికులు బుద్ధుడిని అతిలోక వ్యక్తిగా, సంపూర్ణుడిగా, సర్వజ్ఞుడిగా చిత్రించారు. రాణియైన మాయాదేవికి పుట్టిన బుద్ధుడికి అతీతశక్తులు అంటగట్టారు. బుద్ధగయలో అతడు బోధిగా మారిన వైనాన్ని పూర్తిగా విస్మరించారు..[24]

జె.కె. నారిమన్ ఇలా పేర్కొన్నారు :

“మహాసాంఘికులు సంస్కృతంలో రచించిన ‘మహావస్తు’ గ్రంథంలో పేర్కొన్న కథలన్నీ పౌరాణిక లక్షణాలనే కలిగి వున్నాయి. పౌరాణిక వారసత్వాన్ని బుద్ధుడి జాతకకథలలో జొప్పించారు. మహావస్తు అనే ఈ గ్రంథంలో బుద్ధుడి గురించి వర్ణిస్తూ, పురాణాలలోని విష్ణువు, శివుడితో సమానంగా, భేదం లేకుండా చిత్రీకరించారు.”[25]

[24] Nalinakshadutt, Budhist Sects in India, P.72
[25] Nariman, J.K. Literary History of Sanskrit Budhism, P.16,17

మహాదేవుడు తన మిత్రుడైన రాజు సహకారంతో నాస్తికమైన బౌద్ధం మీద బ్రాహ్మణ వేదాంతాన్ని రుద్దడానికి తీవ్రప్రయత్నాలు చేశాడు. ఆ విధంగా బౌద్ధాన్ని ఒక నిరాశావాద వేదాంతంగా మార్చివేశాడు. చారిత్రక వ్యక్తిగా వున్న బుద్ధుడిని గురించి అనేక కల్పిత కథలను సృష్టించాడు. మహాసాంఘిక శాఖను సృష్టించడంలో బ్రాహ్మణుల కుట్రను, ఎత్తుగడను ఇది రుజువు చేస్తోంది.

పైన పేర్కొన్న వాస్తవాలను బట్టి క్రింది తీర్మానాలు చేయవచ్చు :

**1)** మధుర బ్రాహ్మణుడైన మహాదేవుడే మహాసాంఘిక శాఖకు పునాదిగా భావవాద సిద్ధాంతాన్ని నిర్మించాడు.

**2)** మహాదేవుడి భావాలను రెండవ బౌద్ధ మహాసభ అధికారికంగా తిరస్కరించింది. అందువల్ల అతడు తన భావాలకు అనుకూలంగా పాలకవర్గాన్ని వినియోగించుకొని ప్రచారం చేసుకొన్నాడు.

**3)** అతడి భావాలన్నీ అవివేకంతో కూడుకున్నవే. అవన్నీ బ్రాహ్మణ తత్వాన్ని సంతరించుకున్నవే. గౌతమ బుద్ధుడి బోధలకు, నియమాలకు పూర్తిగా విరుద్ధమైనవే.

కొంతమంది బౌద్ధ సన్యాసులు ధర్మాన్ని, వినయపిటకలోని నియమాలను అతిక్రమించారు. వైశాలిలోని బౌద్ధ సన్యాసులు పడమటి దేశాలలోని భిక్షువులకు, అవంతిలోని భిక్షువులకు, దక్షిణ దేశాల భిక్షువులకు ఈ విధంగా సమాచారం పంపారు : "మీరు దీనిని గౌరవించండి. విదేశాలలో ఏది ధర్మమో, ఏది అధర్మమో ప్రచారం కాకముందే మనం చట్టబద్ధంగా దాన్ని వివరించాలి. ఏది వినయ నియమమో, ఏది కాదో ప్రచారం కాకముందే మనం దాన్ని వివరించాలి. ధర్మానికి వ్యతిరేకంగా వాదించేవారు బలపడకముందే, ధర్మానికి అనుకూలంగా వాదించేవారు బలహీన పడకముందే మనం వివరించాలి. వినయ నియమాలకు వ్యతిరేకంగా

వాదించేవారు బలపడకముందే, వినయ నియమాలకు అనుకూలంగా వాదించేవారు బలహీనపడక ముందే వివరించాలి" అని వినయ పిటకలో పేర్కొనబడింది..[26]

బుద్ధుడి మరణానంతరం వంద సంవత్సరాల తరువాత కూడా సంఘంలో చీలిక గురించి బుద్ధుడు గతంలో చెప్పిన మాటలు సరియైనవని నిరూపించబడ్డాయి

వైశాలి బౌద్ధ సన్యాసుల చర్యల గురించి శ్రీలంకలోని దీపవంశ ఇలా అంటున్నది.

"బౌద్ధ మహాసభలోని బౌద్ధసన్యాసులు బుద్ధుడి బోధలను వక్రీకరించారు. అసలైన బోధలను విస్మరించి కొత్తబోధ చేశారు. మూల గ్రంథంలోని ఒక అధ్యాయానికి బదులుగా మరొక అధ్యాయాన్ని ప్రవేశపెట్టి ఐదు నికాయాలలోని భావాన్ని, సిద్ధాంతాన్ని పూర్తిగా వక్రీకరించారు."

"అందులో ఏ విషయం వివరించబడిందో, ఏ విషయం క్లుప్తంగా చెప్పబడిందో, ఏది స్పష్టంగా వుందో, ఏది లేదో అనే విషయాలు ఈ సన్యాసులకు తెలియవు. ఒక విషయం గురించి చెప్పిన ఉన్నతమైన అర్థాన్ని మరోదానికి అన్వయించి చెబుతున్నారు. ఆ విధంగా అందులోని అసలైన భావాన్ని చెడగొట్టి అపార్థాలకు దారి తీస్తున్నారు. మూల సూత్రాన్ని, వినయ పిటకలోని భావాన్ని పాక్షికంగా తిరస్కరించి, దానికి విరుద్ధమైన సూత్రాన్ని స్వంతంగా రూపొందిస్తున్నారు. పరివారలోని భావాన్ని స్థూలంగాను, అభిదమ్మ పిటకలోని ఆరు గ్రంథాలను ప్రక్కకుపెట్టి వాటి స్థానంలో కొత్త విషయాలను ప్రవేశపెట్టారు. బౌద్ధ సన్యాసులకు, సన్యాసిణులకు సంబంధించిన అందరికీ తెలిసిన నియమాలను తిరస్కరించారు. వాటి స్థానంలో వేరేవాటిని చేర్చారు.".[27]

---

[26] Vinaya Texts, Part III, P.394
[27] Rhys Davids, T.W, History and Literature of Budhism, P.29

పైన తెల్పిన వాస్తవాలను బట్టి రెండవ బౌద్ధ మహాసభలో బహిష్కరించబడిన వైశాలి సన్యాసులు మహాదేవుడనే బ్రాహ్మణుడి నాయకత్వంలో మహా సాంఘికులుగా ఏర్పడ్డారని, వారే ఉపనిషత్తులలోని భావవాదాన్ని, ఆస్తికత్వాన్ని నాస్తికమైన బౌద్ధం మీద రుద్దారని రుజువవుతున్నది.

నళినాక్షదత్ ఇలా పేర్కొన్నాడు :

"బుద్ధుడిని దేవుడిగా భావించడం, బోధిసత్వభావన, అర్హతుడు కావాలనే ఆదర్శం నుండి బుద్ధుడు కావాలనే ఆదర్శానికి మారడం, మనసు (విజ్ఞానం) యొక్క మూలాన్ని పవిత్రంగా భావించడం వంటి వాటిని బట్టి మహాసాంఘికులే మహాయాన బౌద్ధానికి, ప్రత్యేకించి విజ్ఞానవాదానికి లేదా యోగాచార బౌద్ధానికి ప్రారంభకులుగా భావించవచ్చు. ఈ గ్రూపులో అవన్నీ ఉపశాఖలే. మహాయాన అనుకూల భావాలను గట్టిగా సమర్ధించే వైతుల్యకులకు తప్ప వీరు దేనికీ ప్రాధాన్యత నివ్వలేదు. వీరు అభయగిరి బౌద్ధ విహారాన్ని కేంద్రంగా మలచుకున్నారు. అధిక ప్రభావాన్ని కలిగించగల భిన్నశాఖలు తమకనుకూలమైన పిటకాలను తయారుచేసుకొని, వాటినే బుద్ధుడి అసలైన బోధలుగా చూపారు.".[28]

అందువల్ల వైతుల్యకులే మహాసాంఘికశాఖ సిద్ధాంతాలపై ఆధిపత్యాన్ని కలిగివున్నారు. ఈ వైతుల్యకులందరూ బ్రాహ్మణులే. అశోకుడి జీవితకాలంలోనే వీరంతా బౌద్ధ ఉద్యమంలోకి వచ్చి లోపలినుండే దాన్ని నాశనం చేయడానికి ప్రయత్నించారు. అప్పుడే బ్రాహ్మణ సిద్ధాంతాలను ప్రదర్శించే అనేక శాఖలు ఉనికిలోకి వచ్చి బౌద్ధం ముసుగు వేసుకున్నాయని క్రిష్టమస్ హంఫ్రీ పేర్కొన్నాడు..[29] థేరవాదులకు, మహాసాంఘికులకు మధ్యవున్న భేదమంతా సిద్ధాంతపరమైనదే,

[28] Nalinakshadutt, Budhist Sects in India, P.381
[29] Nalinakshadutt, Mahayana Budhism, P.47

క్రమశిక్షణకు సంబంధించినదే. బౌద్ధ సంఘం నుండి బహిష్కృతులైన మహా సాంఘికులు త్రిపిటక గ్రంథాలలో మార్పులు చేశారు. అభిదమ్మ పిటకలోని బుద్ధుడి బోధలను పూర్తిగా తొలగించి వేశారు..[30] మహాసాంఘికులు బౌద్ధ సిద్ధాంతాలను తిరగరాశారు. వారు బుద్ధుడిని 'లోకోత్తర బుద్ధుడిగా' భావించి భూమిమీద భగవంతుడి అవతారంగా చిత్రించారు. వారు వినయ పిటకలోని నియమాలను మార్చివేసి విలాసవంతమైన జీవితాన్ని గడిపారు. వారు బుద్ధుడి బోధలను ఉద్దేశ పూర్వకంగానే మార్చివేశారు..[31]

మహా సాంఘికుల మతం, తత్వం మూల బౌద్ధానికి విరుద్ధమైనవి. అవి బ్రాహ్మణ భావజాలాన్ని పోలి వున్నాయి. ఆంధ్రలో మహా సాంఘికులు నాగార్జున కొండను, అమరావతిని వారి ముఖ్య కేంద్రాలుగా చేసుకున్నారు. థేరవాదులకు, మహాసాంఘికులకు మధ్యగల విభేదాలకు నాగార్జునకొండ చాలాకాలం కేంద్రంగా వుండేది. మహాసాంఘికులు ప్రవేశపెట్టిన దైవభావం, విగ్రహారాధన వంటి వాటితో థేరవాదులు చాలాకాలం పోరాడారు. తదనంతరం మహాసాంఘికులే మహాయాన బౌద్ధశాఖగా రూపొందారు..[32]

ఒకవైపు ముసుగువేసుకున్న బ్రాహ్మణులు బౌద్ధాన్ని నాశనం చేస్తుంటే, మరోవైపు పాలకవర్గం థేరవాదులను శిక్షిస్తూ, భారతదేశంలో బౌద్ధాన్ని అణచివేయడానికి చట్టపరంగా గట్టిగా కృషి చేసింది. అజాతశత్రువు కాలంనుడి కౌటిల్యుని వరకు నిరంకుశ రాజులందరూ బౌద్ధాన్ని గట్టిగా వ్యతిరేకించారు. ప్రాచీన భారతదేశంలో బౌద్ధాన్ని నిర్మూలించడానికి, మూలవాసుల రాజరికపాలను అంతమొందించడానికి కౌటిల్యుడు ప్రభుత్వాధికారాన్ని బాగా ఉపయోగించు

[30] Nalinakshadutt, Budhist Studies in India, P.379
[31] Kosambi, D.D; Culture and Civilization of Ancient India, P.189
[32] Ramesan, N. Estern Chalukyas of Vengi, P.167

కున్నాడు. కౌటిల్యుడు ఈ మూల వాసులను చెదరగొట్టడానికి పాలనాపరంగా క్రమబద్ధమైన ప్రభుత్వ విధానాలను ప్రవేశపెట్టాడు. అలా చేయడానికి అతడు వారిలోనే కఠోర మతనియమాలను పాటించే నాట్యగత్తెలను, అందమైన అమ్మాయిలను, సంపన్న విధవలను ఉపయోగించాడు. నైతిక, మతరంగాల్లో ఆదివాసులు పాటించే బౌద్ధ నియమాలను వ్యతిరేకించడం ద్వారా వారిని దెబ్బతీశాడు. బౌద్ధ చైత్యాలు, ఆరామాల వద్ద గల బంగారు ఉంగరాలు, బంగారు ఆభరణాల కోసం ఎగబడేటట్లు నాయకుడిలో ఆశను రేకెత్తించాలి అని కౌటిల్యుడు పేర్కొన్నాడు. ఆదివాసులలో విశ్వమానవ చైతన్యాన్ని సృష్టించిన బౌద్ధాన్ని నాశనం చేయడానికి కౌటిల్యుడు మతాచారాలను పాటించే గూఢచారులను నియమించాడు.

మైదాన ప్రాంతాల్లోని బౌద్ధ సంఘాలలోకి మతానుయాయులతోపాటు ప్రభుత్వ యంత్రాంగాన్ని కూడా పంపడం ద్వారా కౌటిల్యుడు బౌద్ధాన్ని అణగదొక్కాడు. రాజ్యంలో కొత్తగా ఏర్పడిన గ్రామాల్లోని శూద్రులలో బౌద్ధం వ్యాప్తి చెందకుండా కౌటిల్యుడు పాలనాపరంగా గట్టి చర్యలను తీసుకున్నాడు. శూద్రులు సమావేశం కావడానికి, గ్రూపులుగా ఏర్పడడానికి అతడు అనుమతించలేదు. ప్రజలు బహిరంగంగా కలుసుకోడానికి, విశ్రాంతి తీసుకోడానికి గాని, వినోద కార్యక్రమాలు నిర్వహించుకోడానికై భవన నిర్మాణం చేపట్టడానికిగాని అనుమతించలేదు. శూద్రుల దృష్టి ఎల్లప్పుడూ శారీరక శ్రమ చేయడంపైనే కేంద్రీకరించడం కోసం ఆ గ్రామాలలోకి నృత్యకళాకారులను, గాయకులను, నటులను, సంగీత కళాకారులను వెళ్లకుండా నిషేధించాడు. ఆ గ్రామాలు సైనిక రక్షణలో వుండేవి. ఉత్పత్తి సాధనాల మీద శూద్రులకు ఎటువంటి హక్కులేదు. ఖర్చుతో కూడుకున్న పాస్‌పోర్టు విధానం, రాజ్యంలోని ప్రతి గ్రామ సరిహద్దు సైనికుల కాపలాలో వుండడం వల్ల శ్రామికులు బానిసత్వం నుండి తప్పించుకోడానికి వీలులేకుండా పోయింది. శూద్రులు అంతటి

దుర్భరమైన పరిస్థితుల్లో వున్నపుడు బౌద్ధ బోధకులు, బౌద్ధ భిక్షువులు ఆ గ్రామాల్లోకి ప్రవేశించకుండా కౌటిల్యుడు చట్టపరంగా నిషేధాజ్ఞలు జారీచేశాడు. దేశంలోకే వారిని అనుమతించలేదు. అతడు శూద్రులెవ్వరూ మత నియమాలను పాటించరాదని ఉత్తర్వులు జారీచేశాడు. ఈ విధంగా కౌటిల్యుడు బౌద్ధ బోధకులను రాజ్యంలోకి, రాజ్యంలోని గ్రామాలలోకి ప్రవేశించకుండా చట్టపరమైన నిషేధాజ్ఞలు జారీచేశాడు. అనుమతిలేని బౌద్ధ భిక్షువులు కూడా దేశంలోకి ప్రవేశించకుండా చట్టపరంగా కఠిన చర్యలు తీసుకున్నాడు. కౌటిల్యుడు వర్ణ వ్యవస్థను గట్టిగా సమర్థించే వాడైనందువల్ల రాజ్య పాలనా విధానం మౌలికంగానే బౌద్ధ ఉద్యమానికి వ్యతిరేకంగా వుండేది.

అశోకుడి రాకతో రాజ్యపాలనా విధానం పూర్తిగా మారిపోయింది. అశోకుడి కాలంలో బౌద్ధం రాజమతంగా లేదని, భిన్న మతాలను అణచి వేయడానికి ప్రభుత్వ యంత్రాంగాన్ని ఎప్పుడూ ఉపయోగించలేదని డి.డి. కోశాంబి పేర్కొన్నాడు. ధర్మానికి సంబంధించి అశోకుడు తన పాలనా విధానంలో ధర్మమహామాత్రలను నియమించాడు. వారు అన్ని రకాల మతశాఖల వారి మధ్య నివసించారు. భారతదేశ చరిత్రలో మొదటిసారిగా మతానుయాయులమీద వున్న నిషేధాజ్ఞలను తన శాసనాల ద్వారా బహిరంగంగా తొలగించివేశాడు.[33] కౌటిల్యుడి రాజ్యపాలనా విధానాన్ని అశోకుడు పూర్తిగా తల్లక్రిందులు చేశాడు. రాజ్యంలోని శూద్రుల గ్రామాల్లోకి బౌద్ధ సన్యాసులు ప్రవేశించడానికి అనుమతించాడు. అశోకుడి రాజ్యంలో జీతభత్యాలు తీసుకునే సైనికుల సహకారంతో అధికారాన్ని చలాయించే అధికారులకన్నా, ఇంకా ఎక్కువ జీతాలు తీసుకొని తనిఖీ చేసే గూఢచారుల కన్నా శాంతి భద్రతలను పరిరక్షించడంలో మతబోధకులే మంచి పాత్రను పోషించారు.[34] అశోకుడివల్ల

[33] Kosambi, D.D; An Introduction to the Study of Indian History, P.231
[34] Kosambi, D.D; An Introduction to the Study of Indian History, P.237

బుద్ధుడి సామాజిక తత్వం ప్రభుత్వ యంత్రాంగంలో ప్రవేశించింది. అశోకుడు తెచ్చిన మార్పులు విప్లవాత్మకమైనవి. అతడు వ్యక్తిగతంగా బౌద్ధాన్ని ఇష్టపడి ఎంచుకున్నాడు. అందువల్ల వైదిక భాషగా వున్న సంస్కృతాన్ని అతడు తన శాసనాలలో ఉపయోగించలేదు. తన శాసనాలను ప్రజల భాషలో రాయించాడు. మొదటిసారిగా అతడు వైదికపరమైన జంతుబలులను నిషేధించాడు. వైదిక కార్యక్రమాల్లో జంతుబలులను ఆపివేయడానికై బౌద్ధం, జైనం ప్రారంభించిన ఉద్యమం అశోకుడి ధర్మపాలన విధానంతో పరిపూర్ణమైంది. జంతుబలులకు సంబంధించిన స్థానిక సంప్రదాయాలన్నిటినీ అతడు నిషేధించాడు. నాలుగంచెల వర్ణ ధర్మమే వైదిక ధర్మం. అశోకుడి ధర్మపాలనా విధానంతో అతని రాజ్యంలో వర్ణ వ్యవస్థకు తీవ్రంగా విఘాతం కలిగింది. అశోకుడి పాలనలో కేవలం రాజు మారడం కాకుండా మొత్తం వ్యవస్థ మారింది..[35] ప్రపంచ రాజుల చరిత్రలో అందరికన్న అశోకుడే గొప్పవాడని గొప్ప చరిత్రకారుడైన హెచ్.జి.వెల్స్ రికార్డు చేశాడు. మౌర్య సామ్రాజ్య పతనానికి అశోకుడు అవలంబించిన బౌద్ధ విధానం, అహింసలే కారణమని కొందరు అతడిని విమర్శించారు. అయితే ఈ విమర్శ ఆమోదయోగ్యమైనది కాదు. శక్తివంతుడైన అశోకుని పాలనా కాలంలో గ్రీకులు అలెగ్జాండర్ మాదిరిగా దాడిచేయడానికి సాహసించలేదు. అశోకుడి శాసనాలు మతాతీతమైనవిగా వుండడమే దానికి కారణం..[36]

అశోకుడి ధర్మ విధానం వల్ల భారతదేశమంతటా బౌద్ధ ధర్మంపై ఆధారపడిన ఆదర్శవంతమైన, విప్లవాత్మకమైన సమాజం ఆవిర్భవించింది. రాజకీయాధికారాన్ని హస్తగతం చేసుకున్న బ్రాహ్మణులు దీన్ని కొనసాగించలేదు. అశోకుడి మరణానంతరం దక్షిణ భారతదేశంలోని బ్రాహ్మణులైన శాతవాహనులు

[35] Kosambi, D.D; An Introduction to the Study of Indian History, P.236
[36] Kosambi, D.D; An Introduction to the Study of Indian History, P.200

స్వాతంత్ర్యాన్ని ప్రకటించుకొన్నారు. ఉత్తర భారతదేశంలో బ్రాహ్మణుల నాయకుడైన పుష్యమిత్ర శుంగుడు చివరి మౌర్య రాజైన బృహద్రతుని చంపి రాజకీయాధికారాన్ని చేపట్టారు. ఉత్తర భారతదేశంలో బౌద్ధుడిగా వున్న మిళాందర్ పంజాబ్ రాజకీయాధికారాన్ని పొంది పాలించేవాడు. పంజాబ్ తప్ప మిగతా ఉత్తర భారతమంతా పుష్యమిత్రుడి పాలనలోకి వచ్చింది. ఆ కాలంలో రాజులుగా, పాలకులుగా మారిన బ్రాహ్మణులు కేవలం పౌరోహిత్యానికే పరిమితం కాలేదు. భారతదేశ చరిత్రలో బ్రాహ్మణవాదానికి, బౌద్ధానికి మధ్య జరిగిన ఘర్షణలో ఈ కాలమే అత్యంత కీలకమైనది. ఆ దశలోనే బ్రాహ్మణులు కనికరం లేకుండా బౌద్ధ ఉద్యమాన్ని నాశనం చేయడానికి క్రూరమైన పద్ధతులను అవలంబించారు. బౌద్ధ సన్యాసుల తల నరికి తెచ్చిన వారికి వందలాది బంగారు నాణేలను బహుమతిగా ఇచ్చాడు బ్రాహ్మణ చక్రవర్తిగా వున్న పుష్యమిత్రుడు. ఈ కాలమే బౌద్ధుల మీద బ్రాహ్మణ నియంతృత్వానికి పరాకాష్టగా నిలిచింది. అదే సమయంలో బౌద్ధం విస్తరించకుండా వుండేందుకు బ్రాహ్మణులు తమ మతంలో ఒక ముఖ్యమైన మార్పును తెచ్చారు. అదే నూతన బ్రాహ్మణమతంగా ఆవిర్భవించింది. బ్రాహ్మణులందరూ బుద్ధుడి మూల సిద్ధాంతాలకు ఉద్దేశపూర్వకంగా వక్రభాష్యాలు చెప్పి మహాయాన బౌద్ధశాఖను ఏర్పాటు చేశారు. వైదిక మతం నుండి వేరుపడినప్పటికీ, పైకి పాక్షిక మతంగా కనిపించినప్పటికీ మౌలికంగా మహాయాన శాఖ నూతన బ్రాహ్మణమతానికి పుట్టిన బిడ్డే. ఈ బ్రాహ్మణుల ఎత్తుగడకు వ్యతిరేకంగా సిసలైన బౌద్ధులు గొప్పగా పోరాడినప్పటికీ వారి చర్యలను నిలువరించలేకపోయారు. మహాయాన శాఖ ముసుగులో బ్రాహ్మణులు ఉద్దేశపూర్వకంగా బౌద్ధ సిద్ధాంతాలకు చేస్తున్న వక్రభాష్యాలను, విష ప్రచారాన్ని ఆపలేకపోయారు. మహాయానశాఖకు

బ్రాహ్మణ పాలకవర్గం నుండి మద్దతు లభించింది. బ్రాహ్మణ పాలకవర్గమే భారతదేశంలో రాజకీయాధికారాన్ని పొంది ఆధిపత్యాన్ని చెలాయించింది.

క్రీస్తుపూర్వం రెండవ శతాబ్దంలో పుష్యమిత్రశుంగుడి కాలంలోనే మనుస్మృతి రచించబడింది. అశోకుడు నిషేధించిన మతపరమైన జంతుబలులను తిరిగి ప్రారంభించడానికి బ్రాహ్మణులకు సహాయం అందింది. భారతదేశంలో బ్రాహ్మణ నియంతృత్వం పరాకాష్ఠకు చేరిందనడానికి మనుస్మృతి తిరుగులేని సాక్ష్యంగా నిలుస్తుంది. మనువు బ్రాహ్మణ సామాజిక వ్యవస్థను గట్టిగా సమర్థించాడు. బ్రాహ్మణాధిపత్యాన్ని నిలబెట్టడానికే చట్టపరంగా బౌద్ధులను నిర్మూలించడానికి గట్టి చర్యలు చేపట్టాడు. బౌద్ధులను నాస్తికులని, మ్లేచ్ఛులని, హైతికులని నిందించాడు. నిరంతరం వారిని వేధించాడు. కుల వ్యవస్థను తిరస్కరించినందువల్ల బౌద్ధులతో ఎవరూ మాట్లాడరాదని ఆదేశించాడు. భగవద్గీత, పురాణాలు సైతం బౌద్ధులను హైతికులని నిందించాయి. పురాణాలు, మనుస్మృతి బౌద్ధాన్ని ఎందుకు వ్యతిరేకించాయి? బౌద్ధులు తమ వాదనతో పరలోకాలను, మత క్రతువులను, వేదాధికారాన్ని, వర్ణాశ్రమ ధర్మం యొక్క ఔచిత్యాన్ని రుజువుకు నిలబడని అంశాలుగా తేల్చినందువల్లనే. రామాయణ, మహాభారతాలలోను, ఇతర పురాణాలలోను బౌద్ధంపట్ల ఇదే విధమైన వ్యతిరేకత కనిపిస్తుంది.

బౌద్ధాన్ని నాశనం చేయడానికి బ్రాహ్మణులు ప్రధానంగా మూడు రకాలైన ఎత్తుగడలను ఉపయోగించారు.

1) థేరవాద బౌద్ధాన్ని (మూలబౌద్ధాన్ని) హింసతో నిర్మూలించడం.

2) బౌద్ధ ఉద్యమాభివృద్ధిని అడ్డుకోడానికి నూతన బ్రాహ్మణమతాన్ని సృష్టించడం.

**3)** బౌద్ధ సంఘాన్ని లోపలినుండే బ్రాహ్మణీకరించడం ద్వారా మహాయాన బౌద్ధశాఖను సృష్టించడం.

భారతదేశంలో బౌద్ధం పూర్తిగా నిర్మూలించబడేవరకు ఈ మూడు ముఖ్యమైన విధానాలనే ఏకకాలంలో అవలంబించారు. మహాయాన బౌద్ధ ఆవిర్భావాన్ని విశ్లేషించడానికి ముందే భారతదేశంలో నాస్తికత్వంగా వున్న బౌద్ధాన్ని ఎదుర్కోడానికి వేదమతం ఎలా రూపుమార్చుకొన్నదో, నూతన బ్రాహ్మణమతం ఎలా ఏర్పడిందో పరిశీలించవలసి ఉంది. నూతన బ్రాహ్మణమత చారిత్రక నేపథ్యంలో మహాయాన బౌద్ధశాఖ ఎలా ప్రారంభమైందో తెలుసుకోవడంపై మనం దృష్టిని కేంద్రీకరించాలి.

బౌద్ధం, జైనం, చార్వాకం వంటి ఉద్యమాల విజృంభణతో వేదమతం **1,80,000** శాతవాహనులుగా పాలకులయ్యారు. శుంగులుగా సైనికాధికారులయ్యారు. అశోకుడి మరణం తరువాత అవకాశం చూసి భారతదేశమంతటా రాజ్యాధికారాన్ని కైవసం చేసుకున్నారు. బౌద్ధుడైన మినాండర్ పాలిస్తున్న పంజాబ్ మినహా భారతదేశమంతటా రాజకీయాధికారాన్ని సాధించిన బ్రాహ్మణులకు వారి మతాన్ని తీర్చిదిద్దుకోవడానికి గొప్ప అవకాశం లభించింది..[37] బ్రాహ్మణమతాన్ని నూతనంగా తీర్చిదిద్దడానికి, కారణం బౌద్ధానికి ప్రధాన శత్రువుగా నిలపాలనే కోరికే..[38] బౌద్ధ ఉద్యమశక్తిని ఎదిరించడానికి, బౌద్ధప్రాచుర్యాన్ని అరికట్టడానికి వీలుగా పురాణాలను, ధర్మశాస్త్రాలను మార్చివేశారు..[39] అలాగే బ్రాహ్మణ సిద్ధాంతాలను, ఆచారాలను మార్చివేశారు. వారి సంస్కరణ, మతప్రచారం అంతా ఒక పథకం ప్రకారమే జరిగింది..[40] మనువు పథకం ఆధారంగా మూల బౌద్ధాన్ని అణచివేయడానికి రాజ్యం చట్టపరంగా గట్టి చర్యలు చేపట్టింది. అందువల్ల

[37] Kosambi, D.D; An Introduction to the Study of Indian History, P.259
[38] Abid Hussian, The National Culture of India, P.27
[39] Joshi, L.M; Studies in Budhist Culture of India, P.27
[40] Abid Hussian, The National Culture of India, P.27

నాస్తికమైన బౌద్ధాన్ని ఎదుర్కోడానికి వైదిక మతం చేపట్టిన సంస్కరణను 'నూతన బ్రాహ్మణమతం'గా పిలువవచ్చు.

వైదికమతం యజ్ఞయాగాది క్రతువుల సిద్ధాంతం మీద ఆధారపడిందని, ఇంద్రుడు, వరుణుడు వంటి పురాతన వైదిక దేవుళ్లను ఆరాధిస్తుందని అందరికీ బాగా తెలిసిందే. బౌద్ధం, జైనం, జంతుబలులను నిషేధించే అశోకుడి ధర్మ విధానం వంటి వాటి విజృంభణ వల్ల వైదికాచారాలు కనుమరుగైనాయి. అందువల్లనే బ్రాహ్మణులు వైదిక క్రతువులతో, ఆచారాలతో కూడిన పాత బ్రాహ్మణ మతం స్థానంలో నూతన బ్రాహ్మణమతాన్ని తీసుకొచ్చారు. నూతన బ్రాహ్మణ మతంలో వైదిక జంతుబలుల ఆచారాన్ని దేవతలకు సమర్పించే కానుకలకు ప్రతీకలుగా మార్చి వేశారు. బౌద్ధానికి వ్యతిరేకంగా జరిపిన పోరాటంలో బ్రాహ్మణులు ఆశించినప్పటికీ వైదిక దేవతలైన ఇంద్రుని వంటివారు పనికి రాకుండాపోయారు. భారతదేశంలో శాతవాహనులు, శుంగుల ఆధ్వర్యంలో బ్రాహ్మణులు రాజకీయాధికారాన్ని చెలాయించ గలిగినందువల్లనే నూతన బ్రాహ్మణమతం విజయం సాధించగలిగింది. అది వ్యాపించడానికి, విజయం పొందడానికి ప్రభుత్వ యంత్రాంగం మనుధర్మాన్ని బలవంతంగా, కచ్చితంగా అమలు చేసింది. శాంతియుత పద్ధతులకు స్వస్తి చెప్పింది. శుంగుల, శాతవాహనుల పాలనలో బౌద్ధ ఉద్యమానికి వ్యతిరేకంగా బయలుదేరిన నూతన బ్రాహ్మణమతాన్ని బౌద్ధం తీవ్రంగా విమర్శించింది. శాతవాహన రాజైన గౌతమీ పుత్రశాతకర్ణి 'ఏకబ్రాహ్మణ', 'వర్ణాశ్రమధర్మ పరిత్రాత' అనే బిరుదులు పొందాడు. పుష్యమిత్రశుంగుడు బౌద్ధాన్ని అణచివేయడానికి దారుణమైన హింసకు పాల్పడ్డాడు. వారి పాలనాకాలంలో బౌద్ధాన్ని నాశనం చేయడానికి నిరంతరం హింసాత్మక విధానాలనే ప్రయోగించారు. వారి విజయ రహస్యమిదే.

బౌద్ధం మీద దాడి చేయడానికై పాత మతం నూతన బ్రాహ్మణమతంగా ఎలా రూపుదిద్దుకున్నదో ఇప్పుడు స్థూలంగా విశ్లేషించుకుందాం.

నూతన బ్రాహ్మణమతం యొక్క లక్షణాలను స్థూలంగా ఈ క్రింది విధంగా తెలుపవచ్చు :

**1)** అవతారాల సిద్ధాంతం

**2)** పౌరాణిక, ఇతిహాస ఆస్తికవాదం

**3)** భాగవత సాంప్రదాయం

**4)** వైష్ణవ మతం

**5)** శైవమతం

**6)** దేవాలయాల నిర్మాణ కార్యక్రమం

**7)** బౌద్ధ ఆదిమజాతుల బ్రాహ్మణీకరణ

**8)** సంస్కృత భాషా పునరుద్ధరణ

**9)** బ్రాహ్మణ కల్పిత గాథలు

**1)** అవతారాల సిద్ధాంతం :

బౌద్ధాన్ని నాశనం చేయడంలో అగ్రగణ్యుడైన పుష్యమిత్రశుంగుని ఆస్థానంలో వున్న పతంజలి అవతారాల సిద్ధాంతాన్ని మొదటిసారిగా వెలుగులోకి తెచ్చాడు. తరువాత దీన్ని భగవద్గీతలో స్పష్టంగా పేర్కొంటూ గొప్పగా వర్ణించారు. తత్ఫలితంగా భిన్న మతశాఖలకు చెందిన బ్రాహ్మణులందరూ కలిసిపోయి ఏకమయ్యారు. బ్రాహ్మణులు కపిలుడిని విష్ణు అవతారంగా చిత్రించారు. అవతారాల సిద్ధాంతం ద్వారా సమ్మిళితమైన భిన్నమతశాఖలే నూతన బ్రాహ్మణమతంగా రూపొందాయి. అటువంటి సమ్మిళిత నూతన బ్రాహ్మణ మతానికి భగవద్గీత ప్రమాణంగా నిలిచింది.

భగవద్గీత నూతన బ్రాహ్మణ మతానికి గొప్ప సాధనంగా వుండి భిన్నశాఖలకు చెందిన బ్రాహ్మణులకు, బ్రాహ్మణ వ్యతిరేకులకు మధ్య సమన్వయం సాధించింది. ఆదివాస ప్రజల సాంస్కృతిక చిహ్నాలైన చేప, తాబేలు వంటి వాటిని విష్ణు అవతారాలుగా చిత్రించడం ద్వారా వారిని కుల వ్యవస్థలో భాగంగా చేసుకోడానికి ఈ అవతారాల సిద్ధాంతం బాగా ఉపయోగపడింది.

**2)** పౌరాణిక, ఇతిహాస ఆస్తికవాదం :

**18** పురాణాలు మొదటిసారిగా పుష్యమిత్ర శుంగుడి ఆస్థానంలో రచించబడ్డాయి. తరువాత అనేకసార్లు వాటిని మార్చడం, పెంచడం జరిగింది. నూతన బ్రాహ్మణమతానికి ఆధారంగా నిలిచిన పౌరాణిక ఆస్తికవాదం క్రీ.పూ. రెండవ శతాబ్దం నుండే రూపుదిద్దుకొంది. క్రీ.శ. **4**వ శతాబ్దంలో గుప్తుల కాలంలోనే అది పరిపూర్ణంగా అభివృద్ధి చెంది, అందరినీ ఆకట్టుకొని జాతీయ స్థాయిలో ఆధిపత్యాన్ని చెలాయించింది. పౌరాణిక ఆస్తికవాదం యొక్క ప్రధాన లక్ష్యం నాస్తికమైన బౌద్ధం మీద దాడిచేయడమే. భగవద్గీతలో, పురాణాలలో బుద్ధుడిని విష్ణుమూర్తి అవతారంగా మార్చివేశారు. నీలమత పురాణంలో వైశాఖమాసంలో వచ్చే బుద్ధుడి జన్మదినాన్ని ఒక పండుగలా భావించి ఆరాధించడం కనిపిస్తుంది. బుద్ధుడిని జగద్గురువుగా, జగన్నాథుడిగా వర్ణించడం జరిగింది. భగవంతుడే శుద్ధోధనుని పుత్రుడిగా జన్మించి రాక్షసులు వైదిక ధర్మం మాని బౌద్ధులుగా మారేటట్లు మాయ చేశాడని అగ్ని పురాణం పేర్కొంటున్నది. పౌరాణిక ఆస్తికవాదం విదేశీయులను బౌద్ధ ప్రభావం నుండి బయటకు లాగి, వారిని కుల వ్యవస్థలో కలుపుకుంది. మొదట్లో విదేశీయులందరూ బుద్ధుని సమానత్వ సిద్ధాంతానికి ఆకర్షితులై బౌద్ధంలో చేరారు. ఆ తరువాత బ్రాహ్మణులు తప్పును తెలుసుకొని దూరమైన విదేశీపాలక వర్గాన్ని చేరదీసి వారిని

బ్రాహ్మణ లేదా క్షత్రియ కులంలో చేర్చుకున్నారు. మిగతా వారిని శూద్రకులంలో ఉంచారు. విదేశీయులను బ్రాహ్మణ సామాజిక వ్యవస్థలో చేర్చుకోవడం కేవలం బౌద్ధాన్ని నాశనం చేయడానికే. పురాణాలు అనేక కల్పనలు చేశాయి. పురాణాలలో పేర్కొన్న దేవుళ్లు, ఋషులు తమ వంశ పూర్వీకులని అందరినీ నమ్మించాయి. పౌరాణిక ఆస్తికవాదం నూతన బ్రాహ్మణ మతాన్ని అన్ని రంగాలలోకి తీసుకొచ్చింది. విగ్రహారాధనను, ప్రకృతినే దైవంగా భావించడాన్ని, పండుగలను, ఆచారాలను, మూఢవిశ్వాసాలను తీసుకొచ్చింది. ఆ దశలో వేదాలకంటె పురాణాలే గొప్పగా పరిగణించబడ్డాయి. పురాణాలు వచ్చినందువల్ల వేదాలు విశ్రాంతి తీసుకుంటున్నాయని నారద పురాణం పేర్కొంటోంది. పౌరాణిక మతం ఎల్లప్పుడూ కులవ్యవస్థ మీదనే నొక్కుపెట్టింది. పురాణాలు అనేక వ్రతాలను, తీర్థాలను, దానాలను ప్రవేశపెట్టాయి. సుప్రసిద్ధ బౌద్ధ కేంద్రాలలాగే అనేక తీర్థాలు, క్షేత్రాలు వెలిశాయి. బ్రాహ్మణులకు దానధర్మాలు చేయడంవల్ల మేలు జరుగుతుందని పురాణాలు విపరీతంగా ప్రచారం చేశాయి. ఈ దాన ధర్మాలవల్ల దాతకు పుణ్యం లభిస్తుందని చెప్పడమే వాటి లక్ష్యం. ఈ కారణం వల్లనే మధ్యయుగాల రాజులు బ్రాహ్మణులకు భూములు దానం చేశారు. మధ్యయుగాల భూస్వామ్య విధానంలో బ్రాహ్మణులు చాలా భూములు దానంగా పొందగలిగారు.

**3)** భాగవత సాంప్రదాయం :

వైదిక సాంప్రదాయంలో దేవుళ్ళందరూ సమానంగా ఆరాధించబడ్డారు. భాగవత సాంప్రదాయంలో, పౌరాణిక ఆస్తికవాదంలో భక్తుడు ఒక దేవుణ్ణిగాని, దేవతనుగాని ఎంపికచేసుకుని ఆరాధిస్తాడు. నూతన బ్రాహ్మణమతంలో వచ్చిన ముఖ్యమైన, విప్లవాత్మకమైన మార్పుగా దీన్ని పరిగణించాలి. బ్రాహ్మణమతానికి, బౌద్ధానికి

జరిగిన జీవన్మరణ పోరాటంలో భాగవత సాంప్రదాయం బహుళ ప్రాచర్యం పొందింది. నాస్తికమైన బౌద్ధాన్ని ఎదుర్కోడానికి బ్రాహ్మణులు ఏకేశ్వర భాగవత సాంప్రదాయాన్ని అనుసరించారు. బుద్ధుడిని దైవావతారంగా చిత్రించి, అతని చుట్టూ అనేక కట్టుకథలను అల్లడం ద్వారా భాగవత సాంప్రదాయాన్ని పటిష్టంగా ప్రయోగించి నాస్తికమైన బౌద్ధం అభివృద్ధి చెందకుండా ఆపగలిగారు.

**4)** వైష్ణవమతం :

నిజానికి విష్ణువు వైదిక దేవుడు. అయితే వేదాలలోని చాలామంది దేవుళ్లలో అతడూ ఒకడేగాని సర్వోన్నతుడు కాడు. తరువాత నూతన బ్రాహ్మణమతంలోని బ్రాహ్మణులు విష్ణువును సర్వోన్నత దైవంగా ప్రచారం చేశారు. వైష్ణవమతానికి భాగవత సాంప్రదాయంతో సన్నిహిత సంబంధం ఉంది. బౌద్ధాన్ని ఎదుర్కోడానికి వైష్ణవ మతాన్ని బాగా వాడుకున్నారు. విష్ణు పురాణం, మత్స్యపురాణం బుద్ధుడిని విష్ణువు అవతారంగా గుర్తించాయి. మౌలికంగా భాగవత సాంప్రదాయంమీద ఆధారపడిన వైష్ణవమతం బుద్ధుడి విగ్రహాన్ని ఆరాధించడాన్ని ప్రవేశపెట్టింది. ఆ విధంగా వారు బుద్ధుడిని తమ దేవుళ్లలో ఒకడిగా అంగీకరించి బ్రాహ్మణీకరించారు.

**5)** శైవమతం :

మొదట్లో శివుడు ఆర్యేతర దేవుడు. ఈ విషయాన్ని సింధూ నాగరికత త్రవ్వకాలలో బయల్పడిన శివుని ప్రతిమలు స్పష్టం చేస్తున్నాయి. బౌద్ధానికి పూర్వమే శైవమతం బ్రాహ్మణులతో ముడిపడి వుంది. బ్రాహ్మణులు ఈ మతాన్ని ఉపయోగించి బౌద్ధం ముసుగులో వజ్రయానాన్ని సృష్టించారు.

**6)** నూతన బ్రాహ్మణ మతానికి కేంద్రంగా దేవాలయం :

దేవాలయాన్ని నూతన బ్రాహ్మణమతానికి కేంద్రంగా చేశారు. భారతదేశంలో ప్రముఖ బౌద్ధ కేంద్రాల శిథిలాలమీద అనేక దేవాలయాలను నిర్మించారు. బ్రాహ్మణులు బౌద్ధారామాలను ధ్వంసం చేసి ఆ బౌద్ధ క్షేత్రాలమీద వారి దేవాలయాలను నిర్మించారు. అటువంటి దేవాలయాలలోనే బ్రాహ్మణులు బుద్ధుడి విగ్రహాలను పెట్టి ఆరాధించడం ప్రారంభించారు. ఇది ఆసక్తికరమైన అంశం. ఒకవైపు మూల బౌద్ధాన్ని హింసాత్మకంగా నిర్మూలిస్తూనే మరోవైపు బుద్ధుడిని, అతని తత్వాన్ని బ్రాహ్మణీకరించారు. అతడిని వారి దేవుళ్లలో ఒకడిగా, విష్ణువు అవతారంగా ఆమోదించారు.

**7)** బౌద్ధ ఆదిమజాతుల బ్రాహ్మణీకరణ :

భారతదేశమంతటా ఆదిమ జాతుల ప్రజలలో బౌద్ధం బాగా వ్యాపించిందనడానికి కావలసినన్ని ఆధారాలు లభ్యమవుతున్నాయి. బౌద్ధ మూలాలనుండే ఈ ఆధారాలు దొరుకుతున్నాయి. ఆదిమ జాతుల ప్రజలలో బౌద్ధం కొన్ని ముఖ్యమైన మార్పులను తెచ్చింది. అవి :

**1)** మొదట ఆదిమజాతుల ప్రజలలో నెలకొనివున్న జంతుబలులను, సంబంధిత ఆచారాలను తొలగించింది. అదేవిధంగా వారిలోని మతపరమైన సంప్రదాయాలను, చిహ్నాలను తొలగించింది.

**2)** బౌద్ధం ఆదిమజాతుల ప్రజలలో గొప్ప విశ్వమానవ స్ఫూర్తిని సృష్టించింది.

**3)** అది ఆదిమ జాతులలో బ్రాహ్మణమతం, కులవ్యవస్థ వ్యాపించకుండా బలమైన శక్తిగా నిలబడి అడ్డగించింది.

అయితే నూతన బ్రాహ్మణమతం ఆధ్వర్యంలో బ్రాహ్మణులు ప్రభుత్వ యంత్రాంగం సహాయంతో బౌద్ధాన్ని నాశనం చేయడం ద్వారా ఆదిమ జాతుల ప్రజలందరినీ

పూర్తిగా కులవ్యవస్థలోకి తెచ్చారు. బౌద్ధాన్ని నిర్మూలించాలనే ముఖ్యోద్దేశంతోనే ఆదిమ జాతుల ప్రజలను బ్రాహ్మణీకరించారు. ఈ ప్రక్రియను విశ్లేషించడానికి మనం నాగ, మరియు యక్ష పేర్లతో కొనసాగే రెండు ఆదిమ జాతులను పరిశీలిద్దాం.

నాగ అనే పదం అడవులలో నివసించే ఆటవిక జాతుల నుండి పుట్టింది. ఆ ఆటవిక తెగకు నాగుపాము చిహ్నంగా వుండొచ్చు లేదా వుండకపోవచ్చు. భారతదేశంలోని ఆర్యేతర తెగలలో నాగతెగకు చెందినవారే బుద్ధుడి గురించి, అతని బోధల గురించి ప్రత్యేకమైన శ్రద్ధాసక్తులను కలిగివున్నట్లు కనిపిస్తుంది. నాగ తెగవారు బుద్ధుడి అవశేషాలలో కొన్నిటిని పొంది వాటిమీద రామగామ అనే ప్రాంతంలో స్థూపాన్ని నిర్మించారు. బౌద్ధ శిల్పాలలో ఎక్కువగా నాగతెగవారు నిర్మించినవే. సుప్రసిద్ధ బౌద్ధ విహారాలుగా పేరొందిన నలందా, సాంకస్యల మూలాలు నాగతెగ ఆచారాలకు చెందినవే.

భారతదేశంలోని నాగతెగల వారిని బ్రాహ్మణీకరించడానికి నూతన బ్రాహ్మణమతం గట్టి కృషి చేసింది. ఆ క్రమంలోనే నాగతెగ గురించి మహాభారతంలోను, పురాణాలలోను అసంఖ్యాకమైన కట్టుకథలను అల్లింది.

భారతదేశంలోని నాగతెగల వారిని నాశనం చేయడానికే కొందరు బ్రాహ్మణులు తొలిసారిగా గూఢచారులుగా నాగతెగలోకి ప్రవేశించారు. కొందరు వారితో కులాంతర వివాహాలు కూడా చేసుకున్నారు. బ్రాహ్మణులు నాగతెగలవారికి వ్యవసాయాన్ని పరిచయంచేసి, వ్యక్తిగత ఆస్తిని ప్రవేశపెట్టారు. వారిని తమ మతంలో చేర్చుకోడానికే మహాభారతం వారిచుట్టూ చాలా కట్టుకథలను కల్పించింది. నాగతెగ చిహ్నమైన నాగుపాము భూమి నీటిలో మునిగిపోకుండా తన తలపై మోస్తున్నట్లు ప్రచారం కల్పించారు. నాగుపామే నీటిమీద పడుకున్న విష్ణుమూర్తికి పరుపుగా, శివుని మెడలో హారంగా, గణేశుడి చేతిలో ఆయుధంగా చిత్రించారు. కాశ్మీరులోని

నాగజాతులవారిని బౌద్ధానికి దూరంచేసి బ్రాహ్మణులు పుంజుకున్నారు. నాగతెగ వారిని తమలో కలుపుకోడానికై వారు నాగ నీలమత పురాణాన్ని కూడా సృష్టించారు. ఆ విధంగా భారతదేశమంతటా బౌద్ధం తొలగించిన నాగతెగ ఆచారాలన్నిటినీ బ్రాహ్మణులు పునరుద్ధరించారు. ఏనుగు తల కలిగిన వినాయకుడిని బుద్ధుడి ప్రతిరూపంగా మార్చారు. గణాలలో ప్రాచుర్యం పొందిన బౌద్ధాన్ని బ్రాహ్మణీకరించడానికి గణనాయకుల దేవుడైన గణపతిని బుద్ధుడిగా చిత్రించారు. బుద్ధుడు తన ముఖ్య శిష్యుడైన ఆనందునికి చెప్పాడని 'గణపతి మంత్రాన్ని' సృష్టించారు. బుద్ధుడికి ప్రతీకగా భావించడానికి ముందే గణపతిని శివలింగంతోను, మాతృ ఆరాధనతోను ముడిపెట్టారు. గణపతి అనే పదం శివుడి పేరే. ప్రారంభంలో బుద్ధుడిని శివుడితో ముడిపెట్టారు. తరువాత విష్ణు అవతారంగా చిత్రించారు. కొన్ని తెగలు వర్ణధర్మాన్ని తిరస్కరించినందువల్ల వాటిని 'వ్రత్యగణా'లన్నారు. అటువంటి తెగలను బ్రాహ్మణీకరించడానికి బ్రాహ్మణులు 'వ్రత్యస్తోమ', 'హిరణ్య గర్భవ్రత' వంటి వాటిని రూపొందించారు. హిరణ్య గర్భ వ్రతాన్ని పురాణాలు సైతం వర్ణించాయి. ఈ వ్రతంలో తెగ నాయకుడిని తల్లి గర్భంగా భావించిన ఒక బంగారు కుండలో ఉంచుతారు. అప్పుడు పురోహితులు గర్భానికి సంబంధించిన మంత్రాలను వల్లిస్తారు. తెగ నాయకుడు పునర్జన్మించినట్లుగా భావించి అతడిని క్షత్రియుడిగానో, లేదా బ్రాహ్మణుడిగానో మార్చి కుల వ్యవస్థలో చేరుస్తారు. తెగలో మిగిలిన వారినందరినీ శూద్రకులస్తులుగా మార్చి కులవ్యవస్థలో చేరుస్తారు. ఈ విధంగా దక్షిణ భారతదేశంలోని అనేక తెగల రాజులను 'బంగారు కడుపు' (హిరణ్యగర్భ) వ్రతం ద్వారా మార్చి కుల వ్యవస్థలో చేర్చుకున్నారు. ఇది బ్రాహ్మణులకు శక్తివంతమైన సాధనంగా ఉపయోగపడింది. అశోకుడి కాలంలో బౌద్ధ ధర్మాన్ని పాటించే తెగలవారినందరినీ నూతన బ్రాహ్మణమతంపై తెల్పిన విధంగా మార్చివేసి కుల

వ్యవస్థలో చేర్చుకుంది. భారతదేశంలో బుద్ధుడు, అశోకుడు అన్ని తెగల వారిని నాగరీకులుగా, సామాజికులుగా మార్చే కార్యక్రమం పూర్తిగా ఆగిపోయింది. అవి మళ్లీ ఎప్పుడూ కొనసాగలేదు.

**8)** సంస్కృత భాషా పునరుద్ధరణ :

బౌద్ధంలో మరుగున పడిపోయిన సంస్కృత భాషను బ్రాహ్మణులు స్వీకరించి నూతన బ్రాహ్మణమతం ద్వారా పునరుద్ధరించారు. బ్రాహ్మణ మతాధిపత్యం ఎల్లప్పుడూ సంస్కృత భాషాధిపత్యంతో ముడిపడి వుంది. సంస్కృతం ఏనాడూ సామాన్య ప్రజల భాషగా వుండలేదు. అది ఎల్లప్పుడూ అగ్రవర్ణాలకే పరిమితమైంది. బౌద్ధం సంస్కృతానికి బదులుగా పాళీభాషను ఎంపికచేసుకుంది. అసలైన మూల బౌద్ధ సాహిత్యమంతా పాళీ భాషలో రచించబడింది. వైదిక సాహిత్యమంతా సంస్కృత భాషలో వుంది. సంస్కృత భాషను దేవభాషగా బ్రాహ్మణులు ప్రచారం చేశారు. మహాయాన బౌద్ధశాఖ సాహిత్యమంతా సంస్కృతంలోనే రాయబడింది. బౌద్ధం మీద నూతన బ్రాహ్మణమతం విజయం సాధించడమనేది పాళీ భాషమీద సంస్కృత భాషా విజయంతో ముడిపడి వుంది.

**9)** బ్రాహ్మణ కల్పిత గాథలు :

పురాణాలు, ఇతిహాసాలు, భగవద్గీత, మరియు ఇతర బండెడు సాహిత్యం ద్వారా బ్రాహ్మణులు కల్పించిన కట్టుకథలే నూతన బ్రాహ్మణమతం వ్యాపించడానికి బాగా తోడ్పడ్డాయి. మహాయానశాఖలో కూడా అటువంటి కల్పనలను సృష్టించడం జరిగింది. మహాయాన బౌద్ధంలో అనేక కట్టుకథలను అల్లడం ద్వారా బుద్ధుడికి భగవంతుడి స్థాయిని కల్పించారు.

మినాండర్, కనిష్క, హర్ష వంటి రాజులు తప్ప మౌర్యవంశ తదనంతర రాజులందరూ బౌద్ధం పూర్తిగా నాశనమయ్యేంతవరకు నూతన బ్రాహ్మణమతాన్నే ఆరాధించారు. అసలైన బౌద్ధాన్ని (హీనయానం) రూపుమాపి నూతన బ్రాహ్మణ మతం వ్యాప్తిచెందడానికి, విజయం సాధించడానికి వారు చేపట్టిన హింసాత్మక చర్యలే బాగా ఉపయోగపడ్డాయి.

*************

# 4. మహాయానం - ముసుగువేసుకున్న వేదాంతం

మహాయానమంటే బౌద్ధంలో వచ్చిన సహజమైన ఉన్నతమైన పరిణామమని సాధారణంగా భావిస్తారు. మనం బుద్ధుడి తాత్విక సిద్ధాంతాలను, మహాయాన సిద్ధాంతాలను జాగ్రత్తగా పరిశీలిస్తే అవి రెండూ పరస్పర విరుద్ధమైనవని తెలుస్తోంది. బుద్ధుడు పీడితప్రజల పోరాట యోధుడైతే, చరిత్రలో మహాయానం పాలకవర్గ ప్రయోజనాలకోసమే పాటుపడింది. పీడితప్రజల పక్షంగా వున్న తత్వం పీడించే ప్రజల తత్వంగా ఎందుకు మారింది? ఎలా మారింది? ఈ మార్పు విద్యావంతుల్లో సరిగా ప్రచారం కాలేదు. భిన్న కోణాలలో సమగ్రమైన దృక్పథంతో బౌద్ధాన్ని అర్థం చేసుకోవలసి వుంటుంది. ఈ విషయాన్ని దృష్టిలో పెట్టుకొని మహాయానశాఖ ఆవిర్భావాన్ని పరిశీలించాలి.

ఆంధ్రలో శాతవాహనుల కాలంలోనే మహాయానశాఖ ఆవిర్భవించింది. బౌద్ధం తీవ్రంగా నిరసించిన బ్రాహ్మణ వ్యవస్థలన్నింటినీ బ్రాహ్మణులైన శాతవాహనులు పునరుద్ధరించారు. శాతవాహనులు ప్రారంభం నుండే బ్రాహ్మణ ధర్మాన్ని పాటించినట్లు మనం గమనించవచ్చు. శాతకర్ణి (క్రీ.పూ. **197-179)** అనేక వైదిక యాగాలను నిర్వహించాడు..[1] బ్రాహ్మణాభివృద్ధికి తోడ్పడడం వల్ల, కుల సాంకర్యాన్ని ఆపడం వల్ల గౌతమీపుత్ర శాతకర్ణి 'వర్ణాశ్రమ ధర్మ పరిత్రాత', 'ఏకబ్రాహ్మణ' అనే బిరుదులను పొందాడు. శాతవాహనులు అనేక

---

[1] Hanumantha Rao, B.S.L, the Age of Satavahanas, P.11

యజ్ఞయాగాదులను నిర్వహించారు. నాగార్జునుని అభిమానించే "యజ్ఞశ్రీ శాతకర్ణి' పేరును బట్టే అతనికున్న వైదికాచార సాంప్రదాయాలపట్లగల ఆసక్తిని తెలుసుకోవచ్చు. ఆ రాజులందరూ బ్రాహ్మణమతాభివృద్ధికి తోడ్పడ్డారు. బ్రాహ్మణులు అధిక సంఖ్యలో వుండి, ఉన్నతమైన గౌరవాన్ని పొందినట్లు ఆనాటి శాసనాలను బట్టి తెలుసుకోవచ్చు. నాటి పాలకులు బ్రాహ్మణులను బాగా గౌరవించి వారికి విలువైన బహుమానాలిచ్చినట్లు తెలుస్తోంది. శాతవాహనులు గ్రామాలను, భూములను బహుమతిగా ఇచ్చినందువల్ల బ్రాహ్మణులు సమాజంలో ఉన్నతవర్గంగా అధికారాలను అనుభవించారు..[2]

అదే సమయంలో పాలకవర్గం మహాసాంఘికులకు బాగా సహకరించింది. మహాసాంఘికులే తరువాత మహాయానులుగా రూపాంతరం చెందారు. మహాయానాన్ని, బ్రాహ్మణ మతాన్ని శాతవాహనులు ఏక కాలంలో పోషించినందు వల్ల కొంతమంది చరిత్రకారులు వారిది లౌకిక విధానమని ప్రచారం చేస్తున్నారు. మహాయానం రాజాదరణ పొందడానికి కారణం బౌద్ధం ముసుగులో అది బ్రాహ్మణతత్వాన్ని కలిగి వుండడమే. మహాయానతత్వం, మతం మొత్తం బౌద్ధం ముసుగులో వున్న బ్రాహ్మణ మతమే. పాలకవర్గ ప్రయోజనాలను కాపాడటానికే శాతవాహనులు మహాయానాన్ని బాగా వాడుకున్నారు, పాలకవర్గాల ప్రయోజనాలను కాపాడటానికే దాన్ని బాగా ఆదరించారు. శాతవాహన రాజులలో గొప్ప బ్రాహ్మణ మతోద్ధారకుడైన గౌతమీపుత్ర శాతకర్ణి మహాసాంఘికులకు భూములను దానంగా ఇచ్చాడు.

మహాయానశాఖ నాగార్జునుడు ఆకస్మికంగా సృష్టించింది కాదు. దాని వెనుక బ్రాహ్మణుల ఎత్తుగడలతో కూడిన సుదీర్ఘ ప్రక్రియ ఉంది. అటువంటి

[2] Hanumantha Rao, B.S.L, the Age of Satavahanas, P.12

ఎత్తుగడలను అశోకుడు అణచివేశాడు. అందువల్ల శాతవాహనులకంటె ముందున్న కాలంలో అవి విజయవంతం కాలేకపోయాయి.

అశోకుడి జీవితకాలంలోనే బ్రాహ్మణులు వైతుల్యకుల పేరుతో పసుపురంగు వస్త్రాలు ధరించి బౌద్ధంలో చేరి దాన్ని లోపలినుండే నాశనం చేయాలనుకున్నారని మనం ఇదివరకే తెలుసుకున్నాం. వారు ప్రత్యేకంగా 'వైతుల్యపిటక' అనే దాన్ని సంస్కృతంలో రచించారు. బుద్ధుడు తుస్సిక స్వర్గంలో జన్మించాడని, ఏనాడూ భూమికి దిగిరాలేదని, అతడి మానసికాంశంగా వున్న ఆనందుడే ధర్మాన్ని బోధించాడని వారు భావించారు. వైతుల్య సూత్రాలే మహాయాన సూత్రాలని మనం గమనించాం. అందువల్ల వైతుల్యక బ్రాహ్మణులే మహాయానానికి పూర్వీకులైనారు.

ఎ.బి.కైత్ సరిగా ఇలా పేర్కొన్నాడు.

"మహాయాన వాదాన్ని మోసగాళ్లయిన వైతుల్యకులలోనే చూడవచ్చు. కొన్ని రాతప్రతులలో వారిని మహాశూన్యాన్ని బోధించే వారిగా (మహాశూన్యవాదులు) వర్ణించారు. అదే విధంగా మహాయానసూత్రాల వర్ణన వైతుల్యక సూత్రాలవర్ణనతో పోల్చి చూపడానికి ప్రయత్నం జరిగింది"..[3]

మహాయాన మరియు వైతుల్య సూత్రాలు అనే రెండు పదాలు సమానార్థంలో వాడబడుతున్నాయి..[4] వైతుల్య అనే పదం వైపుల్య అనే పదం నుండి వచ్చిందే. ఈ రెండు పదాలు మహాయాన అనే పదంతో ముడిపడి వున్నవే..[5] మహా సాంఘికులు మహాయానులుగా రూపొందడంలో రెండవ శతాబ్దం నుండే వైతుల్యక బ్రాహ్మణులు గొప్ప పాత్రను నిర్వహించారు.

[3] Keith, A.B, Budhist Philosophy in India and Cylon, P.75
[4] Keith, A.B, Budhist Philosophy in India and Cylon, P.223
[5] Dube, S.N. Cross Currents in Early Budhism, P.75

ఎస్.ఎన్. దూబె ఇలా చెప్పాడు.

మహా సాంఘికుల భావజాలంలో కొన్ని భావాలు క్రమంగా భావవాదంవైపు, పారమ్య భావనవైపు మొగ్గు చూపాయి. చివరికి అవన్నీ మహాయానంగా రూపాంతరం చెందాయి. బుద్ధుడిని మానవాతీతమైన, సంపూర్ణమైన భావాలకు ప్రతిరూపంగా చిత్రించారు. బౌద్ధంలో అరహంతగా వున్న ఆదర్శాన్ని 'బోధిసత్వ'గా మార్చివేశారు. తరువాతి కాలంలో ఈ మార్పులే మహాయాన తత్వంలో ముఖ్యాంశాలుగా రూపొందాయి. ఇవన్నీ వైతుల్యక బ్రాహ్మణుల పాత్ర వల్లనే సాధ్యమైనాయి. అందువల్లనే వైతుల్యకులు మహాయానానికి ఆద్యులయ్యారు..[6]

మహాయాన సంస్కృత గ్రంథాలను సృష్టించడంలో వైతుల్యక బ్రాహ్మణులే ప్రధాన పాత్రను పోషించినట్లు కనిపిస్తోంది..[7] పవిత్రమైన మహాయాన గ్రంథాలన్నిటిలోకి 'వైపుల్య సూత్ర' నుండి రూపొందిన 'లలిత విస్తర' గ్రంథమే మార్పు చెంది మహాయాన వైపుల్యక సూత్రంగా నిలిచింది..[8]

ప్రముఖ మహాయాన గ్రంథాలన్నీ సంస్కృతంలో రాయబడి బ్రాహ్మణ తత్వాన్ని కలిగివున్నాయి. సద్ధర్మ పుండరీక అనే గ్రంథంలో ప్రతి వాక్యం పౌరాణిక స్ఫూర్తిని కలిగి వున్నదే. సంస్కృతంలో రాయబడిన మహాయాన గ్రంథాలన్నీ బ్రాహ్మణ స్ఫూర్తిని కలిగి వున్నవేనని అమితాయుర్ధ్యాన అనే గ్రంథం పేర్కొంటుంది. ఆ గ్రంథం ఇంకా ఇలా పేర్కొంటోంది.

"ఎన్నో చెడ్డపనులు చేసిన వాడైనా వైపుల్యక సూత్రాల గురించి చెడుగా మాట్లాడకున్నా, అతడు మూర్ఖుడైవుండి తాను చేసిన చెడ్డపనుల గురించి పశ్చాత్తాపం ప్రకటించకున్నా, మరణించే సమయంలో మంచి బోధకుని నోటి నుండి మహాయాన

[6] Dube, S.N. Cross Currents in Early Budhism, P.217
[7] Nariman, J.K; Literary history of Sanskrit Budhism, P.19
[8] Keith, A.B, Budhist Philosophy in India and Cylon, P.223

గ్రంథంలోని **12** భాగాల శీర్షికల పేర్లను, సూత్రాలను వింటే అతడు చేసిన పాపాల నుండి విముక్తుడవుతాడు. అలా జరగని పక్షంలో అతడు వెయ్యి యుగాల వరకు జననమరణ చక్రంలో కూరుకుపోతాడు"..[9]

లంకావతారసుత్తలో రావణుడికి, బుద్ధుడికి మధ్య జరిగిన సంభాషణ గురించి వర్ణించబడింది. అందులో విజ్ఞానవాదుల ఆత్మాశ్రయ భావవాద తత్వాన్ని బుద్ధుడు ప్రత్యక్షంగా రావణుడికి బోధించినట్లు రాయబడింది. రామాయణంలో రాముడి శత్రువైన రావణాసురుడిని బుద్ధుడు దర్శించినట్లు పేర్కొనబడింది. రావణుడు మతసంబంధమైన అనేక ప్రశ్నలను బుద్ధుడిని అడిగాడు. బుద్ధుడు చెప్పిన సమాధానాలన్నీ విజ్ఞానవాదుల భావాలనే ప్రతిబింబిస్తున్నాయి. అవన్నీ ఆ గ్రంథంలోని పది అధ్యాయాలలోని భావాల సారాంశాన్ని తెలుపుతున్నాయి.

పదవ అధ్యాయంలో బుద్ధుడిలా అంటాడు.

"నేను నిర్వాణం పొందిన వంద సంవత్సరాల తరువాత మహాభారతాన్ని రచించే వ్యాసుడు జన్మిస్తాడు. పాండవులు, కౌరవులు, నందులు, మౌర్యులు, గుప్తులు, అధములైన మ్లేచ్ఛులు పాలకులవుతారు. హింసాత్మక సంఘటనలతో కూడిన ఆటవికుల ఆధిపత్యం ద్వారా కలియుగం ప్రారంభమవుతుంది"..[10]

ఈ విధంగా మహాయాన గ్రంథాల్లోకి వైదిక పురాణాలను చొప్పించడం ద్వారా వారి భావాలను ప్రచారం చేసుకున్నారనడానికి కావలసినన్ని ఆధారాలు లభిస్తున్నాయి. అశోకుడి కాలం నుండే వైదిక పురాణాలు మహాయాన గ్రంథాల్లోకి రావడం ప్రారంభమైంది. వైతుల్యకులు శతాబ్దాలుగా తమ ప్రయత్నాలను

[9] Nariman, J.K; Literary History of Sanskrit Budhism, P.71
[10] Nariman, J.K; Literary History of Sanskrit Budhism, P.80,81

కొనసాగించారు. క్రీ.శ. **545**వ సంవత్సరంలో కూడా అభయగిరి బౌద్ధ సన్యాసులలో వైతుల్యకులు కనిపిస్తారు. వారి ప్రయత్నాలనన్నిటినీ **6**వ శతాబ్దంలో శ్రీలంకలోని జ్యోతిపాలుడు బహిరంగంగా ఖండించి వారిని ఓడించాడు.

శ్రీలంకలో బౌద్ధాన్ని నాశనం చేయడానికి బ్రాహ్మణులు తీవ్రంగా కృషి చేశారు. శ్రీలంకలోని అభయగిరి బౌద్ధ విహారాన్ని తమ కేంద్రంగా చేసుకుని వైతుల్యక బ్రాహ్మణులు నాస్తికత్వంగా వున్న బౌద్ధాన్ని మూఢనమ్మకాలతో కూడిన మతంగా మార్చడానికి చాలా ప్రయత్నాలు చేసినట్లు శ్రీలంక బౌద్ధ చరిత్ర తెలియజేస్తున్నది. అయితే మహావిహార బౌద్ధారామంలోని సన్యాసులు వారి ప్రయత్నాలను గట్టిగా వ్యతిరేకించి అంతిమంగా వారిని ఓడించారు. శ్రీలంకలోని థేరవాద బౌద్ధులు 'వైతుల్యకపిటక' తప్పుడుబోధలు చేస్తోందని తిరస్కరించారు. బౌద్ధ సంఘంలో చేరిన బ్రాహ్మణులే మహాయానాన్ని సృష్టించారని జవహర్‌లాల్‌నెహ్రూ సరిగా పేర్కొన్నాడు.[11] బౌద్ధాన్ని లోపల నుండే నాశనం చేయడానికి బ్రాహ్మణులు అందులోకి దొంగతనంగా జొరబడ్డారు.[12] దానికోసం వారు బౌద్ధ మౌలిక సిద్ధాంతాలకు ఉద్దేశపూర్వకంగా వక్రభాష్యం చెప్పారు. అటువంటి వ్యాఖ్యానాలే క్రమంగా మహాయానికి దారితీశాయి. బౌద్ధాన్ని సమూలంగా మార్చివేసి దాన్ని ఆస్తిక మతంగా రూపొందించాయి.[13] అయితే బ్రాహ్మణ మతోద్ధారకులైన శాతవాహనుల ఆధ్వర్యంలోనే బ్రాహ్మణుల కుట్రపూరితమైన ఎత్తుగడలు విజయం సాధించాయి. శాతవాహనుల నాయకత్వంలోని బ్రాహ్మణుల రాజకీయాధిపత్యమే మహాయాన ఆవిర్భావం వెనుక దాగివున్న రహస్యం. అశోకుడి ధర్మవిధానంలో అది పూర్తిగా అణచివేయబడింది. శాతవాహనుల కాలంలో పునరుద్ధరించబడింది. నాస్తికమైన

[11] Jawarharlal Nerhru, Discovery of India, P.175
[12] Kosambi, D.D; An Introduction to the Study of Indian History, P.279
[13] Hanumantha Rao, B.S.L, Religion in Andhra, P.116

బౌద్ధం తీవ్రంగా ఖండించిన బ్రాహ్మణ సంస్థలన్నీ శాతవాహనుల కాలంలో మహాయాన ఆవిర్భావంతో పునరుద్ధరించబడ్డాయి.

ఆంధ్రలోనే మహాయానం పురుడు పోసుకుంది. బౌద్ధాన్ని లోపలినుండే దెబ్బతీయడానికి బ్రాహ్మణులకు ఆంధ్రయే బలమైన కేంద్రంగా వున్నట్లు కనిపిస్తోంది. మహాయానాన్ని స్థాపించిన నాగార్జునుడు బ్రాహ్మణుడని అందరూ అంగీకరిస్తారు. నాగార్జునుని జీవిత చరిత్రరాసిన కుమారజీవుడు, హ్యుయాన్‌సాంగ్ నాగార్జునుడు బ్రాహ్మణుడని తెలియజేస్తున్నారు. బ్రాహ్మణమతాన్ని ప్రచారం చేయడంలో నాగార్జునుడు అగ్రగణ్యుడు. బ్రాహ్మణమతం నుండే బౌద్ధంలోకి అతడు మారాడు. మోసపూరితంగా బౌద్ధంలోకి జొరబడిన నాగార్జునుడు బుద్ధుడి బోధలకు ఉద్దేశపూర్వకంగా వక్రభాష్యాలు చెప్పడం ద్వారా మహాయానాన్ని రూపొందించాడు.

గౌతమబుద్ధుడు స్వయంగా ఖండించిన సిద్ధాంతాలను నాగార్జునుడు బౌద్ధంలో ప్రవేశపెట్టాడు. బుద్ధుడు భౌతిక ప్రపంచం యొక్క వాస్తవాన్ని గుర్తించాడు. హేతువాదం, జీవితానుభవమే సరియైన జ్ఞానానికి మూలమని ప్రతిపాదించాడు. నాగార్జునుడు ఉద్దేశపూర్వకంగానే కార్యకారణ సిద్ధాంతాన్ని తొలగించి, భౌతిక ప్రపంచ అస్తిత్వాన్నే నిరాకరించాడు.

నాగార్జునుడిలా అన్నాడు.

"ప్రపంచంలో కనిపించే చరాచర వస్తువులన్నీ వాస్తవమైన అస్తిత్వాన్ని కలిగి వున్నవికావు. అవన్నీ అవాస్తవమైనవని గ్రహించిన వారే సత్యాన్ని దర్శించ గలుగుతారు. వారే మూర్తీభవించిన సత్యమైన బుద్ధుడిని దర్శించగలుగుతారు".[14]

గౌతమబుద్ధుడి ప్రాపంచికమైన భౌతిక అస్తిత్వాన్ని, చరిత్రను కూడా

---

[14] Nalinakshadutt, Mahayana Buddhism, P.85

నాగార్జునుడు తిరస్కరించాడు. అతడిలా అన్నాడు. "ప్రపంచంలోని జీవులే కాక, పునర్జన్మించే సాధుపుంగవులు, అందరూ భ్రమే. వారంతా కలలోని దృశ్యం వంటి వారే".[15]

అతడింకా ఇలా అన్నాడు.

"కలలో వాస్తవంగా ఉనికిలోలేని వాటిని వున్నట్లుగా చూస్తాము. ప్రాపంచిక వస్తువులు కూడా అంతే. అవన్నీ వాస్తవంగా ఉనికిలో లేకపోయినప్పటికీ వున్నట్లుగా వింటాం, చూస్తాం, తెలుసుకుంటాం".[16]

బుద్ధుడు ఉపనిషత్తులలోని ఆత్మవాదానికి వ్యతిరేకంగా తిరుగుబాటు చేశాడు. ప్రతిదీ మరోదానిపై ఆధారపడి వుంటుందనే సిద్ధాంతాన్ని (ప్రతీత్య సముత్పాదవాదం) రూపొందించాడు. ఆ సిద్ధాంతం వాస్తవమైన ప్రపంచం నిరంతరం పరిణామ ప్రక్రియలో కొనసాగుతుంటుందని తెలుపుతుంది. బుద్ధుడి మౌలిక సిద్ధాంతాలను నాగార్జునుడు వక్రమార్గం పట్టించాడు.

నాగార్జునుడిలా అంటాడు.

"బుద్ధుడు అస్తిత్వం గురించి, అస్తిత్వ రాహిత్యం గురించి బోధించాడు. ప్రతిదీ సత్యమని, ఏదీ సత్యంకాదని బోధించాడు. ప్రతిదీ సత్యాసత్యాలుగా వుంటుందని, సత్యాసత్యాలుగా వుండదని బుద్ధుడు బోధించాడు".[17]

పై వాక్యాలను బట్టి అతడు అవకాశవాద దృక్పథంతో బుద్ధుడి సిద్ధాంతాలను మోసపూరితంగా ఏ విధంగా భ్రష్టుపట్టించాడో అర్థమవుతుంది.

బుద్ధుడు హేతువాదానికి, జీవితానుభవానికి అందని వాటిని, రుజువు కాని వాటిని ఆధ్యాత్మిక ఊహలుగా ఖండించాడు. అయితే నాగార్జునుడు దీనికి విరుద్ధంగా

---

[15] Nalinakshadutt, Mahayana Buddhism, P.174
[16] Ramanan, K.V. Nagarjuna Philosophy, P.95
[17] Ramanan, K.V. Nagarjuna Philosophy, P.161

బౌద్ధులు ఆధ్యాత్మిక భావాలను ఆమోదించారని ప్రకటించాడు..[18] అతడు మోసపూరితంగా ప్రపంచ అస్తిత్వాన్ని, తధాగతుని అస్తిత్వాన్ని కూడా తిరస్కరించాడు. అతడింకా ఇలా పేర్కొన్నాడు.

"తధాగతుడి స్వభావమే అన్ని వస్తువుల స్వభావమని, అలాగే అన్ని వస్తువుల స్వభావమే తధాగతుని స్వభావమని ప్రకటించాడు. తధాగతుని స్వభావం సంపూర్ణ శూన్యమని, అదే అన్ని వస్తువుల స్వభావమని ప్రకటించాడు"..[19]

బుద్ధుడు మానవ దేహాన్ని సుష్కింపజేయడం లేదా విలాసవంతమైన జీవితాన్ని గడపడం అనే రెండు విపరీత ధోరణులను విడనాడి మధ్యేమార్గంగా సామాన్య జీవితాన్ని గడపాలని బోధించాడు. జ్ఞానాన్ని పొందడానికి అదే సరైన పద్ధతని తెలిపాడు. అయితే నాగార్జునుడు దీన్ని వక్రీకరించాడు. భావవాదానికి, భౌతికవాదానికి మధ్యేమార్గాన్ని బుద్ధుడు బోధించాడని చెప్పి మోసంచేసి బౌద్ధంలోని వాస్తవాలను కప్పిపుచ్చాడు. అతడింకా ఇలా అన్నాడు.

"సంపూర్ణ అస్తిత్వం, అస్తిత్వరాహిత్యం అనే రెండు విపరీత ధోరణులను విడనాడినప్పుడే మధ్యేమార్గం అవగతమవుతుంది. అప్పుడే వస్తువుల నిజస్వభావాన్ని తెలుసుకోగలుగుతాం. అప్పుడు వస్తువులనే బోధిసత్వగా చూస్తాం. అప్పుడు ఎవరైనా ఒక ప్రత్యేకమైన వస్తువుకుగాని లేదా నిర్ధారణకు వీలుకాని విశ్వవ్యాప్తమైన దానికిగాని కట్టుబడకుండా మధ్యేమార్గాన్ని అనుసరించాలి. బుద్ధుడు రెండు విపరీత మార్గాలను దాచిపెట్టి మధ్యేమార్గాన్ని బోధించాడు. ఆ మార్గం ద్వంద్వంతో కూడినదికాదు, ద్వంద్వ రహితమైనదీ కాదు"..[20]

భౌతిక ప్రపంచ వాస్తవానికి సంబంధించిన సామాన్యుని జ్ఞానాన్ని ఖండిస్తూ అతనిది అజ్ఞానమని నాగార్జునుడు పేర్కొంటాడు.

[18] Nalinakshadutt, Early Monastic Budhism, P.49
[19] Ramanan, K.V; Nagarjuna Philosophy, P.235
[20] Ramanan, K.V; Nagarjuna Philosophy, P.110

"వస్తువులన్నీ ఉనికి కలిగి వున్నప్పటికీ అది సంపూర్ణమైన ఉనికికాదు. వాటికంత ప్రాధాన్యతలేదు. వాస్తవమైన ఉనికి లేకపోవడమే వాటి నిజస్వభావం. ప్రజలకు ఈ విషయం తెలియదు. అది వారి అజ్ఞానం. వాస్తవంగా ఉనికిలోలేని వస్తువులను వున్నట్లుగా భావించడం వల్ల అవి విపరీతమైన జ్ఞానానికి, అర్థానికి, భావాలకు దారితీస్తాయి. వాటిని పిల్ల చేష్టలుగా పరిగణించాలి. అవి ఉన్నత మార్గానికి దారి తీయవు".[21] సామాన్య ప్రజలకు ప్రపంచాన్ని అర్థం చేసుకునే శక్తి లేదని కూడా నాగార్జునుడు అంటాడు.

"సామాన్య ప్రజల కళ్లు కేవలం ఒక పార్శ్వాన్ని మాత్రమే చూడగలవు. అవి దగ్గరి వాటినే చూడగలవుగాని దూరంగా వున్న వాటిని చూడలేవు. అవి బాహ్యాన్ని మాత్రమే చూడగలవుగాని లోపల చూడలేవు. స్థూలమైన వాటినే చూడగలవు గాని సూక్ష్మమైన దాన్ని చూడలేవు. వారు తూర్పును చూస్తే పడమర చూడలేరు. దీన్ని చూస్తే దాన్ని చూడలేరు. సంయోగాన్ని చూస్తే వియోగాన్ని చూడలేరు. అంకురించడాన్ని చూస్తే అంతరించడాన్ని చూడలేరు".[22]

బ్రాహ్మణులు విలాసవంతమైన జీవితాన్ని గడుపుతున్నప్పటికీ సామాన్య ప్రజలకు మాత్రం ప్రాపంచిక సుఖాలను త్యాగం చేయాలని బ్రాహ్మణమతం బోధిస్తుంది. నిరంకుశమైన వర్ణవ్యవస్థలో తమ జీవితాలలో సంభవించే కష్టనష్టాలతో రాజీపడి సహనంతో వుండడం కోసమే ప్రజలకు నాగార్జునుడు ప్రాపంచిక సుఖాలకు, కోరికలకు దూరంగా వుండమని బోధించాడు. కష్టజీవుల విప్లవ దృక్పథాన్ని అరికట్టడానికి, ఎవరికి కేటాయించిన స్థానాల్లో వారు నిలకడగా వుండడానికి నాగార్జునికి భావవాదం బాగా పనికొచ్చింది. భౌతిక సుఖాలను బాగా

[21] Ramanan, K.V; Nagarjuna Philosophy, P.90
[22] Ramanan, K.V; Nagarjuna Philosophy, P.121

అనుభవించాలనుకునే ప్రజలను నిరంకుశ వర్ణవ్యవస్థలో పునర్జన్మలెత్తుతూ వుంటారని చెప్పి భయపెట్టేవారు.

నాగార్జునుడు ఇలా పేర్కొన్నాడు.

"అవసరమైన వస్తువులన్నీ అప్రధానమైనవని ప్రజలకు తెలియదు. అందువల్ల నిరుపయోగమైన ఆలోచనలను అనుసరించి వస్తువుల లక్షణాలను పట్టుకొని వేలాడుతుంటారు. దానితో ఆ వస్తువుతో వారికి అనుబంధం ఏర్పడుతుంది. ఆ అనుబంధంతో వారు ఐదు రకాలైన కోరికలను తీర్చుకోడానికి ప్రయత్నిస్తారు. ఆ ప్రయత్నంతోవారు దురాశాపూరితులౌతారు. ఆ దురాశతో అసూయ, కోపం, కొట్లాటలు బయలుదేరుతాయి. కోపంతో పాపకార్యాలకు దారి ఏర్పడుతుంది. అయితే వారికి ఈ విషయాలేవీ తెలియవు. అందువల్ల వారి జీవితం ముగిసినపుడు, వారు ఈ జన్మలో చేసిన కార్యాలే పునర్జన్మలో వారి జీవితాలకు షరతులుగా, పునాదులుగా నిలుస్తాయి. వారు మళ్లీ కార్యాలను కొనసాగిస్తారు. అవే వారి చావుపుట్టుకలకు ఆధారమవుతాయి. వారు ఆ రకంగా ఆరు దశలతో కూడిన జీవిత చక్రంలో నిరంతరం తిరుగుతూ వుంటారు. దానికి అంతమనేది వుండదు".[23]

నాగార్జునుని తత్వం వైదిక గ్రంథాల్లోని భావవాద తత్వాన్ని పోలి వుంటుంది. మహాయాన బౌద్ధశాఖ ముసుగేసుకున్న బ్రాహ్మణమతమే. నాగార్జునుడు పసుపు వస్త్రాలు ధరించిన ముసుగేసుకున్న బ్రాహ్మణుడే. అతడు మహాయానశాఖను సృష్టించి మోసపూరితంగా బౌద్ధ సంఘానికి ప్రతినిధి అయ్యాడు. నాస్తికమైన బౌద్ధంలోని సారాన్ని తీసివేయడం ద్వారా అతడు బౌద్ధాన్ని ముసుగేసుకున్న వేదాంతంగా మార్చివేశాడు.

*************

[23] Ramanan, K.V; Nagarjuna Philosophy, P.106

# 5. ఆర్య సంఘాలు అంటే ఏమిటి?

భారతదేశంలో ప్రాచీనకాలంలోను, మధ్యయుగాల్లోను వున్న బానిస, భూస్వామ్య విధానాలవల్ల మానవజాతి దుర్భరమైన కష్టాలను అనుభవించింది. వారిని ఆ బాధల నుండి విముక్తి కలిగించడానికే బౌద్ధం జ్ఞానం, ధర్మం, సంఘం అనే వాటిని ఏర్పరచిందని బౌద్ధ గ్రంథాలు పేర్కొంటున్నాయి. బౌద్ధం వ్యాపించిన భారతదేశంలో ప్రజల సామాజిక జీవితాలను బౌద్ధ సంఘాలే పాలించి, దిశానిర్దేశం చేసేవి. వర్ణవ్యవస్థ నియంతృత్వంలో బాధలనుభవిస్తున్న అణగారిన వర్గాల ప్రజలకు బౌద్ధారామాలే ఆశ్రయమిచ్చి సేవలు చేశాయి. ప్రతి బౌద్ధ సంఘం ఒక ప్రజాస్వామిక సంస్థగా వుండి సమాజంలో బౌద్ధ ఉద్యమానికి వెన్నెముకగా నిలిచింది. బౌద్ధ సంఘం నాలుగు రకాలుగా వుండేది. **1.**భిక్షువుల సంఘం, **2.** భిక్షిణుల సంఘం, **3.** ఉపాసకుల సంఘం, **4.** ఉపాసినుల సంఘం.

మౌలిక బౌద్ధ సాహిత్యం, త్రిపిటకాలు, పాళీ గ్రంథాలు బౌద్ధ సంఘం అనే పదాన్ని బౌద్ధంలో సంస్థాగతమైన ఒక యూనిట్‌గా పేర్కొన్నాయి. బౌద్ధ సాంప్రదాయానికి విరుద్ధంగా కొన్ని రాజశాసనాలు, ఇతర రికార్డులు సంఘం అనే పదాన్ని బౌద్ధ సంఘానికి బదులుగా ఆర్య సంఘం'గా, 'ఆర్య భిక్షుసంఘం'గా పేర్కొన్నాయి.

నాగార్జున కొండలోని ఒక శాసనం బౌద్ధ సంఘాన్ని ఆర్యసంఘం అని

పేర్కొన్నది..[1] వర్ణ ధర్మ రక్షకుడైన గోవిందవర్మ అనే విష్ణుకుండిన రాజు ఇంద్రపాలనగర అనే గ్రామానికి గ్రామనిధిని మంజూరుచేశాడు. **5**వ శతాబ్దంలో సమకూర్చిన ఈ గ్రామనిధి నలుదిశల నుండి 'ఆర్య సంఘాని'కి వచ్చి బుద్ధుడిని ఆరాధించేవారికోసం, భిక్షువుల, బ్రాహ్మణుల జీవనోపాధికోసం చేసిందని పేర్కొనబడింది..[2] ఈ ఆర్యసంఘ విహారాన్ని గోవిందవర్మ పట్టపురాణిగావున్న పరమ భట్టారిక మహాదేవి నిర్మించింది. గోవిందవర్మ తరువాత వచ్చిన విష్ణుకుండిన రాజు విక్రమేంద్రవర్మ ఈ ఆర్యసంఘాన్ని నడపడానికయ్యే ఖర్చులకోసం ఇరున్నేరు అనే గ్రామాన్ని దానంగా ఇచ్చారు.

కట్టచెరువు నిధులమంజూరు ఆర్యభిక్షు సంఘానికి చెందినవని తెలుస్తోంది..[3] శాలిహుండం కొండమీద కనుగొన్న శాసనంలో కూడా 'ఆర్యసంఘ' పదం దర్శనమిస్తుంది..[4] క్రీ.శ. **867**లో గుజరాత్‌లోని ఆర్యసంఘం శిష్యుల వారసులు సుగంధ ద్రవ్యాలు, పువ్వులు, అగరబత్తులు, దీపాలు కొనడానికి, పాడయిన వస్తువులను, ఆరామాన్ని బాగుచేయించడానికి ఒక గ్రామాన్ని వారికి దానంగా ఇవ్వడం జరిగింది.[5]

రెండవ చంద్రగుప్తుని రాజ్యంలో ఒక అధికారిగా వున్న అమరకదేవుడు కాకనాదభోత (గుప్తుల యుగంలో సాంచిపేరు)లోని ఆర్యసంఘానికి ఒక గ్రామాన్ని లేదా 'ఈశ్వరవాసుక' అనే భూమిని, కొంత ధనాన్ని దానంగా ఇచ్చినట్లు రెండవ చంద్రగుప్తుని సాంచి సంస్కృత రాతిశాసనం తెలియజేస్తోంది..[6] ప్రపంచ

[1] Epigraphia India, Vol.XXI
[2] List of Inscriptions given by N.Venkataramanaiah - Vishnukundinulu (Telugu)
[3] Ramesan, N, Copper Plate Inscription of A.P. Govt - Museum, P.242
[4] Subrahmanyam, R. Shaligundam, P.85
[5] Debala Mitra, Budhist Monuments, P.143
[6] Fleet, J.F; Inscriptions of the Early Gupta Kings and their Successors, P.30,31

నలుమూలల నుండి ఆర్యసంఘ సన్యాసులు అక్కడికి వచ్చేవారని ఈ శాసనం తెలుపుతోంది.

శాసనంలోని చివరి వాక్యాలు ఇలా వున్నాయి.

"రాజు చేసిన ఈ ఏర్పాటులో ఎవరైనా జోక్యం చేసుకుంటే అతడు ఒక ఆవుని లేదా బ్రాహ్మణుని చంపిన దానితో సమానమైన నేరం చేసినవాడవుతాడు. పంచ మహాపాతకాలు చేసిన వాడవుతాడు. అతడు వెంటనే శిక్షకు గురవుతాడు"..[7]

అందువల్ల ఆర్య సంఘం కోసం చేసిన ఈ ఏర్పాటును ఎవరు ఉల్లంఘించినా అతడు బ్రాహ్మణ మతానికి శత్రువుగా పరిగణింపబడతాడు. అతడు గోవుల, బ్రాహ్మణుల రక్షణకు వ్యతిరేకిగా భావించబడతాడని వుంది. ఇదంతా ఆర్యసంఘాల బ్రాహ్మణ స్వభావాన్ని రుజువు చేస్తోంది.

కాకనాదభోతలో గొప్ప విహారంలోని ఆర్యసంఘానికి విహార పర్యవేక్షకుని భార్య అయిన హరిస్వామిణి కొంత ధనాన్ని దానంగా ఇచ్చినట్లు కుమారగుప్త లేదా స్కంధగుప్తుని (క్రీ.శ.**450-51**) కాలంలో సాంచిలోని సంస్కృత శాసనం తెలుపుతోంది..[8] ఆర్యసంఘ సన్యాసులు ప్రపంచ నలుమూలల నుండి అక్కడికి వస్తారని, ఈ దానం బుద్ధ భగవానుడి ముందు దీపాలు వెలిగించడానికి, ఆర్యసంఘంలో నాలుగు బుద్ధుడి చిత్రపటాలను ఏర్పాటు చేయడానికి వినియోగించడానికి ఇవ్వబడిందని ఆ శాసనం తెలుపుతోంది. ఆ ఆర్యసంఘ నిర్వహణకోసం రాజులు ప్రత్యేక అధికారులను నియమించేవారని కూడా ఈ శాసనం తెలుపుతోంది.

వల్లభరాజైన రెండవ ధృవసేనుడు ఆర్యభిక్షు సంఘానికి దానం చేశాడు..[9] నలందాలోని మహా విహారాన్ని "నలందా మహావిహార ఆరభిక్షుసంఘస్య" అని

---

[7] Fleet, J.F; Inscriptions of the Early Gupta Kings and their Successors, P.32,34
[8] Fleet, J.F; Inscriptions of the Early Gupta Kings and their Successors, P.260,261
[9] Barua, P.K; Heaven in Ancient India, P.63

పిలుస్తారు.[10] బెంగాలులోని హౌరాకు **119** మైళ్ల దూరంలో వున్న రిక్తావతి విహారలోని కొన్ని శాసనాలలో 'ఆర్యభిక్షు సంఘస్య' అనే పదం కనిపిస్తుంది. ఈ శాసనాలన్నీ ఐదు, ఆరు, ఎనిమిది, తొమ్మిది శతాబ్దాలకు చెందినవి.

ఒకటి నుండి తొమ్మిది శతాబ్దాల కాలంలో దాదాపు వెయ్యి సంవత్సరాల వరకు ఆర్యసంఘం అనే పదం దేశంలోని శాసనాలలో విరివిగా వాడబడింది. మరికొన్ని శాసనాలలో 'చతుర్దిశం ఆర్య సంఘం' అనే పదం వాడబడింది.[11] దీన్నిబట్టి ఆర్య సంఘాలు ప్రపంచ నలుమూలలకు విస్తరించినట్లు తెలుస్తోంది.

సంస్కృతంలో ఆర్య అనే పదాన్ని 'మహా' అనే అర్థంలో వాడతారు. అందువల్ల ఆర్య సంఘ అంటే మహా సంఘమని అర్థం.[12] ఆర్య సంఘాలన్నీ మహాసాంఘికులను తెలిపేవే. వారే తరువాతి కాలంలో మహాయానులుగా రూపాంతరం చెందారు. థేరవాదుల పాళీభాషకు భిన్నంగా ఆర్య అనే సంస్కృత పదాన్ని వాడటం, బుద్ధుడిని భగవంతుడిగా భావించి ఆరాధించడం కోసం ఆర్యసంఘాలకు గ్రామాలను దానంగా ఇవ్వడం వంటివన్నీ ఆర్యసంఘాలు మహాయానులకు చెందినవని స్పష్టంగా సూచిస్తున్నాయి.

ఎవరైనా సన్యాసి వస్త్రాలు ధరిస్తే చాలు, అతడు ఆర్యసంఘంలో భిక్షువుగా చేరడానికి అర్హుడవుతాడని బి.బారువా పేర్కొన్నాడు. ఆర్యసంఘానికి మేలైన నిర్వచనాన్ని ఇవ్వాలనుకొని సన్యాసి వేషం ధరించిన వారంతా భిక్షువులవుతారన్నారు.[13]

సన్యాస వస్త్రం ధరించిన వారినందరినీ భిక్షు సంఘంలో చేర్చుకుంటే అది బౌద్ధ విహారం యొక్క ఔన్నత్యాన్ని నాశనం చేస్తుంది. బౌద్ధ సంఘంలో చేరడానికి

[10] Ghosh, Guide to Nalanda, P.37
[11] Hanumantha Rao, B.S.L, Religion in Andhra, P.105
[12] Hanumantha Rao, B.S.L, Religion in Andhra, P.75
[13] Barua, B. Proligomena to a History of Budhist Philosophy, P.28

బుద్ధుడు విధించిన నియమాలకు, ప్రక్రియకు ఇది పూర్తిగా విరుద్ధమైనది. ఎవరైనా భిక్షువుగా చేరాలంటే భిక్షు సంఘం అనుమతి కావాలి. సంఘం అనుమతి లేకుండా కేవలం పసుపు వస్త్రాలు ధరించినంత మాత్రాన ఎవరూ భిక్షువు కాలేరు. సంఘంలో వున్న సంపూర్ణ సభ్యులందరి ఆమోదం వున్నపుడే ఎవరైనా భిక్షుజీవితానికి అనుమతించబడతారు. సంఘంలో చేరడానికి ముందుగా అతడు పబ్బజ మరియు ఉపసంపద అనే ప్రక్రియలను దాటవలసి వుంటుంది. సంఘంలో సంపూర్ణ సభ్యుడిగా చేరడానికి ఈ రెండు నియమాలను తప్పనిసరిగా పాటించవలసివుంటుంది.

పబ్బజ అంటే బయటికి రావడం. అంటే అంతకు ముందున్న జీవిత దశ నుండి బయటికి రావడం అని అర్థం. ఉపసంపద అంటే లోపలికి రావడం. అంటే సంఘంలోని సంపూర్ణ సభ్యులలో ఒకడిగా లోపలికి రావడం అని అర్థం..[14]

ఒకరు ఎప్పుడైతే భిక్షు సంఘంలోగాని, ఉపాసక సంఘంలోగాని సభ్యులవుతారో, అప్పుడు వారు భారతదేశంలోని బ్రాహ్మణ మతచట్టాల ద్వారా అమలవుతున్న నియంతృత్వ సామాజిక వ్యవస్థ నుండి విముక్తి చెందిన వారవుతారు.

ఒక వ్యక్తిని సంఘంలో చేర్చుకోడానికి గౌతమ బుద్ధుడు క్రమబద్ధమైన విధానాన్ని రూపొందించాడు. దాని గురించి వినయపిటక ఇలా పేర్కొంటుంది:

"భిక్షువులతో బుద్ధుడిలా అన్నాడు. ఓ భిక్షువులారా! నేను ఉపసంపద అనే ప్రక్రియను రూపొందించాను. ఈ ప్రక్రియ ముగిశాక సంఘంలోకి సభ్యుడిగా ఆహ్వానించే ముందు మూడుసార్లు ప్రకటన చేయవలసి వుంటుంది.

"సంఘంలోని గౌరవనీయులైన సభ్యులందరూ వినండి. ఈ వ్యక్తి సంఘంలోని ప్రముఖులందరి నుండి ఉపసంపదకు సంబంధించిన ఆహ్వానాన్ని

[14] Encyclopedia of Religion and Ethics, VII, P.319

అందుకోవాలని కోరుకుంటున్నాడు. సంఘం అందుకు సిద్ధంగా వున్నట్లయితే ఉపసంపద ప్రక్రియ ననుసరించి అతడికి సంఘంలో సభ్యత్వాన్ని కల్పించండి.

"ఉపసంపద ప్రక్రియననుసరించి ఆ వ్యక్తిని సంఘంలోకి ఆహ్వానించడానికి అనుకూలంగా వున్న వారంతా నిశ్శబ్దంగా వుండండి. దానికి అనుకూలంగా లేని వారిని మాట్లాడనివ్వండి..[15]

"ఈ విధంగా అనుకూలంగా లేనివారు మాట్లాడడం కోసం మూడుసార్లు ప్రకటన చేయండి. మూడుసార్లు ప్రకటన చేసిన తరువాత కూడా ఎవ్వరూ మాట్లాడకపోతే సంఘంలోకి ఆ వ్యక్తిని ఆహ్వానించడానికి సంఘం సిద్ధంగా వున్నట్లు అర్థం చేసుకోవాలి.

"ఒకవేళ ఎవరైనా ఆ వ్యక్తిని సంఘంలోకి ఆహ్వానించడాన్ని వ్యతిరేకించి నట్లయితే అప్పుడు సంఘంలోని మెజారిటీ సభ్యుల నిర్ణయాన్ని అనుసరించాలి."

ఆర్.సి. మజుందార్ ఇలా అన్నాడు.

"ఆహ్వాన తీర్మానాన్ని సంఘం ముందు పరిస్థితులను బట్టి ఒకసారిగాని లేదా మూడుసార్లుగాని ఉంచుతారు. అప్పుడు అక్కడున్న సభ్యులంతా నిశ్శబ్దంగా వున్నట్లయితే ఆ తీర్మానాన్ని ఆమోదించినట్లు భావించాలి". ఒకవేళ ఎవరైనా దానికి వ్యతిరేకంగా మాట్లాడితే, సభ్యులమధ్య అభిప్రాయభేదం వస్తే మెజారిటీ సభ్యుల నిర్ణయాన్ని స్వీకరించాలి. ఓటింగు ప్రక్రియను చేపట్టాలి. దానికోసం సంఘం ఒకరిని నియమించాలి"..[16]

పై వాక్యాలవల్ల భిక్షుసంఘం ఎవరినైనా సంఘంలో చేర్చుకోవాలంటే ఎన్ని జాగ్రత్తలు తీసుకొనేదో అర్థమవుతుంది. పసుపు వస్త్రాలు ధరించినంత మాత్రాన ఎవరైనా తనకు తానే భిక్షు సంఘ సభ్యుడినని చెప్పుకోజాలడు. భిక్షు సంఘం పై తెల్పిన

[15] Sacred Books of the East, Ed. by Maxmuller, XIII, P.169, 170
[16] Mazumdar, R.C., Corporate Life in ancient India, P.132

ప్రక్రియలను పూర్తిచేసి ఆమోదం తెల్పిన తరువాతే అతడు సభ్యుడవుతాడు. వినయపిటకలోని నియమాలకు విరుద్ధంగా, సంఘం అనుమతి లేకుండా, పసుపు రంగు వస్త్రాలు ధరించిన వారితో కూడిన ఆర్యసంఘం నిస్సందేహంగా ఒక క్రమశిక్షణ లేని సంఘమవుతుంది. బుద్ధుడి జీవితకాలంలోనే కొందరు భిక్షువులు (చబ్బగీయ భిక్షువులు) బౌద్ధ ధర్మానికి, వినయపిటక నియమాలకు విరుద్ధంగా కొన్ని పనులు చేశారని వినయపిటక తెలుపుతోంది. వారు గురువుగారి సిద్ధాంతాలకు వ్యతిరేకంగా కొన్ని నియమ విరుద్ధమైన, అభ్యంతరకరమైన చర్యలకు పాల్పడ్డారు. బుద్ధుడు వాటిని నియమ విరుద్ధమైన చర్యలుగా ఖండించాడు. కొంతమంది దొంగ సన్యాసులు ధర్మాన్ని, వినయపిటక నియమాలను, గురువుగారి సిద్ధాంతాలను ఉల్లంఘించి, వక్రీకరించి బౌద్ధ సంఘంలో చీలిక తేవడం ద్వారా సంఘాన్ని నాశనం చేయడానికి పథకం వేస్తారని,[17] అటువంటివారి 18 లక్షణాలను బుద్ధుడు పేర్కొన్నాడు..[18]

బుద్ధుడిలా అన్నాడు : "ఈ 18 లక్షణాలు గలవారు తమ అనుచరులను తప్పుదోవ పట్టించి, కష్టాలను సృష్టించి, ఉపోసత మరియు పావర్మ కార్యాలను, సంఘ అధికారిక కార్యక్రమాలను స్వతంత్రంగా నిర్వహిస్తారు".

స్వతంత్రంగా పసుపు రంగు దుస్తులు ధరించి, అధికారికంగా సంఘామోదం లేకుండానే తమకు తాము ఆర్యసంఘ సభ్యులమని చెప్పుకునే వారందరికీ కూడా పై వాక్యాలు సమానంగా వర్తిస్తాయి.

భారతదేశంలోని బౌద్ధ ఉద్యమం అటువంటి దొంగ సన్యాసుల వల్ల బాగా దెబ్బతింది. అశోకుడి కాలంలో ఈ సమస్య తీవ్రమైంది. అందుకే అశోకుడు మూడవ బౌద్ధ మహాసభను ఏర్పాటుచేసి అటువంటి వారినందరినీ సంఘం నుండి

[17] Rhys Davids, T.W and Golden Burg, Vinaya Texts, Part-III P.266
[18] Rhys Davids, T.W and Golden Burg, Vinaya Texts, Part-III P.267

బహిష్కరించాడు. వేషధారులైన సన్యాసులచేతిలో వక్రీకరణకు గురైన బుద్ధుని మౌలిక సిద్ధాంతాలను పునరుద్ధరించాడు.

సి.శివరామమూర్తి ఇలా పేర్కొన్నాడు :

"బౌద్ధ భిక్షు సంఘం పసుపు రంగు దుస్తులు ధరించిన దొంగ సన్యాసులతో నిండిపోయింది..[19] అటువంటి వారిని బహిష్కరించడం కోసమే అశోకుడు మూడవ బౌద్ధ మహాసభను పాటలీపుత్రలో ఏర్పాటుచేశాడు". అశోకుడి కాలంలో వైతుల్యకుల పేరుతో కొందరు బ్రాహ్మణులు పసుపు వస్త్రాలు ధరించి బౌద్ధాన్ని నాశనం చేయడానికి ప్రయత్నిస్తే, అటువంటి ప్రయత్నాలను అశోక చక్రవర్తి గట్టిగా వ్యతిరేకించి వారికి తెల్ల దుస్తులు వేసి బౌద్ధ సంఘం నుండి బహిష్కరించిన విషయాన్ని మనం ఇదివరకే తెలుసుకున్నాం. క్రీ.పూ. మూడవ శతాబ్దంలో సంఘ వ్యతిరేక కార్యకలాపాలు తీవ్రంగా వున్న విషయాన్ని సంఘంలో చీలికను నివారించడం కోసం సాంచి, సారనాధలలో వెలసిన ప్రత్యేక శాసనాలు తెలుపుతున్నాయి.

అసలైన బౌద్ధులను గుర్తించడానికి పాళీభాషలో వున్న గ్రంథాలు, పురాతన శాసనాలు థేరవాది, సంఘం అనే పదాలను వాడాయి. ఆర్యసంఘం అనే పదం భిన్నమైన శాఖకు చెందిన ఆరామాలను గురించి తెలుపుతుంది. నాగార్జున కొండ శాసనంలో థేరవాద అనే పదం కనిపిస్తుంది..[20] అదే కాలంలోని మరో శాసనం ఆర్యసంఘ అనే పదాన్ని వాడింది. ఆ ఆర్యసంఘం థేరవాదులకు పూర్తిగా భిన్నమైనదని ఇది రుజువుచేస్తోంది. ఆంధ్రశాసనాల్లో మహాసాంఘిక, ఆర్యసంఘ అనే పదాలను ఎక్కడా వాడలేదు. వాటిలో మహాయాన బౌద్ధ ప్రసక్తి లేదు.

ఆర్యసంఘ అనే పదానికున్న అసలైన అర్థాన్ని తెలుసుకోవాలంటే భారతదేశంలో బౌద్ధుల కాలంలో ఆర్య అనే పదాన్ని ఎలా వాడారో తెలుసుకోవాలి.

---

[19] Sivaramamurthy, C, Amaravati Sculptures in Madras Government Museum, P.15
[20] Epigraphia India, Vol-XX, P.22, 23

బ్రాహ్మణ మతోద్ధారకుడైన కౌటిల్యుడు బానిసలుగా భావించరాదనే అర్థంలో ఆర్య శబ్దాన్ని వాడాడు.[21] అతడు ఆర్యులను దాస లేదా బానిస జీవితంలోకి పడిపోకుండా చూడాలన్నాడు. అందువల్ల ఆర్యులు శూద్రులుగా భావించబడే బానిసలకు, దస్యులకు భిన్నమైన వారని తెలుస్తోంది. కౌటిల్యుడు సమాజంలో అత్యధికులుగా వున్న శూద్రులను మినహాయించి మిగిలిన వారిని గుర్తించడానికే ఆర్య అనే పదాన్ని వాడినట్లు తెలుస్తోంది.

కౌటిల్యుడు తాను వున్న రాజ్యంలో బౌద్ధం వ్యాపించకుండా వుండడానికి చట్టపరంగా గట్టి చర్యలు చేపట్టాడు. శూద్రుడు సన్యాసిగా మారడానికి వీలులేదని అతడు ఆంక్షలు విధించాడు. శూద్రుల గ్రామాల్లోకి బౌద్ధ సన్యాసులు ప్రవేశించరాదని నిషేధం విధించాడు. భారతదేశంలోని బౌద్ధ భిక్షువులు లైసెన్సు లేకుండా భిక్షాటన చేయరాదని వారికి దేశబహిష్కార శిక్ష విధించాడు. ఇన్ని చేసినా ప్రజల నుండి బౌద్ధాన్ని తొలగించలేకపోయాడు.

సుప్రసిద్ధ స్మృతికారుడైన మనువు ప్రకారం 'ఆర్య' అంటే 'ద్విజ' కులాలకు చెందినవాడు.[22] (ఉపనయన సంస్కారం గల అగ్రకులాలని అర్థం). స్మృతికారులందరూ ద్విజులను ఆర్యులని పిలిచారు. సమాజంలోని ప్రజలందరిని ద్విజులు, శూద్రులు అని రెండుగా విభజించారు. బ్రాహ్మణులు, క్షత్రియులు, వైశ్యులు మాత్రమే రెండుసార్లు జన్మించినవారు (ద్విజులు) అని మనువు ప్రకటించాడు.[23] అయితే నాల్గవ వర్ణమైన శూద్రులకు మాత్రం ఒకటే జననం. ఐదవ వర్ణం లేదు.[24] నాల్గవ కులానికి చెందిన శూద్రులకు మాత్రం ఒకటే జననమని గౌతమ ధర్మసూత్రం పేర్కొంది. "బ్రాహ్మణులు, క్షత్రియులు, వైశ్యులు, శూద్రులని వున్నవి నాలుగే

[21] Kosambi, D.D, An Introducction to the Study of Indian History
[22] Burnell, A.C; the Ordinances of Manu, P.385
[23] Manu Smriti, X, 4
[24] Gauthama Dharma Sutras, X, 50

కులాలు. మొదటి మూడు కులాలవారు ద్విజులు" అని విష్ణుస్మృతి పేర్కొంది..[25] బ్రాహ్మణులు, క్షత్రియులు, వైశ్యులు రెండుసార్లు జన్మించేవారు. మొదటి జననం తల్లి గర్భం నుండి జరుగుతుంది. రెండవది ఉపనయన సంస్కారం వల్ల లభిస్తుంది. శూద్రులకు ఉపనయన సంస్కారాన్ని నిషేధించినందు వల్ల వారికి ఒకటే జననం ఉంటుంది. అందువల్ల ఆర్యులు లేదా ద్విజులు అనే పదం మూడు అగ్రవర్ణాలకే వర్తిస్తుంది. సమాజంలో ద్విజులకు మాత్రమే ప్రత్యేక సదుపాయాలు కల్పించబడ్డాయి. సమాజంలో మెజారిటీగా వుండి, ఆహార ధాన్యాలను ఉత్పత్తి చేసే శూద్రులను మాత్రం బలవంతంగా బానిసత్వంలోకి నెట్టివేశారు. సామాజిక, ఆర్థిక, సాంస్కృతిక సదుపాయాలకు వారిని దూరం చేశారు. శూద్రులు చదువుకోడానికి గాని, తాత్విక జ్ఞానాన్ని పొందడానికిగాని అనుమతించలేదు. 'మూడు వర్ణాలవారికి సేవలు చేయడమే శూద్రుల వృత్తిగా భగవంతుడు నిర్దేశించాడ'ని మనువు పేర్కొన్నాడు..[26] బ్రాహ్మణుడికి బానిసగా జీవించడానికే భగవంతుడు శూద్రులను సృష్టించాడు. ఒకవేళ యజమాని శూద్రుడికి విముక్తి కల్పించినా అతడు బానిసత్వం నుండి విముక్తుడు కాలేడు. బానిసత్వం అతని అంతర్గత లక్షణం. దానిని ఎవరు తొలగించగలరు?[27] అతడికి సంపాదించే సామర్థ్యం వున్నప్పటికీ శూద్రుడు ధనాన్ని సంపాదించడానికి వీలులేదు. శూద్రుని సంపాదన వల్ల బ్రాహ్మణుడికి బాధ కలుగుతుంది..[28] ఇతరులకు సేవ చేయడమే అతని ఏకైక వృత్తి. అతడు దీనికి భిన్నంగా ఏమి చేసినా ప్రయోజనం వుండదు..[29] తినగా మిగిలిన ఆహారాన్ని, పాతబట్టలను, పాడైన ధాన్యాన్ని, పాత చెక్క సామాన్లను అతనికివ్వాలి..[30] ఇవన్నీ

[25] Vishnu Dharma Sutras, II, 1-2
[26] Manu Smriti, 1-91
[27] Manu Smriti, VII, 413, 414
[28] Manu Smriti, X, 129
[29] Manu Smriti, X, 123
[30] Manu Smriti, X, 124

శూద్రులపై మనువు విధించిన షరతులు.

ఆత్మజ్ఞానాన్ని పొందడానికి శూద్రులను అనుమతించరాదని గౌతమ స్మృతి పేర్కొంటుంది. గౌతమ ధర్మసూత్రాలో గౌతముడిలా అంటాడు.

"ఒకవేళ శూద్రుడు ఉద్దేశపూర్వకంగా వేదపఠనాన్ని వింటే అతని చెవుల్లో కరిగించిన సీసాన్ని పోయాలి. అతడు వేదాలను చదివితే అతడి నాలుకను కోసివేయాలి. ఒకవేళ అతడు వాటిని జ్ఞాపకముంచుకుంటే అతని శరీరాన్ని రెండుగా చీల్చివేయాలి. ద్విజులతో సమానంగా కూర్చున్నా, పడుకున్నా, మాట్లాడినా, నడిచినా అతడిని కఠినంగా శిక్షించాలి"..[31]

ద్విజులకు మాత్రమే కల్పించిన ప్రత్యేక సదుపాయాల గురించి మనం చాలా చెప్పుకోవచ్చు. వాటన్నిటినీ శూద్రులకు నిషేధించారు. అతడిని బలవంతంగా విద్యావిహీనుణ్ణి చేశారు. తాను వాడే ఉత్పత్తి సాధనాలమీద తనకే హక్కులేకుండా చేశారు. మనువు ఆర్యశబ్దాన్ని ద్విజులకు మాత్రమే వర్తించేలా చాలాసార్లు వాడాడు. తెలివిగల వారెవరైనా తమ ధనాన్ని ధనవంతుడు, గౌరవనీయుడైన ఆర్యుని దగ్గరే డిపాజిట్ చేయాలని మనువు పేర్కొన్నాడు..[32] శూద్రులు ధనవంతులు కారు, గౌరవనీయులుకారు. అందువల్ల ఆర్య అనే పదం వారికి వర్తించదు. శూద్రుడు సామర్థ్యమున్నప్పటికీ ధనాన్ని సంపాదించరాదని, అలా చేయడం బ్రాహ్మణులకు బాధ కలిగిస్తుందని మనువు ప్రకటించాడు.

రాజు ఎల్లప్పుడూ ఆర్యులను మాత్రమే గౌరవించాలని,[33] కులాలను, కుల వ్యవస్థను కాపాడాలని, బ్రాహ్మణుల నిర్ణయాలను గౌరవించి బలపరచాలని మనువు

[31] Gauthama Dharma Sutras, XII, 4-7

[32] Manu Smriti, VIII, 179

[33] Manu Smriti, VIII, 37

పేర్కొన్నాడు..[34] రాజు శూద్రులను తన ప్రభుత్వ యంత్రాంగం ద్వారా శిక్షించి, వారు ద్విజులకు, ప్రత్యేకించి బ్రాహ్మణులకు బానిసలుగా సేవలు చేయడానికి బలవంతంగా ఒప్పించాలని మనువు తన సమాజ ప్రణాళికలో పేర్కొన్నాడు..[35] మనుధర్మంలో శూద్ర బానిసలను అత్యంత నీచంగా, అమానుషంగా చిత్రించడం జరిగింది. దీని ద్వారా ఆర్య అనే పదం సమాజంలో మెజారిటీగా వున్న శూద్రులకు వర్తించదని స్పష్టంగా రుజువవుతోంది.

ఆర్యుల మంచి సాంప్రదాయాలను అనుసరించే వారిని రక్షించడానికి రాజు వారి మార్గంలోని ముళ్లను (కష్టాలను) తొలగించాలని, అలా చేయడం వల్ల అతడు మరింత శక్తివంతుడవుతాడని మనువు సూచించాడు..[36] ఇహ పరాలలో అభివృద్ధి చెందడానికి బ్రాహ్మణులు, క్షత్రియులు ఐక్యంగా వుండాలని ఆశించాడు..[37] శూద్రులు, నాస్తికులు అధికంగా వున్న రాజ్యంలో ద్విజులు పతనమైపోవడానికి దారి ఏర్పడుతుందని అతడు పేర్కొన్నాడు..[38]

అందువల్ల ఆర్యుల ఆచార సంప్రదాయాలను రాజు రక్షించి తీరాలనే అంశం మనువు ఏర్పరచిన సామాజిక వ్యవస్థ రక్షణనే సూచిస్తుంది. అందులో ద్విజులకు లేదా ఆర్యులకు ప్రత్యేక సదుపాయాలు కల్పించడం వుంది. అందువల్ల ఆర్య అనే పదం శూద్రులకు వర్తించేది కాదు.

---

[34] Manu Smriti, VIII, 22

[35] Manu Smriti, VIII, 395

[36] Manu Smriti, VIII, 253

[37] Manu Smriti, VIII, 35

[38] Manu Smriti, VIII, 322

కొన్ని సందర్భాలలో ఆర్యులు అనే పదం ఉత్తములు లేదా గౌరవనీయులు అనే అర్థాన్ని సూచిస్తుంది. కాని అట్టడుగు వర్గాలకు చెందిన శూద్రులను మాత్రం కాదు.

ఒక బ్రాహ్మణుడికి అనార్య స్త్రీకి (అక్రమంగా) కొడుకు పుట్టినా, అనార్య పురుషుడికి, బ్రాహ్మణ స్త్రీకి కొడుకు పుట్టినా వారిలో ఎవరు ఉన్నతమైనవారనే ప్రశ్న ఉదయిస్తుంది..[39]

ఇక్కడ బ్రాహ్మణుడంటే ఆర్యుడనే అర్థం. బ్రాహ్మణ పురుషుడికి, అనార్య స్త్రీకి పుట్టినవాడు మాత్రం ఆర్యుడిగా పరిగణింపబడతాడు. అనార్య పురుషుడికి బ్రాహ్మణ స్త్రీకి పుట్టినవాడు మాత్రం అనార్యుడుగానే మిగిలిపోతాడని మనువు పేర్కొన్నాడు..[40] ఈ నాలుగు వర్ణాలకు బయటపుట్టిన వారంతా దస్యులుగా లేదా మ్లేచ్ఛులుగా పిలువబడ్డారు. ఈ విధంగా సమాజంలో నాలుగు వర్ణాల క్రిందకు రాని వారంతా దస్యులయ్యారు..[41]

చనిపోయిన వారి దుస్తులను ధరించేవారు, నిషేధిత ఆహారాన్ని భుజించే అస్పృశ్యులంతా అనార్యులని మనువు ప్రకటించాడు..[42] శవాల దుస్తులే చండాలుర (దస్యుల) దుస్తులని, పగిలిన గిన్నెలలోనే వారు తిండి తినాలని, ఇనుప ఆభరణాలే ధరించాలని, ఎల్లప్పుడూ సంచార జీవితాన్నే గడపాలని ఉత్తర్వులు జారీచేశాడు..[43] చండాలుర లేదా చర్మకారుల వ్యవహారాలన్నీ గ్రామం వెలుపల జరగాలని, వారికి భోజన పాత్రలుండరాదని, కుక్కలు, గాడిదలే వారి ఆస్తిగా వుండాలని,[44] పగిలిన

[39] Manu Smriti, IX
[40] Manu Smriti, IX
[41] Manu Smriti, X, 67
[42] Manu Smriti, X, 52
[43] Manu Smriti, X, 45
[44] Manu Smriti, X, 51

పాత్రలలో వేసిన ఎంగిలి మెతుకులే వారికి ఆహారంగా వుండాలని, గ్రామాలలో, పట్టణాలలో వారు రాత్రిపూట తిరగరాదని అతడు శాసించాడు..[45]

మనుస్మృతిలో పేర్కొన్న ఆర్య, అనార్యపదాలు పై విషయాన్నే రుజువు చేస్తున్నాయి. శూద్రులు, అస్పృశ్యులు (చండాలురు), వర్ణవ్యవస్థ బయట వున్న ప్రజలంతా అనార్యులేనని మనుస్మృతి పేర్కొంటుంది. మనువు 'ఆర్యులు', 'శూద్రులు' అనే పదాలను విడివిడిగా వాడాడు. ఆర్యులంటే ద్విజులుగా పేర్కొనబడే అగ్రవర్ణాలవారే. అంటే బ్రాహ్మణులు, క్షత్రియులు, వైశ్యులు మాత్రమే.

మనువు ఆంధ్రులను నిషాదులుగా పేర్కొంటూ వారు గ్రామం బయట నివసించాలన్నాడు..[46] బోధాయన స్మృతి ప్రకారం దేశంలో నాలుగంచెల వర్ణవ్యవస్థ గురించి తెలియని వారంతా మ్లేచ్ఛులే..[47] వర్ణవ్యవస్థను పాటించే భూభాగమంతా ఆర్యావర్తం. హిమాలయ పర్వతాలకు, రేవా లేదా నర్మదానదికి, తూర్పు పడమర సముద్రాలకు మధ్యగల భూభాగమే ఆర్యావర్తమని మనుస్మృతి నిర్వచించింది..[48]

భారతదేశంలో ఆర్య సంఘాల స్వభావం, పాత్ర గురించి ఒక నిర్ణయానికి రావడానికి గోవిందవర్మ ఇచ్చిన దానం గురించి ఇంద్రపాలనగర శాసనం కొన్ని స్పష్టమైన సాక్ష్యాలను అందజేస్తుంది. విష్ణుకుండిన రాజైన గోవిందవర్మ ఆర్యసంఘ సభ్యులకు ఒక గ్రామాన్ని దానంగా ఇచ్చినట్లు అది పేర్కొంటున్నది. సుదీర్ఘమైన ఈ శాసనం దిగువ తెల్పిన వాస్తవాలను వెల్లడిస్తుంది. దీప ధూప గంధ పుష్పాలతో నిత్యం బుద్ధ భగవానుడిని ఆరాధించడానికయ్యే ఖర్చుల కోసం ఆ గ్రామ ఆదాయం ఉద్దేశించబడింది. గోవిందవర్మ పట్టపురాణి నిర్మించిన మహాదేవి విహారం ఆర్య సంఘ సభ్యుల భోజనవసతి సౌకర్యాలను ఏర్పాటు చేస్తుంది. ఆర్యసంఘ భిక్షువులు

[45] Manu Smriti, X, 54
[46] Manu Smriti, II,
[47] Manu Smriti, X, 36
[48] Hanumantha Rao, B.S.L, Religion in Andhra, P.15

బుద్ధ భగవానుని విగ్రహాన్ని ఆరాధించడాన్ని బట్టి అది నిస్సందేహంగా మహాయాన బౌద్ధ విహారమని రుజువవుతోంది.

ఆ ఆర్యసంఘ మహా విహారం ప్రపంచ నలుమూలల నుండి వచ్చే ఆర్య సంఘ సభ్యులకు ఆశ్రయం కల్పిస్తుంది. దీన్నిబట్టి ఆర్యసంఘాలు విష్ణుకుండిన విహారానికి మాత్రమే పరిమితమైనవి కావని, దేశమంతటా విస్తరించినట్లు అర్థమవుతోంది.

**1)** ఆర్యసంఘ భిక్షువులు, ద్విజుల ఖర్చులకోసం గోవిందవర్మ 'పెంకపర' అనే గ్రామాన్ని దానంగా ఇచ్చాడు. ఈ సంఘటన ఆర్య సంఘానికి, ద్విజులకు మధ్యనున్న సఖ్యతతోకూడిన సంబంధాన్ని స్పష్టంగా తెలియజేస్తోంది.

**2)** భిక్షువుల పోషణార్థం గ్రామాలను దానంగా ఇవ్వడమనేది మహాయాన సాంప్రదాయం. ఇది బుద్ధుడు స్వయంగా ఏర్పరచిన నియమాలకు పూర్తిగా విరుద్ధం. వినయపిటక నియమాలను హీనయాన బౌద్ధులు అనుసరిస్తారు. వాటి ప్రకారం బౌద్ధ సన్యాసులు భిక్షాటన ద్వారానే తమను తాము పోషించుకోవాలి. థేరవాదులు (హీనయానులు) శాశ్వత ప్రాతిపదికన చేసిన గ్రామ దానాలను లేదా భూదానాలను ఏనాడూ ఆమోదించలేదు. వారు బౌద్ధ విహారాలలో సాధారణమైన పవిత్రమైన జీవితాన్నే గడిపారు. పై తెల్పిన గ్రామదానాలన్నీ మహాయాన సాంప్రదాయానికి చెందినవే. అవి రాజపోషణమీద ఆధారపడి విలాసవంతమైన విహార జీవనాన్ని అనుమతించి తోడ్పడుతున్నాయి.

**3)** ఇంద్రపాల శాసనం ద్వారా దాత వర్ణవ్యవస్థ రక్షకుడని, వేదమతాన్ని అభిమానించి అనుసరించేవాడని తెలుస్తోంది. అయితే మధ్యయుగాల్లోని హీనయాన బౌద్ధులు వైదికమతానికి, బ్రాహ్మణ సామాజిక వ్యవస్థకు గొప్ప శత్రువులు. దీనికి విరుద్ధంగా మహాయానులు రాజరికాన్ని దైవాంశ సంభూతంగా పరిగణిస్తారు. అలాగే

వారి భావవాదం వర్ణవ్యవస్థ శాశ్వతత్వాన్ని సమర్థిస్తుంది. అందువల్లనే భారతదేశంలోని బ్రాహ్మణరాజులు మహాయానాన్ని అభిమానించారు. వర్ణవ్యవస్థను బలపరచినందువల్లనే ఆర్యసంఘాలలో రాష్ట్ర ప్రయోజనాలు ఇమిడి వున్నాయని గుర్తించారు. లేని పక్షంలో బ్రాహ్మణులైన విష్ణుకుండినులు వాటిని అభిమానించేవారు కాదు.

**4)** దాత గోవిందవర్మ మహాయానులకోసం అనేక విహారాలను నిర్మించాడు. మరోవైపు అనేక దేవాలయాలను కట్టించాడు. దీనివల్ల మహాయానులతో, బ్రాహ్మణులతో రాజులకున్న సంబంధం స్పష్టంగా తెలుస్తోంది. ఆ రెండు పక్షాలవారూ ఉపనిషత్తులలోని భావవాదాన్ని ప్రచారం చేయడం ద్వారా వర్ణవ్యవస్థను కాపాడుతున్నారు.

**5)** ఆర్యసంఘాలు బుద్ధుడి విగ్రహారాధనను అనుమతించాయి. వర్ణవ్యవస్థను సమర్థించే బ్రాహ్మణ మతోద్ధారకులైన రాజుల పోషణకు పాత్రమైనాయి. బౌద్ధ భిక్షువుల విలాసవంతమైన జీవితాలకోసం రాజులనుండి దానాలను అనుమతించాయి. ఇవన్నీ అసలైన బౌద్ధులైన హీనయానుల విహార జీవనానికి సంబంధించినవి కావు. వాకాటకుల కాలంలో బ్రాహ్మణుల పేర్ల చివర ఆర్య అనే పదం వున్నట్లు కనిపిస్తుంది. పై సాక్ష్యాలను బట్టి ఆర్య సంఘమనేది ఆర్యుల నుండి వచ్చిన భిక్షు సంఘం మాత్రమే. ఆర్యులందరూ రెండుసార్లు జన్మించే ద్విజులైనందువల్ల ఆర్యసంఘ సభ్యులందరూ ద్విజులే. అందువల్ల ఆర్యసంఘాలు లేదా మహాయాన సంఘాలన్నీ ద్విజులచే (ఆర్యులచే) ఏర్పాటు చేయబడి నడుపబడుతున్నవే. వారంతా మనువు వంటి స్మృతి కారుల దర్శకత్వంలో రాజ్యం కల్పించిన ప్రత్యేక సదుపాయాలను అనుభవించినవారే.

మొదటి నుండి బౌద్ధం స్వేచ్ఛాసమానత్వ సౌభ్రాతృత్వాల కోసం పోరాడింది. ప్రధానంగా శూద్రులు, అస్పృశ్యులకోసం పోరాడింది. అందువల్లనే కుమారిలభట్టు శూద్రులను నిర్దాక్షిణ్యంగా చంపినపుడు, శిక్షించినపుడు బౌద్ధులు వారి కోసం నిలబడ్డారు. అందువల్ల ఆర్యసంఘాలన్నీ మహాయాన సంఘాలతో సమానమే. అవన్నీ ద్విజులచేత ఏర్పాటు చేయబడి, నిర్వహించబడి, ఆధిపత్యాన్ని చెలాయించినవే. ఈ కారణం చేతనే బ్రాహ్మణ రాజులు ఆర్యసంఘాలను ఆదరించి, భారతదేశంలో వర్ణవ్యవస్థ శాశ్వతంగా నిలదొక్కుకోడానికి వాడుకున్నారు. 7వ శతాబ్దంలో భారతదేశంలో థేరవాద (హీనయాన) బౌద్ధ సన్యాసులతో పోల్చినపుడు మహాయాన బౌద్ధుల సంఖ్య అత్యల్పంగానే వుంది. ఆ కాలానికి భారతదేశంలో మహాయానుల సంఖ్య నాల్గవ వంతుగా వుండగా, బుద్ధుని మౌలిక సిద్ధాంతాలను అనుసరించే హీనుయానుల సంఖ్య నాలుగింట మూడువంతులుగా వుందని హుయాన్‌సాంగ్ పేర్కొన్నాడు. మహాయాన విహారాలు లేదా ఆర్యసంఘాలు చాలవరకు ద్విజులకే పరిమితమైనందువల్ల రాజాదరణ వున్నప్పటికీ 7వ శతాబ్దం నాటికి మహాయానులు హీనయానులపై ఆధిపత్యం పొందలేకపోయారు. అందువల్లనే బ్రాహ్మణ మతోద్ధారకులైన కుమారిలభట్టు, శంకరాచార్య భారతదేశంలో బౌద్ధాన్ని నిర్మూలించడానికి హింసాత్మక పద్ధతులకు పాల్పడ్డారు. మరోవైపు ఆర్యులు లేదా ద్విజుల ఆధిపత్యంలో నడుపబడే ఆర్య సంఘాలు లేదా మహాయాన సంఘాలు ప్రత్యక్షంగా నూతన బ్రాహ్మణమతం అధీనంలోకి నెట్టబడ్డాయి.

*************

# 6. మహాయానాన్ని బ్రాహ్మణ రాజులు ఎందుకు పోషించారు?

మహాయాన బౌద్ధమే థేరవాదబౌద్ధం (హీనయానం)పై ఆధిపత్యాన్ని కలిగి వుందని తప్పుడు ప్రచారం జరిగింది. దానివల్ల బౌద్ధం హిందూమతంలో శాంతియుతంగా విలీనమైపోయిందనే అహేతుక నిర్ణయానికి దారి ఏర్పడింది. భారతదేశంలో ఏడవ శతాబ్దంలో హుయాన్‌సాంగ్ చేపట్టిన బౌద్ధ సన్యాసుల గణనను బట్టి థేరవాద బౌద్ధులే మహాయాన బౌద్ధులపై ఆధిపత్యం కలిగివున్నట్లు రుజువవుతున్నది. భారతదేశంలో వున్న బౌద్ధ సన్యాసులలో నాల్గింట మూడువంతుల మంది బుద్ధుడి మూల సిద్ధాంతాలను అనుసరించేవారని, ఒక వంతు మంది మాత్రమే మహాయానులని అతడు పేర్కొన్నాడు. మహాయానులకు పాలకవర్గం నుండి గొప్ప ఆదరణ లభించినప్పటికీ మూల బౌద్ధులకు (థేరవాదులు) ప్రజలలో వున్న ఆదరాభిమానాలనుగాని, ప్రభావాన్నిగాని తొలగించలేకపోయారు.

మహాయానులకు లభించిన రాజాదరణను తరచుగా పొగడుతూ దాన్ని బౌద్ధం పట్ల బ్రాహ్మణ రాజులు చూపుతున్న సహనానికి నిదర్శనంగా చూపారు. బ్రాహ్మణ పాలకవర్గం యొక్క లౌకిక విధానానికి నిదర్శనంగా ప్రచారం చేశారు. బౌద్ధులపట్ల పాలకవర్గం అవలంబించిన హింసాత్మక విధానాల గురించి బ్రాహ్మణుల నుండి, విదేశీయుల నుండి లభించిన సమాచారాన్ని పై తెల్పిన తప్పుడు నిర్ణయాలవల్ల ఖండించడం జరిగింది.

వర్ణవ్యవస్థను ఉద్ధరించేవారు మహాయానాన్ని ఎందుకు ఆదరించారు? మహాయాన బౌద్ధం బ్రాహ్మణ సామాజిక వ్యవస్థ వ్యాప్తికి గొప్ప సేవలందించే ఉపనిషత్తుల భావవాదానికి వేసిన ముసుగు మాత్రమే. అందుకే పాలకవర్గం మహాయానులను ఆదరించడానికి వెనుకాడలేదు. మహాయానం భౌతిక ప్రపంచం అవాస్తవమని బోధించింది. జీవితంలో ప్రాపంచిక సుఖాలను త్యజించాలని బోధించింది. అయితే తాము బోధించిన దానికి భిన్నంగా మహాయానులు బౌద్ధారామాలలో విలాసవంతమైన జీవితాలను గడిపారు. మహాయానులు రాజరికాన్ని దేవుడిచ్చిన వరంగాను, పవిత్రమైనదిగాను భావించారు. అయితే గౌతమ బుద్ధుడు రాజరికాన్ని గౌరవించలేదు. రాజ్యం పుట్టుకను భౌతికవాద సిద్ధాంతపరంగా వివరించాడు. మూలబౌద్ధులు (హీనయానులు) పాలకవర్గం నుండి శాశ్వత నిధులను ఆశించలేదు. దానికి విధేయులుగా వుండలేదు. భారతదేశ చరిత్రలో ఎల్లప్పుడూ థేరవాద బౌద్ధ భిక్షువులు తమ జీవనోపాధికి భిక్షాటన మీదనే ఆధారపడినట్లు తెలుస్తోంది. వారు బౌద్ధారామాల నిర్మాణంలో ప్రజల సహకారం మీదనే ఆధారపడినట్లు కూడా తెలుస్తోంది.

బుద్ధుడి అసలైన సిద్ధాంతాల విషయంలో మహాసాంఘికులు గందరగోళాన్ని సృష్టించారు. వారు వినయపిటక నియమాలను ఉల్లంఘించి, ఆస్తిక పోకడలతో కూడిన దుర్వ్యాఖ్యానాలతో ధర్మాన్ని భ్రష్టు పట్టించారు. అటువంటి సందర్భంలోనే బుద్ధుడి వాస్తవ సిద్ధాంతాలను తెలుసుకోడానికోసం అశోకచక్రవర్తి బౌద్ధ మహాసభను ఏర్పాటుచేశాడు. పాళీభాషలో రాయబడిన రికార్డులను పరిశీలించి అవి సరైనవని తేల్చాడు. అలాగే థేరవాద బౌద్ధాన్నే అసలు సిసలైన బౌద్ధంగా గుర్తించాడు. బౌద్ధ వేషధారులైన వైతుల్యక బ్రాహ్మణుల వంటివారు బౌద్ధ సంఘంలో చీలిక తేవడానికి

ప్రయత్నించినపుడు అశోకుడు భారతదేశంలో వున్న అటువంటి వంచకులను గుర్తించి బహిష్కరించాడు.

బుద్ధుడిని చారిత్రక వ్యక్తిగా నిరాకరించి, పాళీ భాషలోని త్రిపిటకాల విలువను నిరాకరించిన మహాసాంఘికులు నిజమైన బౌద్ధులు కాదు. మహాయానానికి పూర్వీకులైన మహాసాంఘికుల దాడి నుండి నిజమైన బౌద్ధాన్ని (థేరవాదాన్ని) కాపాడటానికి అశోకుడు వారి ప్రయత్నాలను అణచివేశాడు. అశోకుడి మరణానంతరం వచ్చిన శాతవాహనులు అశోకుడు అణచివేసిన మహాసాంఘికుల చర్యలన్నిటినీ పునరుద్ధరించారు. వారు బౌద్ధం తీవ్రంగా విమర్శించి ఖండించిన వర్ణవ్యవస్థను పునరుద్ధరించారు. అన్ని కులాలు కలిసిపోవడాన్ని ఆపేశారు. బ్రాహ్మణ వ్యవస్థలను బలపరిచారు.

ద్విజులు (ఆర్యులు) ప్రత్యేకించి బ్రాహ్మణులు మహాసాంఘికశాఖను సృష్టించి, దానిమీద ఆధిపత్యాన్ని చెలాయించారు. భారతదేశంలోని థేరవాదులకు వ్యతిరేకంగా వర్ణవ్యవస్థను పునరుద్ధరించడానికి పాలకవర్గం మహాసాంఘికులను బాగా వాడుకుంది. బ్రాహ్మణ పాలకవర్గం మహాసాంఘికులను ఆదరించడానికి అదే కారణం. మహాసాంఘికులే క్రీ.శ. రెండవ శతాబ్దం నాటికి నాగార్జునుని నాయకత్వంలో మహాయానులుగా రూపొందారు.

అశోకుడి తదనంతర కాలంలో మహాసాంఘికులను మొదటిసారిగా ఆదరించి పోషించినవారు శాతవాహనులు. (గౌతమీపుత్ర శాతకర్ణి). మహాసాంఘికులు తమ కార్యక్రమాలను దక్షిణ భారతదేశంలో ప్రత్యేకించి నాగార్జున కొండ, అమరావతిలో కేంద్రీకరించారు. గౌతమబుద్ధుడి అవశేషాలమీద అశోకుడు ప్రపంచ ప్రసిద్ధి చెందిన అమరావతి స్థూపాన్ని నిర్మించాడు. శాతవాహనులకు పూర్వం అది థేరవాదుల అధీనంలో ఉండేది. శాతవాహనుల రాకతో ఆ స్థూపాన్ని

మహాసాంఘికులు ఆక్రమించారు. ఆ కాలంలో అమరావతిలో లభించిన రాతి చెక్కడాల ద్వారా ఈ విషయం స్పష్టమవుతోంది. అమరావతి, నాగార్జున కొండలలో తమ ఆధిపత్యాన్ని నిలుపుకోడానికి థేరవాదులు, మహాసాంఘికులు పరస్పరం ఘర్షణపడి వుండవచ్చు. పాలకవర్గం మాత్రం ఎల్లప్పుడు థేరవాద బౌద్ధులకు వ్యతిరేకంగా వుండేది. ద్విజుల ఆధ్వర్యంలో కొనసాగే మహాసాంఘికులను మాత్రం బాగా ఆదరించేది.

అశోకుడు నిర్మించిన అమరావతి స్థూపంపై ఆధిపత్యం చెలాయించడంలో మహాసాంఘికులకు రాజులు ఏవిధంగా సహకరించారనే విషయాన్ని శాతవాహనుల కాలంనాటి రాజశాసనాలు తెలుపుతున్నాయి. వాటి ద్వారా థేరవాదులే అసలైన బౌద్ధులనే విషయం కూడా స్పష్టమవుతోంది.

ధాన్యకటకం నుండి పాలించిన మొదటి శాతవాహన రాజైన వాశిష్టీపుత్ర పులోమాలి కాలంలో అమరావతిలో లభించిన రాతిఫలకం ద్వారా మహాసాంఘికులకు ధర్మచక్రాన్ని దానంగా ఇచ్చినట్లు తెలుస్తోంది..[1]

ఆ రాతిఫలకం వల్ల రెండు విషయాలు స్పష్టమవుతున్నాయి.

**1)** మహాసాంఘికులు బుద్ధుడిని చారిత్రక వ్యక్తిగా కాక, భగవంతునిగా మార్చివేయడం.

**2)** అశోకుడు నిర్మించిన అమరావతి స్థూపం (మహాచైత్యం) మహాసాంఘికుల అధీనంలోకి వెళ్లడం. థేరవాదులు దానిపై నియంత్రణను పూర్తిగా కోల్పోవడం.

మహాయానం ఆవిర్భావంతో రెండవ శతాబ్దంలో అమరావతిలో పూర్వం వున్న బుద్ధ ప్రతీకలకు భిన్నంగా బుద్ధుని చిత్రాన్ని పెట్టడం జరిగింది. స్థూపంలో

[1] Amaravati Inscription

విభిన్న భాగాలలో చెక్కిన రాతి ఫలకాలలో ముగ్గురు శాతవాహన రాజులు పేర్లున్నాయి. **1)** వాశిష్టీపుత్ర పులోమావి, **2)** శివశ్రీ శాతకర్ణి, **3)** యజ్ఞశ్రీ శాతకర్ణి.

మహాసాంఘికుల అధీనంలో వున్న స్థూపంతో ఆ రాజులకున్న సంబంధాన్ని ఇది స్పష్టంగా తెలుపుతోంది. శాతవాహన రాజులు రెండవ శతాబ్దంలో ఈ స్థూపాన్ని విస్తరించి, ఆకర్షణీయంగా తీర్చిదిద్దారు..[2] మహాసాంఘికుల మతాన్ని, తత్వాన్ని అవాస్తవమైనవని థేరవాదులు ఖండించారు. మహాసాంఘికులు బ్రాహ్మణుల ప్రయోజనాలను కాపాడినందువల్లనే శాతవాహనులు వారిని ఆదరించి పోషించారనేది స్పష్టంగా తెలుస్తోంది.

శాతవాహనుల తరువాత ఇక్ష్వాకులు అధికారంలోకి వచ్చారు. నాగార్జున కొండ, అమరావతి వారి రాజ్యంలో భాగాలైనాయి. ఇక్ష్వాకులు బ్రాహ్మణోద్ధారకులు. ఇక్ష్వాకుల వంశస్థాపకుడైన శాంతమూలుడు వైదిక సాంప్రదాయాలను, యజ్ఞాలను ఆచరించడమే దీనికి నిదర్శనం. అతడు మహాసేన విరూపాక్షుని భక్తుడు. అశ్వమేధ, అగ్నిస్తోమ, వాజపేయ వంటి వైదిక యజ్ఞాలను నిర్వహించాడు. శాంతమూలుడి వారసులందరూ శైవారాధకులైన బ్రాహ్మణ మతస్థులు.

అమరావతిలోని మహాసాంఘికులందరికీ ఇక్ష్వాకుల ఆదరణ లభించింది. అభివృద్ధితో కూడిన ఇక్ష్వాకరాజుల పాలనలో అమరావతిలోని మహాచైత్యానికి (అమరావతి స్థూపం) కొన్ని మార్పులు చేర్పులు చేయడం జరిగింది. వీరికాలంలోనే స్థూపానికి సూక్ష్మమైన నగిషీ చెక్కడపు పనులు జరిగాయి..[3]

ఇక్ష్వాకులు బ్రాహ్మణమతావలంబులైనప్పటికీ వారి రాజ్యంలోని మహాసాంఘికులను ఆదరించారు. ఇక్ష్వాక రాజుల కాలంలోని నాగార్జునకొండ రాతి

---

[2] Amaravati Inscription
[3] Sarcar, H; Amaravati

ఫలకాల్లో మహాసాంఘికుల ప్రస్తావన కనిపిస్తోంది. వీరపురుష దత్తుడి పాలనలో ఆరవ సంవత్సరంలో అపరశైలుల (మహాసాంఘికుల) ప్రయోజనం కోసం మహాచైత్యాన్ని పూర్తిచేసినట్లు ఒక రాతిఫలకం తెలుపుతోంది.[4] అతని పాలనలో **18**వ సంవత్సరంలో అపరశైవ శాఖకు చెందిన ఆచార్యులకోసం మరో చైత్యాన్ని నిర్మించినట్లు రాతిఫలకంలోని వాక్యాలను బట్టి తెలుస్తోంది.[5]

ఇక్ష్వాక రాణులు కూడా మహాసాంఘికులను ఆదరించారు. విరూపాక్షదత్తుడి భార్య, ఎహువల శాంతమూలుడి తల్లి అయిన ఇక్ష్వాకరాణి భాతిదేవ మహాసాంఘికుల కోసం ఒక ఆరామాన్ని నిర్మించింది. నాగార్జున కొండ రాతిఫలకం ఈ విషయాన్ని స్పష్టం చేస్తోంది.[6] మహారాజు వాశిష్ఠీపుత్ర శాంతమూల సోదరి, వీరపురుష దత్తుడి భార్య అయిన రాణి అపసిరిణిక అపరశైలశాఖ (మహాసాంఘి)కు చెందిన వారి కోసం మహాచైత్యం వద్ద ఒక రాతిస్తంభాన్ని నిలిపినట్లు మరో రాతిఫలకం తెలుపుతోంది.[7] వీరపురుషదత్తుడి పాలనలోని రాజాధికారికి చెందిన ఒక రాతిఫలకం జగ్గయ్యపేటలో లభించింది. వేలగిరి గ్రామంవద్ద గల బుద్ధభగవానుని గొప్ప చైత్యం యొక్క తూర్పు ద్వారం వద్ద ఆ అధికారికి చెందిన సహోద్యోగులు, స్నేహితులు, బంధువులు కలిసి మరో నిర్మాణాన్ని ఏర్పాటు చేసినట్లు తెలుస్తోంది.[8] దాత మహాసాంఘికులకోసం దానం చేయగా, మహాసాంఘికులు బుద్ధుడిని బుద్ధ భగవానునిగా మార్చివేశారు.

మహాసాంఘికులకు లభించిన రాజాదరణను పాలకవర్గం అవలంబించిన లౌకిక విధానంగా కీర్తించారు. అయితే మరోవైపు వారు సిసలైన బౌద్ధులను

---

[4] Epigraphia India, Vol. XX, P.17
[5] Epigraphia India, Vol. XX, P.21-22
[6] Epigraphia India, Vol. XX, P.23-24 & Vol. XXI, P.62
[7] Epigraphia India, Vol. XX, P.19-20
[8] Burgess, J.A.S, Notes on Amaravati Stupa, P.56

అణచివేశారు. మహాసాంఘికులు కులవ్యవస్థతో రాజీపడ్డారు. వారి భావజాలం ఉపనిషత్తులలోని భావవాదాన్ని పోలివుంటుంది. ఈ కారణం వల్లనే బ్రాహ్మణరాజులు వారి రాణులు మహాసాంఘిక శాఖను ఆదరించడానికి అనుమతించారు. మహాసాంఘికుల మతాన్ని, తత్వాన్ని ఖండించిన మూడవ బౌద్ధ మహాసభ అశోకుడి కాలంలో వారిని బౌద్ధులుగా గుర్తించలేదు. అందువల్ల మహాసాంఘికులకు లభించిన రాజాదరణను పాలకవర్గం యొక్క సహనానికి చిహ్నంగా భావించడానికి వీలులేదు. భారతదేశంలోని బౌద్ధంపట్ల వారు సహనం ప్రదర్శించలేదు.

పల్లవుల రాకతో ఆంధ్రలో బౌద్ధం క్షీణించింది. సింహవర్మ మరియు త్రిలోచన పల్లవ అనే ఇద్దరు పల్లవరాజులు వరుసగా పర్వత (నాగార్జునకొండ), ధాన్యకటకంలోని బౌద్ధాన్ని నాశనం చేశారు..[9] పల్లవులు బ్రాహ్మణోద్ధారకులు. వారు అనేక బౌద్ధ నిర్మాణాలను ధ్వంసం చేసి వాటిపై ఇతర నిర్మాణాలను చేపట్టారు. 4వ శతాబ్దం ప్రారంభం నాటికే పల్లవులు ఆంధ్రలో అధికారాన్ని చేపట్టారు. దాంతో అమరావతి స్థూపం క్షీణించడం ప్రారంభమైంది. ఆంధ్ర ప్రాంతంలో అధికారాన్ని చేపట్టిన పల్లవ వంశంలోని తొలిరాజులుగాని, కాంచీపురం నుండి పాలించిన తరువాతి రాజులుగాని బౌద్ధాన్ని ఆదరించలేదు.[10] అమరావతి స్థూపంలో పాలించిన పల్లవ వంశరాజుల పెద్ద జాబితా ఇవ్వబడింది..[11] దీనివల్ల అమరావతి స్థూపంతో పల్లవులకున్న సంబంధం స్పష్టంగా తెలుస్తోంది.

పల్లవరాజైన సింహవర్మ అమరావతి స్థూపాన్ని దర్శించి అభిమానించి ఆదరించాడు. భారతదేశంలోని బౌద్ధాన్ని హింసాత్మక చర్యలతో నాశనం చేసిన విషయాన్ని విస్మరించిన సంప్రదాయ చరిత్రకారులు ఇటువంటి అంశాలను

[9] Hanumantharao, B.S.L, Religion in Andhra, P.130
[10] Ramaswamy, N.S; Amaravati Stupa, P.10
[11] Burgess, J.A.S., Notes on Amaravati Stupa, P.50

పేర్కొంటూ బ్రాహ్మణ వంశస్థులందరూ సహనంతో బౌద్ధాన్ని సహించి లౌకిక విధానాన్ని పాటించారని చెప్పడానికి ప్రయత్నిస్తుంటారు. అయితే మనం జాగ్రత్తగా పరిశీలిస్తే సింహవర్మ చెక్కించిన రాతిఫలకం ద్వారా అమరావతి స్థూపం మహాయానుల అధీనంలో వుండేదని తెలుస్తోంది. అది సిసలైన బౌద్ధులైన థేరవాదుల అధీనంలో లేదని, అది మహాయానుల అధీనంలోని స్థూపమని, దాన్నే సింహవర్మ ఆరాధించాడని తెలుస్తోంది.

ధాన్యకటకంలోని పరమబుద్ధ క్షేత్రంలో పల్లవరాజైన సింహవర్మ బుద్ధుడి విగ్రహాన్ని నిర్మించాడని అమరావతి ఫలకం తెలుపుతోంది.[12] సింహవర్మ అమరావతికి వెళ్లి స్థూపాన్ని పూజించాడు. విష్ణుకుండినుల పాలనలో అమరావతిలో బుద్ధుడి విగ్రహాన్ని నిర్మించిన సింహవర్మ బౌద్ధ అధికారిగా చెలామణి అయ్యాడని ఆర్.సుబ్రమణ్యం పేర్కొన్నాడు.[13]

అతడిలా రాశాడు. "అమరావతిలో దొరికిన ఒక రాతిఫలకంలో కంచిని పాలించిన సింహవర్మ బౌద్ధ అధికారిగా వున్నపుడు ధాన్యకటకంలోని బౌద్ధ విహారాన్ని దర్శించినట్లు పేర్కొనబడింది. ఆ రాజు బౌద్ధ విహారంలో నవరత్నాలతో కూడిన బుద్ధుడి విగ్రహాన్ని ప్రతిష్టించినట్లు తెలుస్తోంది. విష్ణుకుండనుల పాలనలో ఈ పల్లవరాజు ధాన్యకటకంలోని విహారాన్ని దర్శించాడు. ఆ తరువాత కొంతకాలానికే హుయాన్‌సాంగ్ ధాన్యకటకాన్ని దర్శించాడు."[14]

ఈ విషయాలవల్ల ఈ క్రింది అంశాలు స్పష్టమవుతున్నాయి.

[12] Debala Mitra, Budhist Monuments, P.201
[13] Subrahmanyam, K.R. Budhist Remains in Andhra
[14] Subrahmanyam, K.R. The copper Plate Grant of the Vishnukundin King Vikramendra Varma, P.25

**1)** బుద్ధుడి విగ్రహాన్ని ప్రతిష్టించడం, అమరావతిలో బుద్ధుడిని మరికొంతమంది దేవుళ్లను ఆరాధించడం వంటి వాటినిబట్టి సింహవర్మ మహాయాన బౌద్ధానికి చెందినట్లు తెలుస్తోంది.

**2)** సింహవర్మ బౌద్ధ అధికారిగా వుండి, అధికారికంగా అమరావతిలోని బౌద్ధ స్థూపాన్ని దర్శించినట్లు తెలుస్తోంది.

**3)** సింహవర్మ దర్శించే సమయానికి అమరావతి స్థూపం మహాయానుల అధీనంలో వుండేది. దాన్ని రక్షించడానికే సింహవర్మ ధాన్యకటకాన్ని దర్శించి మహాయానులకు రాజాదరణను కొనసాగించాడు.

దీన్నిబట్టి పల్లవరాజులు థేరవాద బౌద్ధులను అణచివేసి, మహాయాన బౌద్ధులను ఆదరించినట్లు స్పష్టమవుతోంది. బ్రాహ్మణ వంశస్థులందరూ బౌద్ధం ముసుగులో మహాయానాన్ని ప్రచారం చేయడం సహజమే.

మొదటినుండే విష్ణుకుండిన రాజులు మహాయానాన్ని ఆదరించి, సంబంధాలు కొనసాగించారు. వారంతా శ్రీ పర్వతస్వామి భక్తులుగా చెప్పుకొన్నారు. శ్రీ పర్వతస్వామి అంటే మహాయానులచే భగవంతుడిగా మార్చబడిన బుద్ధుడే. సుప్రసిద్ధ విష్ణుకుండిన రాజైన గోవిందవర్మ, ఆయన పట్టపురాణైన పరమ భట్టారిక మహాదేవి, విక్రమేంద్ర వర్మ మహాయానులకోసం అనేక విహారాలను నిర్మించారు. అధికారికంగా వారిని ఆదరించారు. అదే సమయంలో వారు అమరావతి స్థూపాన్ని ధ్వంసం చేసి ఆ ప్రాంతంలో అమరలింగేశ్వర దేవాలయాన్ని, ఇతర అనేక బ్రాహ్మణ దేవాలయాలను నిర్మించారు. చేజర్లలోని కపోతేశ్వర దేవాలయం వాటిలో ఒకటి.

హుయాన్‌సాంగ్ ధాన్యకటకాన్ని దర్శించే నాటికే బ్రాహ్మణ వంశ రాజుల చేతిలో సిసలైన థేరవాద బౌద్ధులు శిక్షలకు గురయ్యారు. ఆ విధంగా వారంతా భారతదేశంలోని ఇతర ప్రాంతాలకు వలసవెళ్లారు. ఈ కారణం చేతనే చాలా బౌద్ధ

విహారాలు శిథిలావస్థకుచేరి నాశనమైపోయాయి. ధాన్యకటకంలో మహాయాన బౌద్ధులకు చెందిన **20** విహారాలు మాత్రమే మిగిలివున్నట్లు తెలుస్తోంది. "అసంఖ్యాకంగా వున్న సంఘారామాలలో చాలా ఆరామాలు శిథిలావస్థకు చేరి నాశనమైనాయి. మిగిలిన ఆరామాలలో **20** మాత్రమే ఉన్నాయి. వాటిలో దాదాపు **1000** మంది దాకా పూజారులున్నారు. వారంతా ప్రపంచ నియమాలను అధ్యయనం చేస్తున్నారు. అక్కడ **100** దేవాలయాలున్నాయి. విభిన్న విశ్వాసాలుగల ప్రజలు అక్కడా పెద్ద సంఖ్యలో వస్తుంటారు" అని హుయాన్‌సాంగ్ పేర్కొన్నారు..[15]

**20** మహాయాన విహారాలు మాత్రమే మిగిలి వుండడం, సిసలైన బౌద్ధులందరూ అదృశ్యం కావడాన్ని బట్టి థేరవాదులంతా ఆంధ్ర ప్రాంతంలోని బ్రాహ్మణ వంశస్థుల చేతిలో శిక్షకులకు గురై అమరావతిని వీడి వుంటారు. ప్రజల సహకారంతో కొనసాగుతున్న థేరవాదులు అమరావతిలో తమ ఆధిపత్యాన్ని కోల్పోయి, రాజుల శిక్షలకు భయపడి అక్కడి నుండి వలసవెళ్లి వుంటారని తెలుస్తోంది.

అనేక బౌద్ధ విహారాలతో అంతర్జాతీయ ఖ్యాతి గడించిన ధాన్య కటకంలోని సుప్రసిద్ధ బౌద్ధ కేంద్రం **7**వ శతాబ్దం నాటికి **100** దేవాలయాలతో కూడిన బ్రాహ్మణ వికాస కేంద్రంగా మారిపోయిందని హుయాన్‌సాంగ్ నివేదికలు తెలుపుతున్నాయి.

**4**వ శతాబ్దంలో బ్రాహ్మణమతాన్ని పునరుద్ధరించిన గుప్తులు మహాయానాన్ని ఆదరించారు. రాజ్య ప్రయోజనాలను కాపాడుకోడానికి వారిని బాగా వాడుకున్నారు. ప్రసిద్ధ మహాయాన తాత్వికులైన వసుబంధుడు, అసంగుడు అనేవారు రాజుల, పాలకవర్గాల, బ్రాహ్మణుల ప్రయోజనాలను కాపాడటానికే తమ సిద్ధాంతాలను రూపొందించారని హుయాన్‌సాంగ్ పేర్కొన్నాడు.

[15] Huantsong, Si-yu-Ki, translated by s. Beal, P.221

హుయాన్‌సాంగ్ తన సుప్రసిద్ధ గ్రంథం 'సియుకీ'లో ఇలా పేర్కొన్నాడు. "వసుబంధు బోధిసత్వ మత సూత్రాలను వివరించాడు. వివిధ దేశాల రాజులు, ప్రపంచంలోని ప్రసిద్ధ వ్యక్తులు, శ్రమణులు, బ్రాహ్మణుల ప్రయోజనాల కోసం బోధలు చేశాడు."[16]

మహాయాన సిద్ధాంత ప్రతినిధులంతా బ్రాహ్మణులైనందువల్ల పాటలీపుత్రలోని ఒక మహాయాన బ్రాహ్మణుడితో తన అనుభవాన్ని ఫాహియాన్ కూడా వివరించాడు.

"పాటలీపుత్రలో మహాయాన సిద్ధాంతాలను బోధించే సుప్రసిద్ధ బ్రాహ్మణుడైన రాధాస్వామిని ఫాహియాన్ కలిశాడు. రాధాస్వామిని ఆ దేశపురాజు, ఇతర దేశాల నుండి వచ్చిన శ్రమణులు బాగా గౌరవించారు."[17]

మహాయానులను గొప్పగా ఆదరించిన బ్రాహ్మణ వంశరాజులలో వాకాటకులున్నారు. హరిసేన అనే వాకాటక రాజు మహాయానానికి గొప్ప భక్తుడు.[18] వాకాటకుల తరువాతనే దక్షిణ భారతంలోని హీనయాన బౌద్ధ కళ నశించి బ్రాహ్మణుల చేత నిర్మూలించబడింది.[19]

మహాయానం ముసుగేసుకున్న ఉపనిషత్తులలోని భావవాదమే. భారతదేశంలో వర్ణవ్యవస్థ శాశ్వతంగా నిలదొక్కుకోడానికి అది దోహదం చేసింది. అందుకే బ్రాహ్మణ రాజులు, పాలకవర్గీయులు, ఇతర ముఖ్యులు దాన్ని ఆదరించారు. మరోవైపు అదే పాలకవర్గం హీనయాన బౌద్ధులను హింసతో సర్వనాశనం చేసింది.

మహాయానంపై బ్రాహ్మణులు లేదా ద్విజులు గుత్తాధిపత్యం వహించారు. అమరావతిలోని మహాయాన శిల్పకళలో వైదిక చిహ్నాలైన త్రిశూలం, స్వస్తిక్ వంటివి

[16] Huantsong, Si-yu-Ki, translated by s. Beal, P.225
[17] Nalinakshadutt, Mahayana Buddhism, P.38
[18] Soundararajan, K.V., Art of South india-Deccan, P.141
[19] Soundararajan, K.V., Art of South india-Deccan, P.53

దర్శనమిస్తాయి. బ్రాహ్మణులు బుద్ధుడిని భగవంతుడిగా భావించి అతని జన్మదినాన్ని జరుపుకుంటారు. బుద్ధుడి జన్మదినం **12**వ శతాబ్దంలోని కాశ్మీరీ బ్రాహ్మణుల కాలెండర్‌లో ప్రత్యేక స్థానం సంపాదించుకుంది.[20]

మహాయాన బౌద్ధంలోకి దొంగచాటుగా జొరబడిన బ్రాహ్మణులు బ్రాహ్మణ దేవుళ్లను మహాయానంలోకి తెచ్చారు. ఆ విధంగా బ్రాహ్మణ మతానికి, మహాయానానికి మధ్యగల తేడాను వారు తుడిచిపెట్టారు.

రేస్ డేవిడ్స్ ఇలా అంటాడు :

"మహాయాన బౌద్ధంలోకి మారినవారు హిందూ దేవతలతో బాగా పరిచయమున్నవారు. కాలం గడుస్తున్న కొద్దీ వారు రెండింటిమధ్య సమన్వయం కుదర్చాలని భావించారు. ఆ క్రమంలో వారు హిందూ దేవుళ్ళను బౌద్ధంలోకి తీసుకొచ్చి వారంతా బుద్ధుడికి అనుకూలురుగా వున్నట్లు చిత్రించారు."[21]

ఈ ధోరణిలో ముఖ్యమైన తాత్వికుడిగా అసంగుడు కనిపిస్తాడు. నూతన బౌద్ధంగా రూపొందిన మహాయానంలో శైవమతానికి చెందిన దేవుళ్లను తీసుకురావడం ద్వారా అతడు రెండు విరుద్ధమైన తత్వాలలో సమన్వయాన్ని సాధించడానికి ప్రయత్నించాడు. అతడు అదే విధంగా బౌద్ధంలోకి మార్మిక, తాంత్రిక సిద్ధాంతాలను పెద్ద ఎత్తున చొప్పించగలిగాడు.

మహాయానం క్రమంగా వజ్రయానంగా పతనమైంది. అది పూర్తిగా బ్రాహ్మణ దేవతలతో నిండిపోయింది. ఆ కారణం చేతనే పాలకవర్గం మహాయానాన్ని ఆదరించింది. బ్రాహ్మణులు, రాజులు మహాయానానికి లేదా వజ్రయానానికి ఏనాడు

20 Debala Mitra, Budhist Monuments, P.110
21 Rhys Davids, T.W; History and Literature of Budhism, P.138

వ్యతిరేకంగా లేరు. రాహుల్ సాంకృత్యాయన్ ప్రకారం వజ్రయానానికి చెందిన ప్రముఖులలో చాలామంది (84 మంది సిద్ధులు) ద్విజులే.[22] అంటే బ్రాహ్మణ, క్షత్రియ, వైశ్యులే. వారిలో కొద్దిమంది బ్రాహ్మణులతో మమేకమైన శూద్రులున్నారు. మహాయానాన్ని భూస్వామ్య రాష్ట్రాలు పెద్దగా ఆదరించడానికి కూడా ప్రధాన కారణం మహాయానంపై పూర్తిగా ద్విజుల ఆధిపత్యం కలిగి వుండడమే.

అమరావతి స్థూపాన్ని (మహాచైత్య) మొదట్లో అశోకుడు నిర్మించాడు. అప్పుడు థేరవాదుల ఆధిపత్యం కొనసాగేది. తరువాతి కాలంలో ధాన్యకటకంలో అమరావతి స్థూపంపై ఆధిపత్యం కోసం థేరవాదులు, మహాయానుల మధ్య సంఘర్షణ కొనసాగింది.

మహాసాంఘికులకు, మహాయానులకు రాజాదరణ లభించడంతో థేరవాదుల అస్తిత్వానికే చావుదెబ్బ తగిలింది. 7వ శతాబ్దం నాటికి అమరావతిలో థేరవాదులు పూర్తిగా కనుమరుగైపోయారు. ఈ విషయం హుయాన్‌సాంగ్ రాసిన 'సియుకీ' గ్రంథం ద్వారా రుజువవుతోంది.

మహాయాన బ్రాహ్మణులు అమరావతి స్థూపాన్ని తమ అధీనంలోకి తీసుకున్నారు. బుద్ధుడిని విష్ణు అవతారంగా భావించి విగ్రహారాధనను ఉన్నతమైనదిగా ప్రచారం చేశారు. మధ్యయుగాల బ్రాహ్మణులు, రాజులు, ఉన్నత వర్గాలవారు మహాయానాన్ని ఆదరించడంలో ఎటువంటి ఇబ్బందులు ఎదుర్కొనలేదు. అమరావతిలో బౌద్ధ స్థూప అవశేషాలపై నిర్మించిన అమరలింగేశ్వర దేవాలయంలోని పూజారులు 1289వ సంవత్సరంలో అమరావతి స్థూపానికి కొన్ని బహుమతులను అందించడానికి ఇదే కారణం.[23] వజ్రయానం పేరుతో నాస్తికమైన

---

[22] Rahul Sankrityayan, The Origin of Vajrayana and its 84 Mystics - Selected Essays, P.123-127

[23] Ramaswamy, N.S. Amaravati Stupa, P.16

బౌద్ధంలో తాంత్రికవాదాన్ని బ్రాహ్మణులు ప్రవేశపెట్టారు. బ్రాహ్మణమత శాఖలకు చెందిన వారంతా ఆ తాంత్రిక విద్యలను అనుసరించారు. మధ్యయుగాల రాజులు, ఉత్తర భారతదేశంలోని పాలక రాజులు మహాయానులను గొప్పగా ఆదరించారు. అదే సమయంలో సిసలైన బౌద్ధులైన థేరవాదులను నిర్దాక్షిణ్యంగా చంపి లేదా దేశం విడిచిపోయేలా చేశారు. మహాయాన బౌద్ధులు పూర్తిగా బ్రాహ్మణమతంలో విలీనమైపోయారు. బ్రాహ్మణ దేవాలయాల్లో బుద్ధుడిని విష్ణు అవతారంగా పూజించడమే దీనికి సాక్ష్యం.

*************

# 7. బౌద్ధ నిర్మాణాల విధ్వంసం- బ్రాహ్మణ దేవాలయాల నిర్మాణం

భారతదేశంలోని నూతన బ్రాహ్మణమతంలో దేవాలయం విశిష్టమైన స్థానాన్ని పొందింది. ఇక్ష్వాకుల కాలంలో శ్రీపర్వత ప్రాంతంలో దేవాలయాల నిర్మాణం ప్రారంభమైనట్లు తెలుస్తోంది. బౌద్ధ సంస్థలకు ప్రజలలో వున్న ఆదరణను తొలగించడానికై బ్రాహ్మణులు దేవాలయాల నిర్మాణాన్ని ప్రారంభించారు. క్రీ.శ. రెండు మూడు శతాబ్దాలలో బౌద్ధానికి, బ్రాహ్మణ మతానికి మధ్య జరిగిన సంఘర్షణకు శ్రీపర్వతమే ప్రధాన కేంద్రంగా వుండేది. బ్రాహ్మణులు బౌద్ధ సన్యాసులను వారి ఆరామాల నుండి బహిష్కరించి ఎత్తుగడలతో నాగార్జునకొండ వద్దగల ఆరామాలను, విహారాలను స్వాధీనం చేసుకొన్నారు. ఈ విషయాన్ని హుయాన్‌సాంగ్ ఇలా నివేదించాడు. "శ్రీ పర్వతంలో నాగార్జునుని మరణానంతరం రెండువర్గాల మధ్య ఘర్షణలు చెలరేగాయి. బౌద్ధులను బహిష్కరించిన బ్రాహ్మణులు అక్కడి ఆరామాన్ని తమ స్వాధీనం చేసుకొన్నారు.".[1]

శాతవాహన రాజు నిర్మించిన నాగార్జున కొండలోని సంఘారామంలో నాగార్జునుడు బ్రాహ్మణులకు, బ్రాహ్మణేతర బౌద్ధులకు వసతి కల్పించాడు. బ్రాహ్మణులకు మాత్రం ప్రత్యేక గదులు కేటాయించాడు. బ్రాహ్మణులు తరువాతి

[1] Burgess, J.A.S; The Budhist Stupa of Amaravati and Jaggayyapeta, P.6

కాలంలో బ్రాహ్మణేతర బౌద్ధులను బహిష్కరించి ఎత్తుగడతో సంఘారామాన్ని ఆక్రమించారని హుయాన్‌సాంగ్ రికార్డులు తెలుపుతున్నాయి.

అతడిలా రాశాడు "నాగార్జునుడు తాను నిర్మించిన భవనంలో నివాస ముండటానికి, ప్రార్థనలు చేయడానికి వెయ్యిమంది సన్యాసులకు ఆశ్రయం కల్పించాడు. అయిదంతస్తుల భవనంలో మొదటి అంతస్తులో బుద్ధుడి విగ్రహాన్ని పెట్టాడు. దానితోపాటు సూత్రాలను, శస్త్రాలను వుంచారు. అట్టడుగు భాగంలో బ్రాహ్మణులకు వసతి కల్పించి, వారికవసరమైన అన్ని సౌకర్యాలు ఏర్పాటుచేశాడు. మిగిలిన మూడంతస్తులలో మిగిలిన సన్యాసులను, శిష్యులను వుంచాడు. పాత రికార్డుల ప్రకారం అతడు సద్వాహ కార్యక్రమం ముగిసిన పిదప అక్కడ పనిచేసే వాళ్లు వాడిన ఉప్పు ఖరీదు తొమ్మిది బంగారు నాణేలుగా తేల్చాడు. తరువాత అక్కడి సన్యాసులు కోపంతో కొట్లాడుకొన్నారు. వారంతా పరిష్కారం కోసం రాజువద్దకు వెళ్లారు. అప్పుడు బ్రాహ్మణులు తమలోతాము ఇలా మాట్లాడుకొన్నారు. "బౌద్ధ సన్యాసులు మనమన్న మాటలతోనే కలహించడం మొదలుపెట్టారు". తరువాత బ్రాహ్మణ సన్యాసులంతా కలిసి సమయంకోసం ఎదురు చూడసాగారు. వారంతా కలిసి సంఘారామాన్ని నాశనం చేశారు. తరువాత బౌద్ధ బిక్షువులను తరిమివేసి, లోపలికి రాకుండా బారికేడ్లు నిర్మించారు. అప్పటినుండి బౌద్ధ బిక్షువులు అక్కడికి తిరిగి వెళ్లలేదు. దూరంగావున్న కొండ గుహలను చూసి అక్కడికి వెళ్లడానికి దారి కనుక్కోవడం అసాధ్యమని భావించారు. ఆ సమయంలో బ్రాహ్మణులు తమ ఇళ్లలోని వ్యాధిగ్రస్తులకు వైద్యం చేయించడానికై ఒక వైద్యుడిని తీసుకొచ్చారు. అయితే అతని ముఖానికి ముసుగువేసి అతడు ఆ మార్గాన్ని తెలుసుకోకుండా వుండేలా చేశారు..[2]

[2] Huantsong, Si-yu-Ki, Translated by S.Beal, P.216-217

**25** సంవత్సరాల క్రితం వరకు శ్రీపర్వతం శంకరాచార్యమఠం యాజమాన్యం కింద వుండేది. మన ప్రభుత్వం శంకరాచార్యుల అనుమతితో దాన్ని కొనుగోలుచేశారు. ఎ.హెచ్.లాంగ్ హోర్ట్ ఆధ్వర్యంలో నాగార్జునకొండ వద్ద పురావస్తు తవ్వకాలు ప్రారంభమైనాయి..[3] ఫలితంగా బౌద్ధుల స్థలాలను బ్రాహ్మణులు ఆక్రమించి, బౌద్ధ నిర్మాణాలను తొలగించి శ్రీపర్వతం వద్ద వారి దేవాలయాలను నిర్మించుకొన్నట్లు తెలిసింది. నిర్లక్ష్యం చేయబడ్డ బౌద్ధ నిర్మాణాలను పడగొట్టి వాటి ద్వారా లభించిన వస్తు సముదాయాన్ని, సామాగ్రిని బ్రాహ్మణులు తమ స్వంత కట్టడాలకు వాడుకొన్నారు. తవ్వకాలలో ఆ నిర్మాణాలకు చెందిన రాళ్లు, పై కప్పుకు చెందిన రాతిపలకలు, స్తంభాలు లభించాయి. క్రీ.శ. **270**లో రాజ్యమేలిన ఇహువల శాంతమూల కాలంలో దేవాలయాల నిర్మాణ కార్యక్రమం బాగా జరిగినట్లు తెలుస్తోంది..[4]

అతని పాలనా కాలంలో బ్రాహ్మణులకు లెక్కలేనన్ని భూములను దానంగా ఇచ్చాడు. అతడు అనేక భూములతోపాటు లక్షల నాగళ్లను, ఆవులను బ్రాహ్మణులకు దానంగా ఇచ్చినట్లు నాగార్జున కొండ వద్ద లభించిన రాతి ఫలకాలు తెలుపుతున్నాయి. ఇహువల రాజ్యపాలనలో ప్రారంభమైన దేవాలయ నిర్మాణ కార్యక్రమాన్ని తరువాత వచ్చిన భారత భూస్వామ్య విధానం కొనసాగించింది. అనేక భూములను దానంగా పొందిన బ్రాహ్మణులు సైతం భూస్వాములుగా అవతరించి దేవాలయాల నిర్మాణ కార్యక్రమానికి అండగా నిలిచారు. ఇక్ష్వాకుల తరువాత శ్రీపర్వతం ప్రాంతంలో రాజ్యాధికారానికి వచ్చిన బ్రాహ్మణ పల్లవరాజులు బౌద్ధుల సంస్థలతోసహా విజయపురిని ధ్వంసం చేశారు. పల్లవులు బ్రాహ్మణ మతోద్ధారకులు.

---

[3] Longhurst, A.H; The Budhist Autiwuities of Nagarjuna Konda, P.6

[4] Subrahmanyam, K.R, The Brahminical Structures at Nagarjuna Konda, An article from Itihas, Vol VIII, P.27

వారు ధర్మమహారాజాధిరాజ, పంచమలోకపాలక వంటి బిరుదులను పొందారు. శ్రీపర్వతం వద్ద గల బౌద్ధాన్ని పూర్తిగా నిర్మూలించి వారి రాజ్యమంతటా అనేక దేవాలయాలను నిర్మించారు. త్రిలోచన పల్లవుడు ధాన్యకటకంలోని బౌద్ధాన్ని నాశనం చేశాడు. ధాన్యకటకాన్ని తన రాజధానిగా చేసుకొన్నాడు. ఉత్తర భారతదేశంలోని బ్రాహ్మణ కుటుంబాలను ఆహ్వానించి తన రాజ్యంలో స్థిరపడమని కోరాడు. అతడు తన రాజ్యంలో అనేక శివాలయాలను నిర్మించి బ్రాహ్మణుల మెప్పు పొందాడు. అదే విధంగా ఆనంద గోత్రికులు, విష్ణుకుండినులు ఆంధ్రలో బౌద్ధాన్ని నిర్మూలించారు. బౌద్ధ నిర్మాణాలను పడగొట్టి వాటి స్థానంలో అనేక దేవాలయాలను నిర్మించారు. విష్ణుకుండినుల రాజ్యపాలనలో ప్రపంచ ప్రసిద్ధిగాంచిన అమరావతి బౌద్ధ కేంద్రాన్ని బ్రాహ్మణులు పాలకవర్గం అండదండలతో బలవంతంగా స్వాధీనం చేసుకున్నారు. బ్రాహ్మణులు బ్రాహ్మణేతర బౌద్ధ బిక్షువులను ఆరామాల నుండి బహిష్కరించారు. అక్కడి బౌద్ధస్తూపాన్ని ధ్వంసం చేశారు. ధాన్యకటకంలో బౌద్ధ శిధిలాల మీద అమరలింగేశ్వరాలయాన్ని నిర్మించారు. ధాన్యకటకంలోని బౌద్ధ బిక్షువులు కలహించుకోవడమే వారి వినాశనానికి దారితీసిందని హుయాన్‌సాంగ్ పేర్కొన్నాడు..[5] వారి కలహాన్ని సాకుగా తీసుకొన్న రాజు అక్కడి ఆరామాలను మూయించివేశాడు. అమరావతి శివాలయంలో అంతకు ముందున్న బౌద్ధ నిర్మాణాలలోని శిల్పకళ బయటపడినట్లు అమరావతి రాతి ఫలకం తెలుపుతోంది. బ్రాహ్మణులు పాలకవర్గం అండదండలతో బౌద్ధుల స్థలాలను ఆక్రమించి వాటిమీద అనేక బ్రాహ్మణ దేవాలయాలను నిర్మించినట్లు తెలుస్తోంది. అక్కడి ప్రజలు బౌద్ధ స్థూపాలను దర్శించి, అభిమానించి, ఆదరించేవారు. అవన్నీ ఈనాడు శైవ, వైష్ణవ దేవాలయాలుగా మారాయి. మతానికి రాజాదరణ, ప్రజాదరణ లభించడంతో వేలాది

[5] Subrahmanyam, K.R. The Budhist Remains in Andhra, P.32

బౌద్ధ బిక్షువులు, సన్యాసినులు అభివృద్ధి చెందలేకపోయారు. మూడవ శతాబ్దం తరువాత బౌద్ధానికి రాజాదరణ లేకపోవడమే గాక ఎటువంటి ఆర్థిక సహాయం కూడా అందలేదు. అంతేగాక బౌద్ధ నిర్మాణాలను ధ్వంసం చేయడమే కాక గ్రంథాలయాలను నాశనం చేయడం, బౌద్ధ సన్యాసులను శిక్షించడం వంటివి కూడా జరిగి వుండాలి. లేకపోతే ఆంధ్రలో బౌద్ధ సాహిత్యం పూర్తిగా అదృశ్యమైపోవడాన్ని వివరించలేము..[6] జైనులు, బ్రాహ్మణులు కొన్నిసార్లు బౌద్ధ నిర్మాణాలను పడగొట్టి వాటిమీద తమ తమ దేవుళ్లకు దేవాలయాలను నిర్మించుకొన్నారు. వారావిధంగా లాభపడ్డారు. ఈ విధంగా జైనులు, హిందువులు వరుసగా బౌద్ధారామాలను బలవంతంగా ఆక్రమించుకొన్నారు. సింహాచల బౌద్ధ కేంద్రాన్ని హిందూ దేవాలయంగా మార్చివేశారు. గుంటుపల్లిలోని సంఘారామాన్ని లింగక్షేత్రంగా మార్చారు. అదేవిధంగా మూడు ప్రసిద్ధ బౌద్ధ కేంద్రాలపై అమరేశ్వర, కపోతేశ్వర, శ్రీశైలేశ్వర దేవాలయాలను నిర్మించారు. పెదకంచర్ల బౌద్ధ కేంద్రంలో లింగాలు, పానవట్టాలు బయటపడడం, జైనులకేంద్రంగా ధనవలపాడు మారిపోవడాన్ని పరిశీలిస్తే అవన్నీ బౌద్ధాన్ని నాశనంచేసి నిర్మించినట్లు స్పష్టంగా తెలుస్తోంది..[7] ఆయా స్థలాలలో లభ్యమైన స్తంభాలు, కిటికీలు, ఇతర సామగ్రిని బట్టి ఈ విషయం తెలుస్తోంది. పూర్వపు బౌద్ధ కట్టడాలలో లభ్యమైన శిల్పకళనే తరువాత హిందూ దేవాలయాలలో కూడా ఉపయోగించినట్లు తెలుస్తోంది. బౌద్ధ శిల్పకళ హిందూ దేవాలయాల్లో ప్రవేశించిందడానికిది నిదర్శనం..[8]

ఎస్.హెచ్.నక్వి ఇలా పేర్కొన్నాడు. "బౌద్ధ భిక్షువులు ఆరామాలను వదలి వెళ్లిపోవడంతో బ్రాహ్మణ పూజారులు వాటిని ఆక్రమించి తమ మత బోధలకు

[6] Subrahmanyam, K.R. The Budhist Remains in Andhra, P.31
[7] Subrahmanyam, K.R. The Budhist Remains in Andhra, P.33
[8] Subrahmanyam, K.R. The Budhist Remains in Andhra, P.36

కేంద్రాలుగా మలచుకున్నారు. గయలోని ప్రసిద్ధ బౌద్ధకేంద్రం శిధిలావస్థకు చేరడంతో హుయాన్‌సాంగ్ దాన్ని దర్శించినపుడు అక్కడి పరిస్థితికి బాధపడుతున్నట్లు పేర్కొన్నారని, తరువాత దాన్ని శివసాధువులు ఆక్రమించుకొని వృద్ధి చేసుకొన్నారు.".[9]

పల్లవరాజుల పాలనాకాలంలో బౌద్ధక్షేత్రాలను, సంస్థలను ధ్వంసం చేసి అక్కడ అనేక శివాలయాలను నిర్మించారు. వాటిని పరిశీలిస్తే ఆంధ్రలో నిర్మించిన దేవాలయాలలో చాలా వాటిలో బౌద్ధ నిర్మాణాలను మార్చి కట్టినట్లు స్పష్టంగా తెలుస్తోంది. రామతీర్థం, సింహాచలం విహారాలలో వున్న సిసలైన బౌద్ధులతో ఘర్షణ పడిన తరువాతనే బ్రాహ్మణులు వాటిని ఆక్రమించుకున్నారు. అనకాపల్లి, గుంటుపల్లిలోని సంఘారామాలను శైవదేవాలయాలుగా మార్చివేశారు. శ్రీశైలంలోని బౌద్ధకేంద్రాన్ని బ్రాహ్మణులు బలవంతంగా ఆక్రమించుకొని మల్లికార్జున దేవాలయాన్ని నిర్మించారు. నరసరావుపేట వద్దగల చేజర్లలోని బౌద్ధ కేంద్ర స్థలంలో కపోతేశ్వరాలయాన్ని నిర్మించారు. ఆంధ్రలో బౌద్ధారామాలలో నివసించే సిసలైన బౌద్ధులను శిక్షించి, బహిష్కరించి ఆ స్థలాలలోనే పంచారామాలను నిర్మించారు.

ఆంధ్రలో తూర్పు చాళుక్యుల పాలనాకాలం నాటికి బౌద్ధం క్రమంగా తన పట్టుకోల్పోయింది. బ్రాహ్మణులు బౌద్ధస్థూపాలను తొలగించి వాటి స్థానంలో బ్రాహ్మణ కేంద్రాలను నిర్మించారు. అవన్నీ పడమటి దిక్కు నుండి వచ్చే యాత్రికులను బాగా ఆకర్షించాయి..[10]

భీమేశ్వరాలయంలోని ధ్వజస్తంభం, పూర్ణఘటం వున్న పైకప్పు, రైలింగు అన్నీ బౌద్ధ స్థూపానికి చెందినవిగా తెలుస్తోంది..[11]

[9] Naqui, S.H; Readings in Indian History, P.89
[10] Ramesan, N. The Eastern Chalukyas of Vengi, P.47
[11] Ramesan, N. The Eastern Chalukyas of Vengi, P.59

ఆంధ్రలోనే కాకుండా భారతదేశంలోని ప్రసిద్ధ బౌద్ధ కేంద్రాలలో చాలావాటిని బ్రాహ్మణులు బలవంతంగా ఆక్రమించారు. ప్రసిద్ధి చెందిన బుద్ధగయలోని పవిత్ర బౌద్ధకేంద్రాన్ని సైతం వారు ఇదే విధంగా ఆక్రమించుకున్నారు. హుయాన్‌సాంగ్ దర్శించే నాటికి బుద్ధగయ మొత్తం బ్రాహ్మణులతో నిండిపోయింది.

భారతదేశంలోని బౌద్ధకేంద్రాల త్రవ్వకాలలో ప్రత్యక్షంగా పాల్గొన్న మేజర్ జనరల్ కన్నింగ్ హామ్ ఈ విధంగా నివేదించాడు.

"క్రీ.శ. **1308** నుండే బుద్ధ గయలోని బౌద్ధ కేంద్రం బ్రాహ్మణుల అధీనంలోకి వెళ్లిపోయింది. అక్కడి రావిచెట్టు, బౌద్ధారామం మొత్తాన్ని బ్రాహ్మణులు స్వంతం చేసుకున్నారు. అయినప్పటికీ ఆ బౌద్ధ కేంద్రాన్ని నేపాల్, బర్మా దేశాల నుండి తరచుగా యాత్రికులు వచ్చి దర్శిస్తుంటారు. ప్రస్తుతం **(1861)** అక్కడ బ్రాహ్మణ కేంద్రం, ఒక పూజారి, **200** మంది అనుచరులతో కొనసాగుతోంది.".[12]

కన్నింగ్‌హామ్ బుద్ధగయను దర్శించే నాటికి బ్రాహ్మణులు బౌద్ధ శిల్పకళను ఉద్దేశపూర్వకంగా మరుగుపరిచారు. కన్నింగ్ హామ్ ఇలా అన్నాడు. "అక్కడి దేవాలయంలో ఇప్పుడున్న పెద్ద బుద్ధ విగ్రహం ఇటీవల తెచ్చిపెట్టింది".

ఆ విగ్రహం ఇదివరకు ఒక చిన్న గదిలో దాచబడింది. అది బ్రాహ్మణుల ఆరామంలో ఉండేది. అక్కడి పూజారి దాని స్థానంలో బర్మావారు అందించిన నూతనమైన విగ్రహాన్ని పెట్టారు.[13]

బ్రాహ్మణులు ఇప్పటికీ ఉద్దేశపూర్వకంగా బౌద్ధానికి చెందిన చారిత్రక వాస్తవాలను వారి దేవాలయాల క్రింద పాతిపెట్టారు. అమరావతిలో శివాలయాన్ని నిర్మించే సందర్భంగా త్రవ్విన త్రవ్వకాలలో బౌద్ధారామానికి చెందిన శిధిలాలు

---

[12] Cunningham, A. Mahabodhi, P.56-57
[13] Cunningham, A. Mahabodhi, P.64

బయటపడ్డాయి.

బెంగాలులో పాలరాజులు మహాయానాన్ని, వజ్రయానాన్ని ఆదరించారు. అది వక్రీకరించబడిన, బ్రాహ్మణీకరించబడిన బౌద్ధమే. మరోవైపు ఆ రాజులు బ్రాహ్మణమతాన్ని అభిమానించారు. సాంప్రదాయ చరిత్రకారులు ఆ పాలరాజులను భారతదేశంలో బౌద్ధాన్ని ఆదరించిన చివరి రాజులుగా పరిగణిస్తారు. అదే సమయంలో ఆ రాజులు మహాయానాన్ని, బ్రాహ్మణమతాన్ని ఆదరించడాన్ని వారి లౌకిక విధానంగా పరిగణిస్తారు. ఆ రాజులు మహాయానాన్ని, వజ్రయానాన్ని ఆదరించినపుడు వారి బ్రాహ్మణ మంత్రులు ఆయా బౌద్ధకేంద్రాలలో బ్రాహ్మణ దేవుళ్లను ప్రతిష్ఠించారు.

ఎల్.జోషి ఇలా పేర్కొన్నాడు. "పాలరాజులు వజ్రయానుల కోసం విహారాలను, బ్రాహ్మణ మతానికి చెందిన దేవాలయాలను నిర్మించారు. ఆ రాజుల క్రింద పనిచేసిన ముఖ్యమంత్రులంతా దాదాపు బ్రాహ్మణులే. వారు బౌద్ధ క్షేత్రాలలో బౌద్ధానికి సంబంధంలేని వాటిని నిర్మించారని తారానాథ్ పేర్కొన్నాడు".[14]

బీహార్‌లో కూడా బౌద్ధుల స్థలాలలో బ్రాహ్మణమత దేవాలయాలను నిర్మించారు. బీహార్‌లోని దాప్తు అనే గ్రామంలో మార్టిన్ అనే అతడు బౌద్ధ క్షేత్రాలకు సంబంధించిన శిధిలాలను గుర్తించాడు. అతడిలా నివేదించాడు.

"అక్కడ నిర్మించిన భవనంలో విష్ణువు, సూర్యుడికి చెందిన పూజా గదులున్నాయి. అవి రాజ గృహవద్దగల బైబార్ కొండల మీద పటిష్టంగా నిర్మించిన బౌద్ధ క్షేత్రావశేషాలను నేను కనిపెట్టాను. దాప్తు గ్రామ శిథిలాలలో నేను రెండు బౌద్ధ విగ్రహాలను చూశాను. అక్కడి దేవాలయాలు మొదట్లో బుద్ధుడి ఆరాధనకు సంబంధించినవని నా సందేహం. వాటిని తరువాత ఉద్దేశపూర్వకంగానే

[14] Joshi, L.M, Studies in Budhist Culture of India, P.316

తొలగించినట్లు ఆధారాలు లభించాయి..[15] బౌద్ధారామాలకు చెందిన అనేకమైన వస్తుసామగ్రిని ఇదేవిధంగా తొలగించి వాడుకున్నారు. దక్షిణాదిలో చేజర్లవద్ద బౌద్ధ క్షేత్రాలను, బ్రాహ్మణమత దేవాలయాలుగా మార్చారు..[16] అదేవిధంగా బాదామి వద్ద శివాలయ నిర్మాతలు అక్కడున్న అజంతా సిద్ధ విహారాన్ని తొలగించి కొద్ది మార్పులు చేర్పులతో హిందూ దేవాలయంగా మార్చుకున్నారు..[17] ఇదంతా మహాబలిపురంలో పల్లవుల పాలనలో జరిగింది.

కాశ్మీరులో మార్తాండ్ పేరుతో సూర్యదేవాలయాన్ని బుద్ధ విహారంపై నిర్మించారు. నూతనరీతిలో కాశ్మీరీ హిందూ దేవాలయాన్ని నిర్మించడంలో పాత బౌద్ధ విహార నిర్మాణంలో చూపిన నిర్మాణ కౌశలాన్ని, పథకాన్ని, డిజైన్లను కాపీ కొట్టినట్లు స్పష్టంగా తెలుస్తోంది. ఆ పవిత్ర స్థూపంలోని మధ్య భాగాన్ని శంకరాచార్యుడి దేవాలయంగా మలిచారు..[18]

“బౌద్ధ విహారంలోని సన్యాసుల నివాస స్థలాలను అనేక కుడ్యచిత్రాలుగా మలిచారు. హిందూ దేవతల చిత్రాలతో వాటిని నింపారు” అని అతడే తెలిపాడు..[19]

బ్రాహ్మణులు దేవాలయ నిర్మాణకళలో బౌద్ధశిల్ప కళనే అనుసరించారు. **7**వ శతాబ్దంలోని బౌద్ధ శిల్పకళనే దేవాలయ నిర్మాణాలలో అనుసరించినట్లు తెలుస్తోంది. ఉదాహరణకు భువనేశ్వర్‌లోని రెండు వితలాలయాలు..[20]

ఈ విధంగా సుప్రసిద్ధ బౌద్ధ స్థలాలన్నిటిని స్వాధీనం చేసుకొన్న బ్రాహ్మణులు వాటిని హిందూమత కేంద్రాలుగా మార్చుకున్నారు.

---

[15] Broadly, A.M; Budhist remains of Bihar, P.50
[16] Satish Grover, The Architecture of India, P.71
[17] Satish Grover, The Architecture of India, P.102
[18] Satish Grover, The Architecture of India, P.108
[19] Satish Grover, The Architecture of India, P.135
[20] Satish Grover, The Architecture of India, P.142

రాజేంద్రలాల్ మిత్రా ఇలా పేర్కొన్నారు. "గయలోని బౌద్ధ శరణాలయాల ఆక్రమణతో హిందువులు సంతృప్తి చెందలేదు. బుద్ధ అనే పదంతో సహా బౌద్ధ విశేషణాలన్నిటినీ విష్ణువుకు ఆపాదించారు. అదే విధంగా సుప్రసిద్ధ బౌద్ధ స్థలాలైన రాజ్యగృహ, చిత్రకూట, బుద్ధగయ వంటి వాటిని కూడా ఆక్రమించుకోడానికి ప్రయత్నించారు. వాటన్నిటిని హిందూమత పవిత్ర స్థలాలుగా చేసుకొన్నారు.". [21])

2వ శతాబ్దం నుండి 4వ శతాబ్దం మధ్య కాలంలో బుద్ధగయను స్వాధీనం చేసుకొన్నారు. బుద్ధుడి పాదాలను విష్ణుపాదాలుగా మార్చారు. అనేక విష్ణుపాద దేవాలయాలను బుద్ధగయలో నిర్మించారు..[22] బోధివృక్షం గురించి కల్పనలు సృష్టించారు..[23] ఆ వృక్షాన్ని బ్రహ్మదేవుడు నాటాడని, ఆ వృక్షం క్రిందనే బుద్ధుడికి జ్ఞానోదయమయిందని ప్రచారం చేశారు..[24] బోధివృక్షం ప్రక్కనే బ్రాహ్మణ దేవతలైన మహేశ్వర, విష్ణు, హర, పార్వతి, గణేశ విగ్రహాలను ప్రతిష్టించారు..[25]

మైసూరులో ప్రస్తుతం శివుడికి అంకితం చేసిన మంజునాధ దేవాలయం అంతకు ముందున్న బౌద్ధ క్షేత్రమే..[26] ఆంధ్రప్రదేశ్‌లోని శంకరం అనే ప్రాంతంలో ఒకానొక గుహముఖంలో శివ విగ్రహాలు అక్కడి బౌద్ధ క్షేత్రాన్ని శైవులు ఆక్రమించుకున్నట్లు రుజువు చేస్తున్నాయి..[27] ఒరిస్సాలోని రత్నగిరి బౌద్ధ క్షేత్ర స్థలాన్ని బ్రాహ్మణులు ఆక్రమించుకొన్నారు.[28]

బ్రాహ్మణులు దౌర్జన్యంతో బౌద్ధులను అణచివేయడంవల్ల వారు బుద్ధగయను

---

[21] Rajendralal Mitra, Buddha Gaya, P.18
[22] Rajendralal Mitra, Buddha Gaya, P.20
[23] Rajendralal Mitra, Buddha Gaya, P.18
[24] Rajendralal Mitra, Buddha Gaya, P.92
[25] Rajendralal Mitra, Buddha Gaya, P.99
[26] Debala Mitra, Budhist Monuments, P.192
[27] Debala Mitra, Budhist Monuments, P.220
[28]Debala Mitra, Budhist Monuments, P.226

విడిచి వెళ్లాల్సి వచ్చింది. ఆ తరువాత బ్రాహ్మణులు బౌద్ధ క్షేత్రాన్ని ఆక్రమించుకొని దాన్నొక శైవకేంద్రంగా మార్చివేశారు. పురావస్తు తవ్వకాల శాఖ సంచాలకులుగా వున్న బాలమిత్ర ఇలా పేర్కొన్నారు. "బుద్ధగయలో బౌద్ధులంతా వెళ్లిపోయారు. అరుదుగా దూరప్రాంతాల నుండి కొద్దిమంది బౌద్ధ యాత్రికులు మాత్రమే దర్శనం కోసం వస్తుంటారు. చివరకు ఆ బౌద్ధ క్షేత్రాన్ని శివగురువులు ఆక్రమించుకొన్నారు. **16**వ శతాబ్దం చివరినాటికి ఆ దేవాలయంలో శివుడి ప్రక్కన అమ్మవారి విగ్రహాన్ని ప్రతిష్ఠించుకున్నారు".[29]

సుప్రసిద్ధ బౌద్ధ కేంద్రంగా వెలసిన ఎల్లోరాలో బౌద్ధ విహారాలను ధ్వంసంచేసి వాటిమీద విష్ణువుయొక్క దశావతారాలను ప్రతిష్టించారు.[30]

గ్వాలియర్‌లో బౌద్ధ క్షేత్ర స్థలంలో తైలదేవుడి ఆలయాన్ని నిర్మించారు. భారత ప్రభుత్వం రవాణా మంత్రిత్వశాఖ ఆధ్వర్యంలో టూరిజం శాఖవారు ప్రచురించిన పుస్తకంలో ఇలా నివేదించారు.

"భువనేశ్వర్‌లోని వితలాలయంలాగా గ్వాలియర్‌లోని తైలదేవాలయ గోపురం బౌద్ధ శిల్పకళను అనుసరించే నిర్మించబడింది. గోపుర నిర్మాణం పిరమిడు ఆకారానికి బదులుగా బౌద్ధ చైత్యగోపురాన్ని పోలివుంది".

మధురలో బౌద్ధ విహారాలలో నివసించే బౌద్ధ బిక్షువులను వెళ్లగొట్టి ఆ స్థలంలో బ్రహ్మాండమైన బ్రాహ్మణ దేవాలయాలను నిర్మించారు. అక్కడి త్రవ్వకాలలో ప్రత్యక్షంగా పాల్గొన్న భారత పురావస్తుశాఖ సంచాలకులైన ఎ.కన్నింగ్‌హామ్ ఇలా పేర్కొన్నారు.

---

[29] Debala Mitra, Budhist Monuments, P.65
[30] Percy Brown, Indian Architecture

"క్రీ.శ. **634** నుండి **1117** వరకు సాగిన ఐదు శతాబ్దాలలో బౌద్ధం క్షీణించడమేగాక అది పూర్తిగా కనుమరుగైపోయినట్లు ప్రసిద్ధ పట్టణమైన మధురను చూస్తే తెలుస్తోంది. అక్కడ గతంలో **20** బౌద్ధ విహారాలుండేవి. బౌద్ధ గురువుల ఉపదేశాలతో కూడిన రాతి స్తంభాలు, ఫలకాలు వుండేవి. అవన్నీ అదృశ్యమైపోయాయి. ఆ బౌద్ధారామాలన్నీ కనుమరుగైపోయి వాటి స్థానంలో బ్రాహ్మణ దేవాలయాలు ఏర్పడ్డాయి. దీన్నిబట్టి శాక్యముని (బుద్ధుడు) శిష్యులను బలవంతంగా అక్కడి నుండి గెంటివేసి, ఆ భవనాలను, బ్రాహ్మణులు స్వాధీనం చేసుకొన్నట్లు తెలుస్తోంది. ఇప్పుడు మరలా వీటిని ముస్లిములు పడగొట్టారు".

**1853** జనవరిలో కన్నింగ్ హామ్ మధురలోని కేశవరే దేవాలయం వద్ద బౌద్ధ అవశేషాలను కనుగొని ఇలా నివేదించాడు.

"ఇక్కడి త్రవ్వకాల ద్వారా జరిపిన పరిశోధనలన్నీ బౌద్ధుల స్థలాలపై కేశవరే దేవాలయాన్ని నిర్మించినట్లు రుజువు చేస్తున్నాయి. అక్కడ చెక్కిన విగ్రహం, ముఖద్వారం శిల్పకళను బట్టి అవన్నీ బౌద్ధ శిల్పకళను అనుసరించినట్లు తెలుస్తోంది. అక్కడ ఇదివరకు ఒక బౌద్ధస్థూపం, దాని చుట్టూ రాతితో కట్టిన రైలింగ్ వుండేవి. వాటిలోని శిల్పకళ బౌద్ధానికే ప్రత్యేకమైంది".

మధురలో బౌద్ధ చైత్యానికి చెందిన స్థలంలోనే మీనాక్షి దేవాలయాన్ని నిర్మించారు. బౌద్ధ చైత్యంలోని సమావేశమందిరాలను మార్చడం ద్వారా అక్కడ అనేక దేవాలయాలను నిర్మించారని పెర్సీ బ్రౌన్ పేర్కొన్నాడు. ఎప్పుడైతే బౌద్ధ స్థలాలపై హిందూమతం ఆధిపత్యాన్ని సంపాదించిందో అప్పుడు వాటిపై దేవాలయాల నిర్మాణాన్ని చేపట్టింది. కాత్రా అనే బౌద్ధారామాన్ని కేశవుడి పేరుతో విష్ణువుకి అంకితం చేశారు. మధురలో పురాతనమైన బౌద్ధ చైత్యాలను ధ్వంసంచేసి వాటి

స్థానంలో హిందూ దేవాలయాలను నిర్మించారు. భారతదేశంలో అభివృద్ధి పేరుతో జరిగిన ఈ అధ్యాయం మరుగున పడిపోవడం చాలా విచారకరం".

రాజ్యగృహలో బ్రాహ్మణులు బౌద్ధుల క్షేత్రాలను ఆక్రమించి ఆ స్థూపాలను, విహారాలను ధ్వంసంచేసి వాటి స్థానంలో దేవాలయాలను నిర్మించారు. పడగొట్టిన బౌద్ధ స్థూపాల ద్వారా లభించిన పెద్ద ఇటుకలనే దేవాలయాల నిర్మాణంలో ఉపయోగించారని కన్నింగ్‌హామ్ పేర్కొన్నారు.

బుద్ధగయ సమీపంలోని బరాబర్‌లో అశోకుడు త్రవ్వించిన బౌద్ధ గుహలను బ్రాహ్మణులు ఆక్రమించారని కన్నింగ్‌హామ్ పేర్కొన్నారు. "క్రీస్తుశకం ఏడవ శతాబ్దం నాటికే ఆ గుహలను బ్రాహ్మణులు ఆక్రమించుకోవడమేగాక, అవి బౌద్ధ గుహలనే విషయాన్నే అందరూ మరచిపోయేలా మరుగుపరిచారని" అతడు పేర్కొన్నాడు.

బ్రాహ్మణులైన గుప్తుల పాలనకాలంలో బౌద్ధక్షేత్రస్థానంలో దశావతారాల దేవాలయాన్ని నిర్మించారని, ఆ దేవాలయ నిర్మాణంలో తొలగించిన బౌద్ధనిర్మాణ శిథిలాలను ఉపయోగించారని కూడా ఆయన తెలిపారు. "గుప్తుల దశావతార దేవాలయంలో స్థలాన్ని రెండు భాగాలుగా విభజించవలసిన చోట బౌద్ధుల రైలింగునే ఉపయోగించారు. బ్రాహ్మణులకు చెందిన నిర్మాణంలో ఇటువంటి బౌద్ధ శిల్పాలను అలంకరించి కట్టడం నేనెక్కడా చూడలేదు. బహుశా అవన్నీ బౌద్ధ విహారాలకు చెందిన స్తంభాలు కావచ్చుననుకొంటాను" అని కూడా పేర్కొన్నారు. 5వ శతాబ్దంలో ఫాహియాన్ సందర్శనకు పూర్వమే బీహార్‌లోని సంకిసలో బ్రాహ్మణులు బౌద్ధక్షేత్రాన్ని ఆక్రమించుకోడానికి వారితో ఘర్షణపడినట్లు తెలుస్తోంది. "కొంతమంది పాషండవైద్యులు సంకిసలోని నివాస ప్రాంతం గురించి శ్రమణులతో గొడవపడ్డారు. ఆ సమస్యను పరిష్కరించు కోడానికి సమంజసమైన ఎటువంటి షరతుకైనా కట్టుబడి వుండటానికి శ్రమణులు అంగీకరించారు. ఆ నివాస స్థలం శ్రమణులకు

సంబంధించినదైతే దానికి సాక్ష్యాధారాలు చూపాలి. అప్పుడు అక్కడి స్తంభాలపై భాగంలో గర్జించే సింహం ప్రతిమ ఉంది. ఈ సాక్ష్యంతో ఆ పాషండులు తగాదా నుండి తప్పుకొన్నార"ని ఫాహియాన్ పేర్కొన్నారు.

పైన తెల్పిన పాషండవైద్యులంటే బ్రాహ్మణులే. శ్రమణులంటే బౌద్ధసన్యాసులే. ఎప్పుడైతే బ్రాహ్మణులు నివాసస్థలమైన విహారాన్ని ఆక్రమించుకోడానికి దాడిచేశారో అప్పుడు బౌద్ధసన్యాసులు, ప్రజల సహకారంతో వారినెదిరించారు. దానికి గుర్తుగానే బౌద్ధవిహారాల ప్రవేశద్వారం వద్దగల స్తంబాలపై భాగంలో గర్జించే సింహం ప్రతిమలున్నాయి. బుద్ధుడిని శాక్యసింహంగా భావించేవారు. స్తంబాలపైగల సింహం బొమ్మ బుద్ధుడిని గుర్తుచేసేదే.

ఫాహియన్ నివేదిక గురించి కన్నింగ్‌హామ్ ఇలా పేర్కొన్నారు. "ఈ పాషండవైద్యులు చాలవరకు బ్రాహ్మణులే. ఫాహియాన్ రాకకు పూర్వమే అక్కడ బ్రాహ్మణులకు, శ్రమణులకు మధ్య తగాదా ఉండేది. క్రీ.శ. **400** సంవత్సరం వరకు, అంటే ఫాహియాన్ సందర్శనవరకు ఆ నివాస స్థలం బౌద్ధుల స్వాధీనంలో ఉండేది. క్రీ.శ. **636**లో హుయాన్‌సాంగ్ రాకకు పూర్వమే బ్రాహ్మణులు ఆ స్థలాన్ని ఆక్రమించుకున్నారు. హుయాన్‌సాంగ్ పేర్కొన్నట్లు ఆయన వచ్చేటప్పటికే అక్కడ కనీసం పది దేవాలయాలు బ్రాహ్మణులతో నిండి ఉన్నాయి. వెయ్యిమంది బౌద్ధసన్యాసులతో కూడిన నాలుగు బౌద్ధవిహారాలు మాత్రమే మిగిలిఉన్నాయి. నా అంచనా ప్రకారం బ్రాహ్మణులతో బౌద్ధుల పోరాటాలు చాలా ముందుగానే ప్రారంభమైనాయి. ఉత్తర భారతదేశంలోని ఇండోసిథియన్ బౌద్ధుల పతనానంతరం అవి ప్రారంభమైనాయి. అవి క్రీ.శ. రెండు లేదా మూడవ శతాబ్దంలో శక్తివంతమైన బ్రాహ్మణ వంశస్తులైన గుప్తుల పాలనలోనే ప్రారంభమైనట్లు తెలుస్తోంది".

బ్రాహ్మణుల హింసాత్మక చర్యలవల్ల బౌద్ధ బిక్షువులు తమ బౌద్ధ విహారాల నుండి తరిమివేయబడ్డారు. పవిత్రమైన బౌద్ధ క్షేత్రాలలో బ్రాహ్మణ దేవాలయాలు వెలిశాయి.

బీహార్‌లోని శ్రావస్తి లేదా సాకేత్ సమీపంలోని పచారన్ వద్ద గుప్తుల కాలంలోనే బౌద్ధస్తూపం స్థానంలో ఒక దేవాలయం నిర్మించబడింది.

కన్నింగ్ హామ్ ఇలా పేర్కొంటున్నాడు.

“గట్టి ఇటుకల దిబ్బమీద నిర్మితమైన దేవాలయాన్ని చూసినపుడు నాకది శిథిలావస్థలోని బౌద్ధస్తూపాన్నే తలపించింది. అయితే అక్కడి అలంకరించబడిన శివలింగం, చతుర్భుజుడైన విష్ణువుయొక్క రాతి విగ్రహం చూసినపుడు ఆ స్థలం తదనంతర కాలంలో బ్రాహ్మణుల ఆక్రమణకు గురైనట్లు తెలుస్తోంది. చాలావరకు అది పురాతన బౌద్ధక్షేత్రం; అది గుప్తరాజులపాలనా కాలంలోనే నాశనం చేయబడింది”.

గోరఖ్‌పూర్‌లోని గోహమఖేర్ అనే బౌద్ధ క్షేత్రం బ్రాహ్మణుల ఆక్రమణకు గురైంది. అదే విధంగా కుందంపురా బౌద్ధవిహార స్థలంలో సూర్యదేవాలయాన్ని నిర్మించారు.

కుందంపురా దేవాలయాన్ని గురించి ఎ.సి.ఎల్ కార్లైల్ అనే పురాతత్వ పరిశోధకుడు ఇలా నివేదిస్తున్నాడు.

“ఇక్కడ లభ్యమైన పొడవైన, తేలికైన ఇటుకలను బట్టి, మరికొన్ని ఆధారాలను బట్టి అది తప్పని సరిగా ఒక బౌద్ధ విహారమై వుంటుందనే నిర్ణయానికి నేను వచ్చాను. దాన్ని తరువాతి కాలంలో ఆక్రమించినవారు అక్కడ అయిదు దేవాలయాలను నిర్మించారు. అందులో ఒకటి సూర్య దేవాలయం.

అయిహోలు వద్దగల బౌద్ధ చైత్య భవనాన్ని కూల్చి మొదటి చాళుక్యులు దుర్గాదేవి దేవాలయాన్ని నిర్మించారు. ఆంధ్రలోని మొగల్రాజపురం, ఉండవల్లిలో బౌద్ధ నిర్మాణాలను బ్రాహ్మణ దేవాలయాలుగా మార్చివేశారు.

పెర్సీబ్రౌన్ అనే అతడు ఇలా తెలుపుతున్నాడు. "క్రీ.శ. **640** తరువాత వచ్చిన పల్లవుల పాలనలో మొగల్రాజపురం వద్దగల ఒక బౌద్ధ చైత్యాన్ని హిందూ మతానికి చెందిన అలంకార వస్తువుగా మార్చివేశారు. మహేంద్రుడి పాలనలో (క్రీ.శ. **610-640)** ఉండవల్లి వద్ద అనంతశయన దేవాలయాన్ని రాతితో నిర్మించారు. అక్కడి **50** అడుగుల ఎత్తుగల నాలుగంతస్తుల బౌద్ధ విహారాన్ని పడగొట్టి ఆ దేవాలయం నిర్మించినట్లు ఆధారాలు లభ్యమవుతున్నాయి".

పల్లవులు బౌద్ధ క్షేత్రాలను ఆక్రమించి వాటిపై దేవాలయాలను నిర్మించారు. పల్లవులు బౌద్ధ విహారాలను, చైత్యమందిరాలను స్వాధీనం చేసుకొని వాటిపై ఎనిమిది దేవాలయాలను రాతికట్టడాలతో నిర్మించాలని పెర్సీబ్రౌన్ పేర్కొన్నాడు.

మల్లాపురంలోని ధర్మరాజ దేవాలయాన్ని చూస్తే అక్కడ అంతకు ముందున్న పెద్ద బౌద్ధ వసతి గృహాన్ని హిందూ దేవాలయంగా మార్చివేసినట్లు తెలుస్తుంది. గుజరాత్‌లోని విమల దేవాలయాన్ని కూడా బౌద్ధుల నివాస స్థలంపై నిర్మించారని అతడు పేర్కొన్నాడు.

గుజరాత్‌లోని విమల దేవాలయంలో బౌద్ధ విహార పర్ణశాలగదులను వాడుకున్నారు. ఆ గదులన్నిటినీ జైన విగ్రహాలుంచడానికి, లేదా ఆ దేవాలయానికి సంబంధించిన విగ్రహాలుంచడానికి ఉపయోగించుకున్నారు. చాళుక్యరాజుల అండదండలతో అజంతా, ఎల్లోరాలోని బౌద్ధ గుహలనుకునే వాటిని బ్రాహ్మణులు ఆక్రమించారని పెర్సీ బ్రౌన్ తెలియజేశారు.

కె.వి.సుందరరాజన్ ఇలా అంటున్నారు.

"బౌద్ధులు అజంతా నుండి ఎల్లోరాకు వచ్చినపుడు వారి సాంప్రదాయాలు పెరిగాయి. 6వ శతాబ్దం చివరి నాటికి మొదటి గుహలలో చాళుక్యులు కనిపించసాగారు. బ్రాహ్మణుల కోసం గుహలను తవ్వించడమే గాక బౌద్ధ గుహలను కూడా ఆక్రమించసాగారు. ఆ సందర్భంలోనే చాళుక్య శిల్పకళలో ఆరితేరిన విశ్వకర్మ వుండేవాడు. బౌద్ధుల ప్రభావం క్రమంగా సన్నగిల్లి మసకబారింది. 15వ గుహను బ్రాహ్మణుల వ్యవహారాల కోసం వినియోగించారు. (తరువాత వచ్చిన రాష్ట్రకూటులు దీన్ని శైవబ్రాహ్మణులకు కేటాయించారు). 29 నుండి 14వ గుహలవరకు ఖాళీగా ఉంచారు. ఇదంతా బ్రాహ్మణ మతంలోని అగ్రనాయకుల విజయానికి చిహ్నమే కాదు, మహాయాన బౌద్ధం యొక్క అభివృద్ధికి కూడా చిహ్నమే. తరువాతి కాలంలో ఎల్లోరాలోని చివరి గుహలలో మహాయాన బౌద్ధం వజ్రయాన మతంగా రూపాంతరం చెందింది. క్రమంగా హిందూ మతంలో భాగంగా మారింది. బ్రాహ్మణుల ఆదరాభిమానాలను పొందింది.[31] 7వ శతాబ్దంలో చాళుక్యరాజుల ఆదరణ కరువయ్యాక బ్రాహ్మణుల ప్రాబల్యం తగ్గింది. అయినప్పటికీ బౌద్ధులు తమ క్షేత్రాలను బ్రాహ్మణుల అధీనం నుండి తిరిగి పొందడానికి చాలా కష్టపడ్డారు".

కె.వి. సుందరరాజన్‌గారు ఇంకా ఇలా తెలుపుతున్నారు. "7వ శతాబ్దపు రెండవ దశాబ్దంలో ఎల్లోరా గుహలవద్ద చాళుక్యుల రాజాదరణ కరువై పోయినపుడు బౌద్ధ వికాసం ప్రారంభమైంది. అయితే అక్కడి మట్టి దిబ్బలతో, అడ్డదిడ్డంగా ఏర్పడిన రాళ్లతో నిండిపోయిన ఔరంగాబాద్ ప్రాంతంలో వాటిని బాగు చేసుకోడానికి బౌద్ధులకు చాలా సంవత్సరాల కాలమే పట్టింది. ఆ విధంగా ఎల్లోరాలో పనిచేసి

[31] Soundararajan, K.V; Art of South India, Deccan, P.148

నైపుణ్యం సంపాదించిన స్థానిక శిల్పకళాకారులతో సమానంగా బౌద్ధ శిల్పులు కూడా నైపుణ్యాన్ని సంపాదించారు.”[32]

ఆంధ్రాలో (ప్రస్తుతం తెలంగాణ)ని అలంపురం దేవాలయాలలో కొన్ని ఒరిజినల్‌గా బౌద్ధారామాలే.[33] చాళుక్యుల పాలనా కాలంలో బౌద్ధ స్థూపాలపై శైవమతానికి చెందిన పంచారామ దేవాలయాలను నిర్మించారు. బౌద్ధ స్థూపాలను శాశ్వతంగా మూసివేసి అక్కడ నిర్మించిన అయిదు దేవాలయాలు రెండంతస్తుల భవనాలే.

అమరావతి వద్ద నిర్మించిన అమరలింగేశ్వర దేవాలయంలోని శ్లాబులు, స్తంభాలు అంతకుముందే అక్కడ నిర్మించబడివున్న బౌద్ధ క్షేత్రానికి సంబంధించినవని ఎన్.రమేశన్ పేర్కొన్నాడు.[34]. ఆ దేవాలయంలోని లింగం సాధారణ లింగంకంటె అసాధారణంగా పొడవుగా వుంది. లింగం పైభాగాన పెద్ద రంధ్రం ఉంది. దాన్ని బట్టి అది అక్కడ వున్న మహాబౌద్ధ చైత్యానికి చెందిన గొడుగు ఆకారంలో వున్న నిర్మాణానికి చెందినదని అనిపిస్తుంది.[35] దాక్షారామంలోని దేవాలయంలో వున్న లింగం కూడా దాదాపు అమరావతిలోని లింగం వంటిదే. చేజెర్లలోని కపోతేశ్వర దేవాలయం కూడా అక్కడి బౌద్ధ క్షేత్రాన్ని ఆక్రమించిన శైవమతస్తులు నిర్మించినదే.

ఎన్.రమేశన్ ఇంకా ఇలా పేర్కొన్నారు.

“చేజర్లలోని దేవాలయాన్ని దగ్గర నుండి పరిశీలించినపుడు, అక్కడ చెక్కిన రాతిపలకలను చూసినపుడు, ప్రస్తుత కపోతేశ్వరాలయం కట్టకముందు కృష్ణాతీరంలోని లోయ ప్రాంతంలో బౌద్ధ విహారమో, బౌద్ధ స్థూపమో నిర్మించబడి వున్నట్లు తెలుస్తోంది”.[36]

---

[32] Soundararajan, K.V; Art of South India, Deccan, P.146
[33] Hanumantha Rao, B.S.L, Religion in Andhra, P.129
[34] Hanumantha Rao, B.S.L, Religion in Andhra, P.130
[35] Hanumantha Rao, B.S.L, Religion in Andhra, P.56
[36] Hanumantha Rao, B.S.L, Religion in Andhra, P.131

ధాన్యకటకంలో ప్రపంచ ప్రసిద్ధి చెందిన బౌద్ధకేంద్రం వుండేది. బ్రాహ్మణులు అక్కడి బౌద్ధవిహారంలో వున్న బౌద్ధ సన్యాసులను విష్ణుకుండిన రాజుల సహకారంతో బలవంతంగా వెళ్లగొట్టి దాన్ని ఆక్రమించుకున్నారు. శ్రీపర్వతం, ధాన్యకటకంలోని బౌద్ధాన్ని బ్రాహ్మణ వంశీయులైన పల్లవులు, విష్ణుకుండినులు నాశనం చేశారు. బౌద్ధసన్యాసులను చిత్రహింసలకు గురిచేశారు. దాంతోవారు బౌద్ధ విహారాలను వదలిపెట్టి వెళ్లిపోయారు. హుయాన్‌సాంగ్ ధాన్యకటకాన్ని సందర్శించేనాటికి అక్కడి బౌద్ధవిహారం నాశనమైపోయింది. అక్కడి బౌద్ధ విహారాలన్నీ ఆ విధంగా నాశనమైపోగా **20** విహారాలలో మహాయాన బౌద్ధులు చేరిపోయారని ఆయన పేర్కొన్నారు. హుయాన్‌సాంగ్ ధాన్యకటకాన్ని దర్శించకపూర్వం బ్రాహ్మణుల చిత్రహింసలకు గురైన థేరవాదులు విహారాలను వదలివెళ్లిపోగా ఆ విహారాలలోనే మహాయాన బౌద్ధులు ఏ విధంగా కొనసాగుతున్నారనేది ఆసక్తికరమైన విషయం.

మహాయాన బౌద్ధుల భావవాదం బ్రాహ్మణ భావవాదానికి దగ్గరగా ఉంటుంది. అది అణగారిన వర్గాల ప్రజలకు ప్రాపంచిక సుఖాలనుండి దూరంగా వుండమని బోధించడం ద్వారా పాలకవర్గాల ప్రయోజనాలను కాపాడుతుంది. ప్రపంచ ప్రసిద్ధి చెందిన ధాన్యకటకం నుండి సిసలైన థేరవాద బౌద్ధులు పతనం కావడానికి, మహాయాన బౌద్ధులు వికాసం పొందడానికి కారణం మహాయానులకు బ్రాహ్మణ వంశస్తులైన రాజులకు మధ్య అవినాభావ సంబంధాలుండడమే. ఈ విషయాన్ని అక్కడి విష్ణుకుండిన రాజుల శాసనాలు కూడా రుజువు చేస్తున్నాయి. బ్రాహ్మణ మతోద్ధారకులైన విష్ణుకుండినులు థేరవాద బౌద్ధులను నాశనం చేసి, మహాయాన బౌద్ధులను ఆదరించారు.

ఈ విధంగా ధాన్యకటక బౌద్ధకేంద్రం నుండి సిసలైన బౌద్ధులను హింసించి తరిమివేయడంతో **7**వ శతాబ్దం నాటికి అక్కడ వందలాది దేవాలయాలు వెలసి అది ప్రసిద్ధ బ్రాహ్మణకేంద్రంగా మారిపోయింది.

బౌద్ధ విహారాలలో లభ్యమైన నిర్మాణ సామగ్రిని ఆయా ప్రదేశాలలో దేవాలయాల నిర్మాణానికి ఉపయోగించడం భారతదేశమంతటా కనిపిస్తుంది. అమరావతిలోని అమరలింగేశ్వరాలయం నిర్మించినపుడు అక్కడి బౌద్ధ నిర్మాణాలను, శిల్పాలను దేవాలయ పునాదుల్లో పూడ్చిపెట్టారు. **1980**లో దేవాలయానికి కొన్ని రిపేర్లు చేయవలసి వచ్చినపుడు జరిపిన తవ్వకాలలో అవన్నీ బయటపడ్డాయి. దేవాలయ పైకప్పు నిర్మాణాలలో వాడిన దాదాపు **40** బౌద్ధ శిల్పాలను అమరావతిలో ఏర్పాటు చేసిన బౌద్ధ ప్రదర్శనశాలలో పెట్టడం కోసం తీసుకోడానికి పురాతత్వ శాఖవారు ప్రయత్నించినపుడు అక్కడి పురోహితవర్గం వారితో తగాదా పడవలసివచ్చింది. పురోహితవర్గం ఇకపై అక్కడ అదనంగా త్రవ్వకాలు జరిపి బౌద్ధ అవశేషాలను బహిర్గతం చేయరాదని నిర్ణయించి తవ్వకాలను నిషేధించింది.

అమరావతి స్తూపంలో మొదటిసారి త్రవ్వకాలు జరిపిన కల్నల్ మెకంజి అమరలింగేశ్వరాలయ దక్షిణ ద్వారం వద్ద బౌద్ధ నిర్మాణ అవశేషాలను కనుగొన్నాడు. ఆయనిలా అన్నాడు. "నదికి వెళ్ళేదారిలో దక్షిణంవైపుగల గోపురం వద్దగల గోడల దగ్గర ఇంకా బౌద్ధనిర్మాణ అవశేషాలను కనిపెట్టవలసి వుంది".[37]

దేవాలయ నిర్మాణాలలో వాడిన బౌద్ధ శిల్పాలను దాచిన ఇతర నిర్మాణ సామగ్రిని కనిపెట్టడానికి వచ్చిన ఐరోపా దేశీయ పురాతత్వవేత్తలైన మెకంజి, సెవెల్ వంటి వారిని పురోహితవర్గం దేవాలయాలలోకి అనుమతించలేదు.

[37] Robert Sewell, Report on Amaravati Stupa and Excavations on its Site in 1877, P.10

మెకంజి ఇలా నివేదించారు. "మేము కొన్ని తెల్లరాళ్లను బయటికి తెచ్చాము. అవి పగిలిపోయాయి. వాటిని దేవాలయంలో దాచిపెట్టినట్లు బ్రాహ్మణుడు అంగీకరించాడు."[38]

బ్రాహ్మణ మతాభిమాని అయిన రాజా వాసిరెడ్డి వారిని అమరావతిలో స్థిర నివాసాలేర్పరచుకోడానికి రమ్మని ఆహ్వానించి తగిన ధన సహాయాన్ని కూడా అందించాడు. వారంతా వచ్చి అక్కడి బౌద్ధ చైత్యానికి సంబంధించిన రాళ్లను, ఇతర సామగ్రిని వారి దేవాలయాల మరమ్మత్తుకోసం వినియోగించుకున్నారు. చతురస్రాకారంలోగల శివగంగ నీళ్లటాంకు వరకు వెళ్లడానికి నిర్మించిన మెట్లకోసం ఆ రాళ్లను ఉపయోగించినట్లు తెలుస్తోంది.

అమరలింగేశ్వరాలయ గోపురానికి, గోడలకు కూడా బ్రాహ్మణులు బౌద్ధ శిల్పాలను ఉపయోగించారని, వారు దాచిపెట్టిన పాలరాతి ముక్కలు బయటపడకుండా, పురాతత్వ పరిశోధకులకు దొరకకుండా గట్టిగా ఎదురు నిల్చారని రాబర్ట్ సేవెల్ పేర్కొన్నారు.

"అమరావతిలోని నది ఒడ్డునగల అమరేశ్వరాలయ గోపురం, గోడలమీద బౌద్ధ శిల్పాలను పెద్ద సంఖ్యలో చూడవచ్చు. కడుతున్న భవనాల నిర్మాణంలో తాపీమేస్త్రీలు చేసే పనిలో వాటిని అతికించినట్లు తెలుస్తోంది. ముందు ఇటుకలతో కట్టి వాటిమీద సమాంతరంగా బౌద్ధ శిల్పాలను వాడారు. అక్కడ పనిచేసిన మేస్త్రీలు గాని, కూలీలుగాని బౌద్ధ శిల్పాల అందాలను లెక్కచేయకుండా ఇష్టారీతిని వాటిని వినియోగించారు. ఇది దేవాలయంలోని బ్రాహ్మణులకేకాక మొత్తం దేశానికేపట్టిన దుర్గతి. (బ్రాహ్మణులు యూరోపియన్లను దేవాలయ సరిహద్దు వద్దగల ద్వారాన్ని దాటి లోపలికి రానివ్వకుండా నియమం పెట్టుకున్నారు). పురోహితవర్గ వ్యవహారాల్లో

[38] Robert Sewell, Report on Amaravati Stupa and Excavations on its Site in 1877, P.11

జోక్యం కలిగించుకోవడం మంచిది కాదని ప్రభుత్వం భావిస్తోంది. ఒకవేళ అక్కడి పాలరాతి బండలను తీయడానికి ప్రభుత్వం అనుమతిస్తే ఆ రాళ్లస్థానంలో వేరేవాటిని ఇచ్చేవిధంగా షరతులు విధిస్తుంది పురోహితవర్గం. ప్రస్తుతం దానికి కూడా వారంగీకరించడం లేదు. వాసిరెడ్డి రాజావంశస్తుల వారసులు నుండి మాత్రమే నాకు కొంత సహాయం లభించింది. వారింకా అమరావతిలో నివసిస్తున్నప్పటికీ బాగా బలహీన పడిపోయారు. వారి సహకారంతోనే నేను దేవాలయ సరిహద్దు గోడల నుండి రెండు శ్లాబులను తొలగించగలిగాను. అప్పటికీ అక్కడి పురోహితుల నుండి గట్టి వ్యతిరేకతను ఎదుర్కోవలసి వచ్చింది" అని రాబర్ట్ సేవెల్ పేర్కొన్నాడు..[39]

అక్కడి బ్రాహ్మణులు బౌద్ధ స్తూపానికి చెందిన అనేక పాలరాతి దిమ్మెలను దేవాలయ ఆవరణలో దాచిపెట్టారు. రాబర్ట్ సేవెల్ వాటిని పరిశీలించడానికి వెళ్లినపుడు అతడిని వారు అనుమతించలేదు. వారితో ఘర్షణపడి వాదించాకనే వాటిని దేవాలయం బయటకు తీసుకురాగలిగాడు..[40]

రాబర్ట్సేవెల్ ఇలా నివేదించాడు. "అమరావతిలో మాజీ జమీందారుల నుండి విలువైన సహకారం అందిన తరువాతనే నేనా పాలరాతి శిల్పాలను బయటకు తీసుకురాగలిగారు. వారి సహకారం లేనట్లయితే నేనాపని చేయగలిగేవాడిని కాదు".

**18, 19** శతాబ్దాలలో బ్రాహ్మణులు బౌద్ధానికి సంబంధించిన వాస్తవాలు వెలుగులోకి రాకుండా ఏవిధంగా అడ్డుపడ్డారో పైన తెల్పిన విషయాలవల్ల విదితమవుతోంది. అమరావతి బౌద్ధస్తూపానికి సంబంధించిన వాస్తవాలు వెలుగులోకి తేవడానికి యూరోపియన్ పురాతత్వవేత్తలు చేసిన కృషి ప్రశంసనీయమైనది. అందుకు మనం వారికెంతో రుణపడివున్నాం. వారివల్లనే అమరావతి బౌద్ధచరిత్ర వెలుగులోకి వచ్చింది.

[39] Robert Sewell, Report on Amaravati Stupa and Excavations on its Site in 1877, P.26-27
[40] Robert Sewell, Report on Amaravati Stupa and Excavations on its Site in 1877, P.54

అక్కడి పురోహితవర్గం శక్తివంతమైనది. కాబట్టి అక్కడి బ్రాహ్మణులతో తగాదా పడడం బ్రిటిష్ పురాతత్వ వేత్తలకు మంచిదికాదని భావించడం జరిగింది. అయితే చివరికి పురాతత్వవేత్తలు బ్రాహ్మణులతో సంప్రదింపులు జరిపి బౌద్ధానికి చెందిన రాతిపలకలను, శిల్పాలను దేవాలయం నుండి బయటికి తేగలిగారు.

"అక్కడి బ్రాహ్మణులతో సంప్రదింపులు జరపడమే మంచిదయింది. లేని పక్షంలో నది ఒడ్డున గల అమరావతి శివాలయం భవనాలు, గోడల నుండి వాటిని తేవడం కష్టమయ్యేది. అక్కడి బౌద్ధశిల్పాలు చాలపెద్దవి. చక్కగా చెక్కబడినవి. వాటిని గోడల నుండి తొలగించినపుడు వాటి స్థానంలో ఇటుకలను పెట్టి, ప్లాస్టింగ్ చేయించవలసి వచ్చింది" అని రాబర్ట్ సేవెల్ నివేదించాడు..[41]

చాళుక్యులు తాము నిర్మించిన దేవాలయాలలో బౌద్ధ నిర్మాణాలకు చెందిన సామగ్రిని విరివిగా వినియోగించారు. చాళుక్యులు నిర్మించిన అర్కబ్రహ్మ దేవాలయ స్తంభాలు నాసిక్‌వద్ద గల బౌద్ధ గుహలలోని స్తంభాలను పోలివున్నాయి. అదేవిధంగా అవి అమరావతి వద్ద నాగార్జునకొండ వద్దగల పాలరాతి స్తంభాలను పోలివున్నాయి..[42]

తిరుమంగై అనే వైష్ణవ ఆళ్వార్ నాగపట్నంలోని బౌద్ధవిహారం నుండి దొంగిలించిన సామగ్రితో శ్రీరంగంలో రంగనాథ దేవాలయాన్ని నిర్మించాడు. అతడు చోళసైన్యానికి సర్వసైన్యాధ్యక్షుడు. అతడు నాగపట్నంలోని బౌద్ధులను ఓడించాడు. అక్కడి బంగారు బుద్ధ విగ్రహాన్ని తొలగించాడు. ఆ బంగారంతోనే శ్రీరంగంలోని దేవాలయ గోపురానికి బంగారుపూత పూయించాడు..[43]

క్రీ.శ. **8, 9** శతాబ్దాలలో తిరుమంగై అనే వైష్ణవ ఆళ్వారు నాగపట్నం (కంచిపురం) వెళ్లి అక్కడి పెద్ద బంగారు బుద్ధ విగ్రహాన్ని దొంగిలించాడు. దాన్ని

---

41 Robert Sewell, Report on Amaravati Stupa and Excavations on its Site in 1877, P.61
42 Rama Rao, M; Early Chalukyan temples of Andhra desa, P.18
43 Jagadish Ayyar, P.V; South indian Strives, P.461

కరిగించి వచ్చిన ధనంతో శ్రీరంగంలోని రంగనాధ దేవాలయానికి మరమ్మత్తులు చేయించాడు..[44]

11వ శతాబ్దంలోని ఆళ్వారులు బౌద్ధులను వేదనిందకులని వర్ణించారు. రంగనాధుడు విష్ణు అవతారం. "బౌద్ధులు, జైనులు మినహాయించి మిగిలిన హిందువులందరూ నిన్ను తప్పక పూజిస్తా"రని 'తొండర ధి పోడి' అనే ఆళ్వార్ పేర్కొన్నాడు..[45]

మైసూరులోని గుల్బర్గా జిల్లాలో సన్నతి వద్దగల బౌద్ధ క్షేత్రాన్ని నామరూపాలు లేకుండా చేసి, అక్కడ లభించిన రాతి దిమ్మెలను, ఇతర బౌద్ధ నిర్మాణ సామగ్రిని బ్రాహ్మణ దేవాలయ నిర్మాణంలో వినియోగించారు..[46]

ఒరిస్సాలోని బాలుకేశ్వరాలయాన్ని నిర్మించే సందర్భంగా అక్కడి ప్రాచీన బౌద్ధ నిర్మాణ సామగ్రిని వినియోగించుకున్నారు..[47]

కన్నింగ్‌హామ్ దర్శించేనాటికి బుద్ధగయలో దేవాలయాల నిర్మాణం జరిగిపోయింది. బ్రాహ్మణ విహారాలుగా మారిన దేవాలయాలలో మహంతుల నివాసగృహాల గోడల నిర్మాణాలలో బౌద్ధ నిర్మాణాలలో లభ్యమైన సామగ్రినే ఉపయోగించినట్లు తెలుస్తోంది.

కన్నింగ్‌హామ్ ఇలా పేర్కొన్నాడు.

"బుద్ధగయలో రకరకాల సైజులో వున్న అసంఖ్యాకమైన బౌద్ధ విగ్రహాలు, పురాతన అవశేషాలు లభ్యమైనాయి. వాటిలో కొన్నింటిని చిన్న దేవాలయాలలో వుంచారు. మిగతావాటిని చిందరవందరగా పారవేశారు. అందంగా వున్న చాలా

---

[44] Debala Mitra, Budhist Monumnets, P.195
[45] Jagadish Ayyar, P.V, South Indian Shrines, P.461
[46] Jagadish Ayyar, P.V, South Indian Shrines, P.461
[47] Jagadish Ayyar, P.V, South Indian Shrines, P.225

వాటిని మహంతుల నివాసగృహాల గోడలపై అతికించారు"..[48]

(కన్నింగ్‌హామ్ ` భారత పురాతత్వ సర్వే రిపోర్టు)

కాశ్మీరులో క్షేమగుప్తుడు (క్రీ.శ.**950)** అక్కడున్న జయేంద్ర బౌద్ధ విహారాన్ని తగులబెట్టాడు. అక్కడి శిథిలాలను ఉపయోగించి శివాలయాన్ని నిర్మించాడు..[49]

గుప్తులు, చాళుక్యులు, విష్ణుకుండినులు, పల్లవులు బ్రాహ్మణ మతోద్ధారకులుగా వుండి బౌద్ధాన్ని హింసాత్మక విధానాలతో నాశనం చేశారు. బుద్ధుడిని విష్ణువు అవతారంగా మార్చేసింది వారే..[50] మహాయాన బౌద్ధం పేరుతో బ్రాహ్మణ భావజాలాన్ని ప్రచారం చేసింది కూడా వారే. బ్రాహ్మణులు ఆ రాజుల అండదండలతోనే కుట్రపన్ని బౌద్ధాన్ని నాశనం చేశారు.

బ్రాహ్మణులు రచించిన నీలమతపురాణం బుద్ధుడిని విష్ణుమూర్తి అవతారంగా ప్రచారం చేసింది ఈవిధంగా.

"ఓ బ్రాహ్మణా! ఈ **28**వ కలియుగంలో**,** పుష్యా నక్షత్రంతో కూడిన వైశాఖ పూర్ణిమనాడు జగత్కర్త అయిన విష్ణువు జగద్గురువైన బుద్ధుడి రూపంలో దర్శనమిస్తాడు. అతడిని ఎలా పూజించాలో తెలుసుకో. వెలుగులు విరజిమ్మే శుద్ధపక్షంలో శాక్యనామాన్ని జపిస్తూ సుగంధ పరిమళద్రవ్యాలు కలిపిన నీటితో బుద్ధుడి విగ్రహానికి అభిషేకం చేయాలి. అ స్థలాన్నంతా తేనెతో కప్పివేయాలి. ఆ దేవాలయ ప్రాంగణమంతా రంగురంగుల చిత్రాలతో నిండిపోవాలి. నాట్యాలు, తదితర వేడుకలు కొనసాగాలి. శాక్యమునిని నూతన వస్త్రాలతో, ఆహారంతో, పుస్తకాలతో పూజించాలి"..[51]

[48] Cunningham, Archelogical Survey of India, Report, Vol.I, P.12
[49] Nalinakshadutt, Mahayana Buddhism, P.60
[50] Ministry of Information and Broadcasting, Govt. of India, Temples of South India, P.14
[51] Nalinakshadutt, Mahayana Buddhism, P.14

పై వాక్యాలు బ్రాహ్మణులు బౌద్ధ విహారాలను ఆక్రమించుకున్న తరువాత పసుపురంగు వస్త్రాలు ధరించి బుద్ధ విగ్రహాలను ఏవిధంగా పూజించిందీ తెలుపుతున్నాయి. నీలమతపురాణంలోని ఈ పూజావిధాన వర్ణనలన్నీ మహాయాన బౌద్ధుల పూజావిధానాలను పోలివుండటాన్ని గమనించవచ్చు. దీనిద్వారా బ్రాహ్మణులకు మహాయాన బౌద్ధంతో వున్న సత్సంబంధాలు రుజువవుతున్నాయి.

క్రీ.శ. నాల్గవ శతాబ్దంలో భారతదేశాన్ని పాలించిన గుప్తులకాలంలో పాటలీపుత్రలోను, దేశంలోని ఇతర రాజ్యాలలోను మహాయాన బౌద్ధ వూరేగింపులన్నీ బ్రాహ్మణుల ఆధ్వర్యంలో జరిగాయని ఫాహియాన్ పేర్కొన్నాడు. ఆయనిలా అన్నాడు.

"ప్రతి సంవత్సరం రెండవ నెల ఎనిమిదవ రోజున విగ్రహాల ఊరేగింపు జరిగేది. వారు నాలుగుచక్రాల రథాన్ని తయారుచేసి, దానిమీద వెదురుబొంగులతో ఐదు అంతస్తుల నిర్మాణాన్ని ఏర్పరచేవారు. దేవతామూర్తులను బంగారు, వెండి, ఇతర విలువైన లోహాలతో, రంగురాళ్ళతో తయారుచేసి, వాటిని పట్టువస్త్రాలతో చేసిన సింహాసనం వంటి ఆకారాలమీద ఉంచేవారు. నాలుగు వైపులా చిన్నచిన్న గుళ్ళ ఆకారాలతో తయారుచేసిన స్థలాలలో బుద్ధుడు ఆసీనుడైనట్లుగా, నిలబడినట్లుగా విగ్రహాలను వుంచేవారు. ఆవిధంగా భిన్నమైన డిజైన్లతో **20** రథాలను తయారుచేసేవారు. ఆ ఊరేగింపు జరిగే రోజు బౌద్ధ భిక్షువులు, సామాన్యజనం అందరూ ఒకచోట చేరేవారు. వారిలో గాయకులు, సంగీత కళాకారులుండేవారు. అందరూ పూలతో, పరిమళ ద్రవ్యాలతో బుద్ధుడిని పూజించేవారు. బ్రాహ్మణులు ఎదురు వెళ్ళి ఆ బౌద్ధులను నగరంలోకి ఆహ్వానించేవారు. వారు వచ్చి నగరంలోనే రెండు రాత్రులుండేవారు. రాత్రులంతా దీపాలు వెలుగుతుండేవి. సంగీతం వినబడేది..[52] కానుకలు సమర్పించేవారు. అన్ని రాజ్యాలలోను ఇటువంటి

---

52 Smith, V.A; Ashoka, P.167

సాంప్రదాయమే కొనసాగేది”.

బ్రాహ్మణులకు వ్యతిరేకంగా, బుద్ధుడిని విష్ణువు అవతారంగా భావించి ఆరాధించడానికి వ్యతిరేకంగా సిసలైన బౌద్ధులైన హీనయానులు పెద్ద పోరాటమే చేశారు. రాజతరంగిణి రచించిన కల్హణుడు ఈవిధంగా పేర్కొన్నాడు.

“వివాదాస్పదులుగా, వేద ధిక్కారులుగా వున్న హీనయానులు నీలమతపురాణంలో నిర్దేశించిన ఆచార సంప్రదాయాలను అరికట్టి అంతం చేశారు”.[53]

ప్రసిద్ధ బౌద్ధ క్షేత్రాలలో బ్రాహ్మణ దేవాలయాలను నిర్మించిన చాళుక్య రాజులు బుద్ధుడిని విష్ణువు తొమ్మిదవ అవతారంగా భావించి ఆరాధించారు.

“సంస్కృత పండితులు బలరాముడిని విష్ణువు తొమ్మిదవ అవతారంగా భావిస్తే, హొయసల చాళుక్యులు మాత్రం బుద్ధుడిని విష్ణువు తొమ్మిదవ అవతారంగా భావించార”ని ఊర్మిళా అగర్వాల్ పేర్కొన్నారు.[54]

పల్లవరాజుల కాలంలో ఆంధ్రలోని మహబూబ్‌నగర్ జిల్లా అలంపూర్ బౌద్ధక్షేత్రంపై దేవాలయాన్ని నిర్మించారు. అందులో బుద్ధుడిని విష్ణు అవతారంగా చేశారు. అక్కడొక సూర్యదేవాలయం వుంది. అందులో విష్ణు అవతారాలన్నిటిలోనూ బుద్ధుడి అవతారాన్నే గొప్పదిగా పరిగణించారు.

ఖజురహో బ్రాహ్మణ దేవాలయంలో బుద్ధుడి విగ్రహాలను ప్రతిష్ఠించారు.[55] బుద్ధుడు విష్ణువు అవతారంగా చూపే విగ్రహాలను ఖజురహో రెండు దేవాలయాల్లో ప్రతిష్టించారు.[56] క్రీశ. **2** నుండి **4** శతాబ్దాల కాలంలో బుద్ధగయలోని బౌద్ధక్షేత్రాన్ని బ్రాహ్మణులు ఆక్రమించుకున్నారు. గుప్తుల కాలంలో అక్కడి బౌద్ధ విహారాల

---

[53] Nalinakshadutt, Mahayana Budhism, P.13
[54] Urmila Agarwal, Khajuraho Sculptures and their significance, P.41
[55] Urmila Agarwal, Khajuraho Sculptures and their significance, P.19
[56] Urmila Agarwal, Khajuraho Sculptures and their significance, P.110

స్థలంలోనే ఇటుకలతో పెద్ద దేవాలయాలను నిర్మించి బుద్ధుడిని ఆరాధించారు. విక్రమాదిత్యుడి ఆస్థానంలోని నవరత్నాలలో ఒకడైన అమరసింహుడు (క్రీ.శ.**500)** బోధి వృక్షానికి కుడివైపున బ్రహ్మాండమైన దేవాలయాన్ని నిర్మించాడు. ఆ దేవాలయం నిర్మించిన స్థలం బౌద్ధ విహారానికి చెందినది.

కన్నింగ్‌హామ్ ఇలా నివేదించాడు.

"హుయాన్‌సాంగ్ ప్రకారం ఇప్పుడు దేవాలయం నిర్మించిన స్థలంలో అశోకుడు క్రీ.పూ. **259-241** మధ్యకాలంలో ఒక చిన్న బౌద్ధ విహారాన్ని నిర్మించాడు. తరువాతి కాలంలో ఒక బ్రాహ్మణుడికి మహాదేవుడు కలలో కనిపించి చెప్పాడని, దానిప్రకారం అదే స్థలంలో అతడు ఒక పెద్ద దేవాలయాన్ని నిర్మించాడు. అందులో బోధివృక్షం క్రింద ఆసీనుడైనపుడు బుద్ధుడు ఎలా వుంటాడో అటువంటి జీవన్ముక్తుడైన బుద్ధ విగ్రహాన్ని ప్రతిష్టించాడు".[57]

శశాంకుడనే రాజు తన రాజ్యంలోని చాలామంది బౌద్ధులను హింసించి చంపించాడని, బౌద్ధానికి ప్రధాన శత్రువుగా నిలిచాడని హుయాన్‌సాంగ్ తెలిపాడు.[58] శశాంకుడి మంత్రి ఒకడు అక్కడ వున్న బౌద్ధ నిర్మాణాన్ని ధ్వంసం చేసి, రాతి కట్టడాలను తొలగించి బుద్ధుని పూజించడానికై ఒక దేవాలయాన్ని నిర్మించాడని కూడా హుయాన్‌సాంగ్ తెలిపాడు.[59]

ఆ దేవాలయాన్ని నిర్మించిన బ్రాహ్మణుడు బౌద్ధంలో విశ్వాసమున్నవాడు కాదని, అతడొక శివభక్తుడని, మహాయానుల కొరకు పెద్ద విహారాన్ని నిర్మించాడని హుయాన్‌సాంగ్ తెలిపాడు.

కన్నింగ్‌హామ్ ఇలా పేర్కొన్నాడు.

---

[57] Cunningham, Archelogical Survey of India, Report, Vol.I, P.6
[58] Joshi, L.M. Study of Budhist Culture in India, P.321
[59] Barua, B. Gaya and Budha Gaya, P.55

"హుయాన్‌సాంగ్ ప్రకారం మహాబోధి దేవాలయాన్ని నిర్మించిన బ్రాహ్మణుడు బౌద్ధధర్మంలో విశ్వాసమున్నవాడు కాదు, అతడు మహేశ్వర భక్తుడు. అతడు బౌద్ధుడిగా మారాక బోధివృక్షం వద్ద ఒక విహారాన్ని నిర్మించాడు. అతని తమ్ముడు ఒక చెరువును తవ్వించాడు. ఆ దేవాలయ దక్షిణ దిక్కునున్న చెరువే ప్రస్తుతం బుద్ధపుష్కరిణిగా పిలువబడుతోంది. ఆ చెరువు తవ్వించాకే అతడు రాజుగారి వద్ద మంత్రిగా వున్నాడు".[60]

"శశాంకుడి వద్ద వున్న బ్రాహ్మణ మంత్రే ఒక బ్రాహ్మణ శిల్పిని నియమించి, తన ఇష్టదైవం ఆదేశం మేరకు శిల్పిద్వారా అక్కడ దేవాలయాన్ని నిర్మించాడు".

బి. బారువా ఇలా పేర్కొన్నాడు. "దేవాలయాన్ని నిర్మించిన బ్రాహ్మణుడు నియమించిన బ్రాహ్మణ శిల్పి నైపుణ్యం గలవాడు. అతడు ఆ విహారంలో ప్రతిష్ఠించిన బుద్ధుడి విగ్రహాన్ని చెక్కడానికి ఆరునెలల సమయం తీసుకున్నాడు. అతడికి అప్పగించిన ఆ పనిని అతడు మంచి నైపుణ్యంతో చేశాడు. ఆ పని చేయడానికి బోధిసత్వ మంజుశ్రీ శిల్పిరూపంలో వచ్చి ఉంటాడని నమ్ముతున్నారు".[61]

పై తెల్పిన వాస్తవాలను బట్టి బ్రాహ్మణ పాలకవర్గీయులు మహాయానులను ఆదరించి వారికోసం పెద్ద విహారాలను నిర్మించినట్లు తెలుస్తోంది. పూర్వమున్న బౌద్ధ నిర్మాణాలను ధ్వంసం చేసి దేవాలయాలను నిర్మించి, వాటిలో బుద్ధుడి విగ్రహారాధనను ప్రారంభించినట్లు కూడా తెలుస్తోంది.

మధ్యయుగంలోని బ్రాహ్మణులు తెలివైనవారు, కపటులు. బౌద్ధ క్షేత్రాలను ధ్వంసం చేసి, ఆయా స్థలాల్లో దేవాలయాలను నిర్మించారు. వాటిలో బుద్ధుడిని విష్ణువు అవతారంగా చేసి, బుద్ధుడి విగ్రహాలను పూజించడం ప్రారంభించారు. బౌద్ధాన్ని

[60] Cunningham, Mahabodhi, P.21
[61] Barua, B. Gaya and Budha Gaya, P.56

హింసాత్మకంగా నిర్మూలించడానికే ఈ దేవాలయాల నిర్మాణ కార్యక్రమాన్ని చేపట్టారు. అంతేగాక బుద్ధుడిని కూడా బ్రాహ్మణీకరించారు. అందువల్ల బౌద్ధం నూతన బ్రాహ్మణ మతంలోకి శాంతియుతంగా కలిసిపోయిందని భావించడానికి వీలులేదు.

భారతదేశంలో దేవాలయాల నిర్మాణ కార్యక్రమం విజయవంతం కావడానికి ప్రధాన కారణమేమిటి? దేశంలో ఆర్థిక, రాజకీయ రంగాలలో చోటుచేసుకున్న మార్పులలోనే సమాధానాన్ని చూడవలసి వుంటుంది. దేవాలయాల నిర్మాణ కార్యక్రమంతో దేశంలో భూస్వామ్య విధానం అవతరించింది. రాజులవద్ద పరిపాలనా బాధ్యతలు నిర్వహిస్తున్న భూస్వాములు రాజ్యాధికారుల అనుమతి లేకుండానే, స్వతంత్రంగా భూములను బ్రాహ్మణులకు దానం చేశారు. దానితో బ్రాహ్మణులు నూతన భూస్వామ్య వర్గంగా అవతరించారు. భూములను బ్రాహ్మణులకు దానం చేసిన దాతలు ప్రధానంగా తమ ఆధ్యాత్మిక శ్రేయస్సు కోసమే ఆ పని చేశారు. దానాలు, వ్రతాలు, తీర్థాలు వాటినన్నిటిని పౌరాణిక ఆస్తికవాదమే ప్రారంభించింది. ఈవిధంగా భారతదేశంలో భూస్వామ్య విధానం అభివృద్ధి చెందడానికి ప్రధాన కారణాల్లో మతం కూడా ఒకటి. ఈ భూదానాలవల్ల పన్నులు వసూలు చేసే పని బ్రాహ్మణుల పరమైంది. వ్యవసాయ కూలీలను నియంత్రించడం, ఖనిజాలను క్రమబద్ధీకరించడం, వ్యవసాయంతో పాటు శాంతిభద్రతలను, దేశరక్షణ బాధ్యతలను నిర్వహించడం వంటివన్నీ బ్రాహ్మణ భూస్వాములకు దక్కింది. భారతదేశంలో రాజుల గుత్తాధిపత్యం తగ్గి క్రమంగా భూస్వామ్య విధానం బలపడింది. వ్యవసాయాన్ని విస్తృతపరచడం, ఆదివాసీలను బ్రాహ్మణీకరించడం

ద్వారా భూస్వామ్య విధానం అభివృద్ధి చెందింది. ఆ కాలంలోని శిలాఫలకాలన్నీ బ్రాహ్మణులకు చేసిన భూదానాలను తెలియజేస్తున్నాయి..[62]

బ్రాహ్మణులు శక్తివంతమైన భూస్వామ్యవర్గంగా అవతరించడం వల్ల బ్రాహ్మణ వంశీయుల గుత్తాధిపత్య రాజకీయ విధానాలు బయలుదేరాయి. వాస్తవానికి భారతదేశంలో క్రీ.పూ. శుంగుల కాలంనుండి క్రీ.శ. ఏడవ శతాబ్దం వరకు బ్రాహ్మణులే రాజకీయంగా ఆధిపత్యాన్ని చెలాయించారు. ఈ విషయాన్ని దిగువ పట్టిక స్పష్టం చేస్తుంది.

| వ.సం. | బ్రాహ్మణవంశం | కాలపరిమితి |
|---|---|---|
| 1. | శుంగులు | క్రీ.పూ. 187-75 |
| 2. | కణ్వులు | క్రీ.పూ. 75-30 |
| 3. | శాతవాహనులు | క్రీ.పూ. 225-క్రీ.శ. 225 |
| 4. | పల్లవులు | క్రీ.శ. 200-885 |
| 5. | శాలంకాయనులు | క్రీ.శ. 300-420 |
| 6. | విష్ణుకుండినులు | క్రీ.శ. 420-611 |
| 7. | ఆనందగోత్రీకులు | క్రీ.శ. 295-624 |
| 8. | బృహత్పలాయనులు | క్రీ.శ. 270-285 |
| 9. | కదంబులు | క్రీ.శ. 340-450 |
| 10. | వాకాటకులు | క్రీ.శ. 270-550 |

హ్యుయాన్‌సాంగ్ భారతదేశాన్ని సందర్శించినపుడు హర్షవర్ధనుని రాజ్యంలో బ్రాహ్మణులే పాలకవర్గంగా ఏర్పడ్డారు. వి.కె.స్మిత్ ఇలా అంటాడు. "హర్షవర్ధనుని పాలన క్రింద వుండే ఉజ్జయిని రాజులు, మధ్యభారతంలోని రాజ్యాలు అన్నీ

[62] Smith, V.A; Early History of India, P.369

బ్రాహ్మణులకు చెందినవే. ఆదిత్యసేనుడు, అతని వారసుల కాలంలో కూడా దేశమంతా బ్రాహ్మణుల ఆధీనంలో వుండేది.[63] ఆవిధంగా దేశమంతా దాదాపు వెయ్యి సంవత్సరాలు బ్రాహ్మణుల రాజకీయ గుత్తాధిపత్యం కింద కొనసాగింది. దాన్ని అవకాశంగా తీసుకొన్న బ్రాహ్మణులు బౌద్ధాన్ని చావుదెబ్బ కొట్టారు. బౌద్ధ క్షేత్రాలను ఆక్రమించి వాటిపై దేవాలయాలను నిర్మించారు. బ్రాహ్మణేతర పాలకులైన గుప్తులు, చోళులు, చాళుక్యులు బ్రాహ్మణులకు భూదానాలు చేశారు. బౌద్ధాన్ని నాశనం చేసి బ్రాహ్మణులను ఆదరించారు. దేవాలయ నిర్మాణ కార్యక్రమం విజయవంతం కావడం, బౌద్ధం బ్రాహ్మణీకరించబడడం అనేవి బ్రాహ్మణుల రాజకీయార్థిక ఆధిపత్యం క్రింద భారతదేశంలో భూస్వామ్యవిధానం అభివృద్ధి చెందడంతో ముడిపడి వున్నాయి.

మరోవైపు రాజుల అండదండలతో బ్రాహ్మణులు మహాయానం లోకి జొరబడ్డారు. తద్వారా దాన్ని తమ ఆధిపత్యంలోకి తెచ్చుకున్నారు. చివరికి బౌద్ధాన్ని ముసుగేసుకున్న వేదాంతంగా మార్చివేశారు. మహాయాన బౌద్ధతత్వం, బ్రాహ్మణతత్వం రెండూ సారాంశంలో కలిసిపోయాయి. అవి రెండూ భౌతిక ప్రపంచ వాస్తవికతను ఆమోదించలేదు. ఆఖరికి మహాయానులు గణేశ, శివ, విష్ణువంటి బ్రాహ్మణ దేవుళ్లందరినీ ఆమోదించే స్థితికి చేరుకున్నారు. ఆవిధంగా బ్రాహ్మణులు రాజుల, పాలకవర్గీయుల అండదండలతో సిసలైన బౌద్ధాన్ని అణచివేయడంలో విజయం సాధించారు. థేరవాద బౌద్ధ అనుయాయులు బ్రాహ్మణుల విషప్రచారాన్ని ఎదుర్కొని నిలబడలేకపోయారు. దానితో బ్రాహ్మణులు బ్రాహ్మణేతరులైన బౌద్ధసన్యాసులను వారి విహారాలనుండి బహిష్కరించి పంపించారు. ఆ విహారాలకు

---

63 Cunningham, Mahabodhi, P.31

వారే యజమానులైపోయారు. రాజులు ఇచ్చిన శాశ్వత దానాలతో బ్రాహ్మణులు విలాసవంతమైన జీవితాలను గడిపారు.

సిసలైన బౌద్ధ ఉద్యమాన్ని సర్వనాశనం చేసిన బ్రాహ్మణ వంశస్తులైన రాజులే మహాయాన బ్రాహ్మణులను గొప్పగా ఆదరించారు. ఆనందగోత్రీకుల వంశ మూలపురుషుడైన దామోదర వర్మ (క్రీ.శ. **295-315**) బుద్ధుడి కృప పొందడానికి కంగుర అనే గ్రామాన్ని **14** మంది బ్రాహ్మణులకు దానంగా ఇచ్చాడు. అదే రాజుకు చెందిన మెట్టపాడువద్ద వున్న మరికొన్ని స్థలాలను కూడా బౌద్ధవిహారాల కోసం కాకుండా బ్రాహ్మణులకే దానంగా ఇచ్చినట్లు అక్కడి శిలాఫలకాలద్వారా తెలుస్తోంది. విష్ణుకుండినులు తమను తాము శ్రీపర్వతస్వామి భక్తులుగా అభివర్ణించుకున్నారు. విష్ణువు అవతారంగా మార్చబడిన బుద్ధుడే శ్రీపర్వతస్వామి. శ్రీపర్వతస్వామికి భక్తులుగా వున్నందువల్లనే ఆయన దయవల్ల తమకు రాజకీయాధికారం లభించిందని ఇంద్రపాల నగరాన్ని పాలించిన విష్ణుకుండిన రాజు విక్రమేంద్రవర్మ ప్రకటించినట్లు అక్కడి శిలాఫలకాలు తెలుపుతున్నాయి. అనేక బౌద్ధవిహారాలను నిర్మించడం ద్వారా తాను బ్రాహ్మణుల దయను పొందగలిగానని అతడు పేర్కొన్నట్లు ఆ శిలాఫలకాలు తెలుపుతున్నాయి. గోవిందవర్మ మరొక విష్ణుకుండిన రాజు. ఇతడు వర్మ విధానాన్ని ప్రవేశపెట్టాడు. బౌద్ధ విహారాన్ని కొనసాగించడానికి అవసరమైన ఖర్చుల నిమిత్తం అతడు బెంకపర అనే గ్రామాన్ని బ్రాహ్మణులకు దానంగా ఇచ్చాడు. అతడి ఇంద్రపాల గ్రాంటు శిలాఫలకం ఈ విషయాన్ని స్పష్టం చేస్తోంది. అతడు వర్ణాశ్రమ ధర్మోద్ధారకుడు. అతడు నిర్మించిన విహారాలు కులవ్యవస్థను పునరుద్ధరించి, బ్రాహ్మణులకు రక్షణ కల్పించాయి. అతడి ఇంద్రపాల శిలాఫలకం ఇలా తెలుపుతుంది. 'మహాపురుషుడికుండే **30** లక్షణాలు బుద్ధుడిలో వున్నాయి. అందువల్ల బుద్ధుడు సర్వజ్ఞుడయ్యాడు'. అక్కడి మహాయాన విహారానికి లేదా

ఆర్యసంఘ విహారానికి దీప,ధూప, గంధ, పుష్పాది కార్యక్రమాల నిర్వహణ నిమిత్తం చేసిన దానాన్ని ఆ శిలాఫలకం తెలుపుతోంది. దీన్ని బట్టి అక్కడ బుద్ధుడికి నిత్యపూజలు జరిగేవని, దానికోసమే ఆ దానం ఇవ్వబడిందనే విషయం స్పష్టమవుతోంది.

ఈవిధంగా నాస్తికత్వంగా వున్న బౌద్ధాన్ని ఆస్తికత్వ బౌద్ధంగా వ్యాఖ్యానిస్తూ మహాయానం పేరుతో వేదాంతాన్ని చొప్పిస్తూ బ్రాహ్మణులు బౌద్ధాన్ని మార్చివేయడంలో ప్రధానపాత్ర పోషించారు. బౌద్ధస్తూపాలను, ఇతర బౌద్ధ సంఘాలను తమ ప్రయోజనాల కోసం మార్చివేశారు. అమరావతి స్తూపం వద్ద జరిగిన పురాతత్వ తవ్వకాలవల్ల బౌద్ధ నిర్మాణాలను బ్రాహ్మణులు తమ స్వప్రయోజనాల కోసం ఏవిధంగా మార్చివేసిందీ స్పష్టమవుతోంది. భారత పురాతత్వశాఖ సంచాలకులైన జె.ఎ.ఎస్. బర్గెస్ ఇలా నివేదించారు:

"నేను నేలక్రింద త్రవ్వినప్పుడల్లా శిథిలాలు బయటపడేవి. అందులో కొన్ని అంతకుముందున్న నిర్మాణాలకు చెందినవి. అక్కడున్న పురాతన కట్టడాలను స్వాధీనం చేసుకొని బ్రాహ్మణులు పూజలు నిర్వహించడానికి దేవాలయాన్ని నిర్మించినట్లు తెలుస్తోంది"..[64]

పాటలీపుత్రంలోను, భారతదేశంలోని ఇతర రాజ్యాలలోను మహాయాన శాఖలను తమ ఆధిపత్యం క్రిందకి బ్రాహ్మణులు ఏవిధంగా తెచ్చుకున్నారో ఫాహియాన్ అభివర్ణించాడు. ఆనందగోత్రీకుల, విష్ణుకుండినుల శాసనాలు, అమరావతిలో లభ్యమైన పురాతత్వ సాక్ష్యాలు అన్నీ కలిపి ఈ దిగువ విషయాలను రుజువు చేస్తున్నాయి.

1) బ్రాహ్మణులే మహాయాన బౌద్ధాన్ని పునరుద్ధరించారు.

---

[64] Burgess, J.A.S; The Budhist Stupas of Amaravati and Jaggayyapet, P.39

**2.** బౌద్ధం ముసుగులో బ్రాహ్మణ భావజాలాన్ని బోధిస్తున్నందువల్లనే బ్రాహ్మణోద్ధారకులు మహాయానాన్ని అభిమానించి, ఆదరించారు.

**3)** మహాయాన బౌద్ధం కులవ్యవస్థతో రాజీపడింది.

మహాయాన బ్రాహ్మణులు వినయపిటకలోని నియమ నిబంధనలను విమర్శించి వ్యతిరేకించారు. వైపుల్యక బ్రాహ్మణులు రచించిన 'వైపుల్యక పిటక'లోని నియమ నిబంధనలను అనుసరించారు. వైపుల్య వాదమే తరువాతి కాలంలో మహాయానంగా స్థిరపడింది. వర్ణవ్యవస్థను పునరుద్ధరించడంలో మహాయానం ప్రభుత్వానికి ఒక సాధనంగా ఉపయోగపడింది. చివరికి అది నూతన బ్రాహ్మణమతంలో విలీనమైపోయింది.

*************

# 8. బౌద్ధ పతనానికి వ్యభిచారమే కారణమా?

అత్యంత విషాదకరమైన సంఘటన ఏమిటంటే పవిత్రమైన బౌద్ధ కేంద్రాలు లంజదిబ్బలుగా పరిగణించబడడమే. ఇది అత్యంత విచారకరం. బౌద్ధకేంద్రాలను లంజదిబ్బలుగా ఎందుకు పరిగణించారనే విషయంలో చరిత్రకారులు తగిన శ్రద్ధ వహించి పరిశీలించలేదు. వజ్రయానాన్ని అనుసరించే కొంతమంది బౌద్ధ భిక్షువులు, భిక్షిణులు వ్యభిచారానికి పాల్పడినందువల్లనే ఆ బౌద్ధకేంద్రాలకు ఆ పేరు వచ్చిందని, దానివల్లనే నైతికంగా దెబ్బతిన్న బౌద్ధం భారతదేశంలో పతనమైపోయిందని కొందరు చరిత్రకారులు పేర్కొంటున్నారు. అయితే ఇక్కడ కొన్ని ప్రశ్నలు తలెత్తుతున్నాయి.

**1)** బౌద్ధకేంద్రాలకు లంజదిబ్బలనే పేరు రావడానికి అక్కడి తాంత్రికవాదం, వ్యభిచారమే కారణాలైతే అటువంటి పరిస్థితులే అధికారికంగా కొనసాగిన బ్రాహ్మణ కేంద్రాలకు ఆ పేరు ఎందుకు రాలేదు?

**2)** బ్రాహ్మణవర్గాల్లో వ్యభిచారం ఎందుకు పవిత్రంగా పరిగణించబడింది. బ్రాహ్మణవర్గాల్లో, దేవాలయాల్లో కొనసాగిన వ్యభిచారం, తాంత్రికవాద సంప్రదాయాలు, నైతిక పతనం భారతదేశంలోని బ్రాహ్మణవర్గాలను దేవాలయాలను ఎందుకు పతనం చేయలేకపోయాయి?

**3)** వజ్రయానాన్ని అనుసరించింది మహాయాన బ్రాహ్మణులా లేక సిసలైన హీనయాన బౌద్ధులా?

**4)** క్రీ.శ. ఏడవ శతాబ్దంలో వజ్రయానం భారతదేశంలో ఆవిర్భవించే నాటికి మహాయాన బౌద్ధానికి, సిసలైన బౌద్ధానికి వున్న స్థితిగతులు, స్థాయి, ప్రజలపై వాని ప్రభావం ఎలా వుండేది?

**5)** సిసలైన బౌద్ధులు ఏనాడైనా తాంత్రిక సంప్రదాయాలను అనుసరించారా? భారతదేశంలోని సిసలైన బౌద్ధులకు ఏం జరిగింది?

భారతదేశంలో బౌద్ధం పతనం కావడానికి వజ్రయానంలో వచ్చిన నైతిక పతనమే కారణమని భావించడం పెద్ద తప్పు. మహాయానం నుండే వజ్రయానం పుట్టింది. భారతదేశంలో వజ్రయానం మహాయాన బ్రాహ్మణమతంలో ఏర్పడిన అంతిమదశే గాని సిసలైన హీనయాన బౌద్ధం నుండి ఏర్పడింది కాదు. 7వ శతాబ్దంలో వజ్రయానం ఏర్పడే నాటికి భారత ప్రజలలో సిసలైన బౌద్ధ ఉద్యమానికి వున్న ఆదరణ, ప్రభావం మహాయానానికి లేదు. ఫాహియాన్, హుయాన్‌సాంగ్‌ల నివేదికల ప్రకారం అప్పటికి భారతదేశంలో సిసలైన బౌద్ధమే ఆధిపత్యాన్ని కలిగివుందనే విషయం రుజువైంది.

నళినాదక్షదత్ ఇలా పేర్కొన్నాడు.

"ఫాహియాన్ రచనల ప్రకారం ఐదవ శతాబ్దం నాటికి ఉత్తరభారతదేశంలో హీనయాన బౌద్ధమే పట్టు కలిగి వుంది. మహాయానం మాత్రం అక్కడక్కడ తలెత్తుతూ వుంది".[1]

రాజుల అండదండలతో మహాయాన బ్రాహ్మణులు ఎంతగా ప్రయత్నించినా ప్రజలలో సిసలైన బౌద్ధులకున్న ఆదరాభిమానాలను అధిగమించలేకపోయింది.

"క్రీ.శ. **5**వ శతాబ్దంలో మహాయానం అభివృద్ధి చెందినప్పటికీ, దేశంలో హీనయానమే విస్తారమైన భూభాగంలో గొప్ప ప్రభావం కలిగివుంది. హీనయానులు

[1] Nalinakshadutt, The Classical Age (K.M. Munshi) P.393

ఉత్తర భారతదేశంలోను, దేశ వాయువ్య ప్రాంతంలోను, కాశ్మీర్, పర్షియా, మధ్య ఆసియా, చైనా, సుమిత్రా, జావా వంటి దేశాల్లోను బాగా విస్తరించారు. శ్రీలంక, సయాం, బర్మాలో వారు చెప్పుకోదగ్గ సంఖ్యలో వున్నారు. **5**వ శతాబ్దంలో హీనయాన బౌద్ధులు భారతదేశంలో మంచి ప్రజాదరణ కలిగివున్నట్లు ఫాహియాన్ గుర్తించాడు. హుయాన్‌సాంగ్ కాలంలోనూ హీనయానులు దేశంలో గొప్ప ప్రాధాన్యాన్ని కలిగివున్నారు”..[2]

హుయాన్‌సాంగ్ బౌద్ధ సన్యాసులను లెక్కించాడు. భారతదేశంలో వున్న రెండు లక్షల బౌద్ధ విహారాలలో నాల్గింట మూడొంతులు హీనయాన బౌద్ధులతోను, నాల్గవవంతు మాత్రమే మహాయానులతోను అవి నిండివున్నాయని తెలిపాడు..[3]

**7**వ శతాబ్దంలో మహాయానం నుండి వజ్రయానం ఆవిర్భవించే నాటికి మహాయానం కంటె హీనయానమే దేశంలో ఆధిపత్యాన్ని కొనసాగించేదని దీనివల్ల స్పష్టమవుతోంది. అందువల్ల వ్యభిచారం, నైతికపతనం అనేవి కేవలం కొన్ని మహాయాన విహారాలకే పరిమితమై వుండేది. సిసలైన బౌద్ధులైన హీనయానులు మధ్యయుగంలోని తాంత్రికవాద ప్రభావాలకు, వ్యభిచారానికి దూరంగా వుంటూ పవిత్రంగా కొనసాగినట్లు తెలుస్తోంది.

ప్రాచీనకాలం నుండి తాంత్రికవాదం బ్రాహ్మణులతోనే ముడిపడివుంది..[4] వ్యభిచారం, తాంత్రికవాదం కేవలం బ్రాహ్మణ కేంద్రాలలోనే కొనసాగుతుండేది. తరువాత కాలంలో వజ్రయానం పేరుతో దాన్ని హీనయాన బౌద్ధులపై రుద్దారు. తాంత్రికవాద ఆవిర్భావం స్త్రీని పూజించడంతోనే ప్రారంభమైంది. మాతృస్వామ్య సమాజం వ్యవసాయ ఆర్థిక విధానంతో ముడిపడివుంది. వేదాల్లో తాంత్రికవాదం

[2] Nalinakshadutt, The Classical Age (K.M. Munshi) P.381
[3] Rhys Davids, T.W. Buddhist India, P.309 and A.B. Keith, Budhist Philosophy in India and Cylone, P.158
[4] Kosambi, D.D. An Introduction to the Study of Indian History, P.98

లేదు. అయితే సంతాన సామర్థ్యాన్ని కలిగించుకోడానికై బ్రాహ్మణులు సెక్స్ సంబంధాలలో పాల్గొనేవారని వేదాలు సాక్ష్యం పలుకుతున్నాయి. సింధూ నాగరికతలో కూడా తాంత్రిక విద్యలకు సంబంధించిన ఆనవాళ్లు దొరికాయని, అవి తదనంతరం బ్రాహ్మణమతంలో కలసిపోయాయని తెలుస్తోంది.

అశోకుడి కాలంలో బౌద్ధాన్ని నాశనం చేయడానికి వైతుల్యక బ్రాహ్మణులు పసుపు వస్త్రాలు ధరించి బౌద్ధంలో చేరారు. వ్యభిచార సంప్రదాయం మొదటగా వైతుల్యక బ్రాహ్మణుల నుండే ప్రారంభమైంది. వారు శ్రీలంకలోని అభయగిరి బౌద్ధ విహారాన్ని ఆక్రమించుకున్నారు. దాన్ని తమ కేంద్రంగా చేసుకుని భారతదేశంలోను, ఇతర దేశాలలోను తమ కార్యకలాపాలను విస్తరించుకున్నారు. వారిని శూన్యవాదులని పిలిచేవారు మహాయాన బౌద్ధానికి పూర్వులుగా వున్న వీరి కాలంలోనే విహారాలలో శృంగార (సెక్స్) కార్యకలాపాలు ప్రచారం పొందాయి. లాల్‌మనిజోషి ఇలా పేర్కొన్నాడు.

"మహాయానులకు పూర్వులైన వైతల్యకులు కొన్ని ప్రత్యేక పరిస్థితుల్లో మైథున ధర్మాన్ని (సెక్సు సంబంధాలను) పాటించడానికి అవకాశాలు కల్పించారు".[5]

వైపుల్య సూత్రాల మొదటి గ్రంథం మంజుశ్రీ మూలకల్పలో వజ్రయానానికి సంబంధించిన అనేకాంశాలు ఉన్నాయి.[6] అందువల్ల వైతుల్యక బ్రాహ్మణుల ప్రయత్నాల ఫలితంగానే వజ్రయానం రూపొందింది. అశోకుడు పాలించే రోజుల్లోనే బ్రాహ్మణులు బౌద్ధాన్ని నాశనం చేయడానికి పసుపువర్ణ వస్త్రాలు ధరించి కుట్రపూరితంగా బౌద్ధంలో జొరబడ్డారు. బౌద్ధం పేరుతోనే విహారాలలో వ్యభిచారాన్ని ఆచరించారు. ఇదంతా శ్రీలంకను కేంద్రంగా చేసుకొని పథకం ప్రకారం చేసిన కుట్ర. అయితే శ్రీలంకలో వారి ప్రయత్నాల నన్నిటినీ థేరవాద సన్యాసులు పోరాటాలు చేసి

[5] Lalamani Joshi, Study of Buddhist Culture in India, P.309
[6] Lalamani Joshi, Study of Buddhist Culture in India, P.241

వమ్ము చేశారు..[7] భారతదేశంలో మాత్రం మహాయానానికి లభించిన రాజుల అండదండలతో బ్రాహ్మణులు విజయం సాధించగలిగారు..[8]

మహాయానం నుండే వజ్రయానం ఆవిర్భవించందనడంలో ఎటువంటి సందేహమూ లేదు. మహాయాన శాఖ కాలక్రమంలో వజ్రయాన శాఖగా రూపాంతరం చెందింది. టిబెట్ ప్రజలు మహాయానానికి, వజ్రయానానికి మధ్య ఎటువంటి భేదాన్ని చూడలేదు. మహాయానంలోని మాధ్యమికవాదం, యోగాచారం నుండే వజ్రయానం ఏర్పడిందని ఎస్.బి. దాస్ గుప్తా పేర్కొన్నాడు..[9] ముస్లిం దండయాత్రలు ప్రారంభమయ్యే వరకు బెంగాలులో అసంగుడు ప్రవేశపెట్టిన తాంత్రికవాదం బాగా పుంజుకుందని అయ్యప్పన్ పేర్కొన్నాడు..[10]

మహాయాన వర్గానికి చెందిన కొన్ని ముఖ్యమైన అంశాల గురించి పి.ఎం. లాడ్ ఇలా పేర్కొన్నాడు. "ఒక దేవత స్వతంత్రంగా గాని, లేదా మరో దేవుడితో కూడి వున్నట్లుగాని వుంటుంది. అటువంటి ఆచరణ మంత్రాలవల్ల, మహత్యాలవల్ల అనుకున్నది సాధించవచ్చుననే నమ్మకంవల్ల మహాయానం తాంత్రిక బౌద్ధానికి దారితీసింది. పురుషదేవుళ్ళలో బోధిసత్వుడు ప్రజాదరణ పొందితే, స్త్రీ దేవతలలో తార ప్రముఖస్థానాన్ని ఆక్రమించింది"..[11]

తాంత్రికవాదం యొక్క మౌలికాంశాలు మహాయాన గ్రంథాల్లో కనిపిస్తాయి. మహాయాన సూత్రాలలాగే తాంత్రికవాదం కూడా కనిపిస్తుందని నళినాక్షదత్ పేర్కొన్నాడు..[12] ఎన్.ఎన్. భట్టాచార్య కూడా ఇదే అభిప్రాయాన్ని వెలిబుచ్చాడు. అతడిలా రాశాడు. స్త్రీలు ఎటువంటి నియమ నిబంధనలను పాటించాలి అనే

---

[7] Lalamani Joshi, Study of Buddhist Culture in India, P.235
[8] Lalamani Joshi, Study of Buddhist Culture in India, P.243
[9] Das Gupta, S.B. Introduction to Tantrik Budhism, P.1-33
[10] Ayyapan, A. The Story of Budhism, P.155
[11] Lad, P.M. The way of Budha, P.315
[12] Nalinakshadutt, Imperial Kanauj, P.260

విషయంలో ప్రజ్ఞా పారమిత సూత్రాలు ప్రాముఖ్యాన్ని కలిగివున్నాయి. ఆ శాఖల్లోని సెక్సు సాంప్రదాయాల గురించి ఆంధ్రవైతుల్యకులే ప్రచారం చేసినట్లు కథావస్తు అనే గ్రంథంలో సూచించబడింది. కరందవ్యూహ సూత్ర అనేది మహాయాన గ్రంథం. అందులో తాంత్రిక విద్యకు సంబంధించిన పారిభాషిక పదజాలాలు, సంప్రదాయాలే కాక స్త్రీల నియమ నిబంధనల గురించి, ప్రముఖ పురాణ దేవతల గురించి కూడా రాయబడి వుంది. ఆ పౌరాణిక దేవతలే తరువాతి కాలంలో హిందూ తాంత్రిక సంప్రదాయంలో ముఖ్యులుగా అవతరించారు..[13]

శ్రీపర్వతం, ధాన్యకటకం వైతుల్యక బ్రాహ్మణుల మౌలిక కేంద్రాలు. క్రీ.శ. మూడవ శతాబ్దంలో బౌద్ధ విహారాలలో సెక్సు కార్యకలాపాలు జొరబడడానికి ప్రధాన కారకులు వీరే. బౌద్ధం వజ్రయానంగా రూపాంతరం చెందడానికి వీరే బాధ్యులు. బౌద్ధ విహారాలలో సెక్సు కార్యకలాపాలు జొరబడడానికి బ్రాహ్మణులే ప్రధానకారకులని ఎన్.ఎన్. భట్టాచార్య సరిగ్గా పేర్కొన్నాడు.

అతడిలా పేర్కొన్నాడు. "మాధ్యమ నికాయం శ్రమణుల, బ్రాహ్మణుల దృక్పథాన్ని వివరించింది. దాని ప్రకారం యువతులైన బిక్షుణిలతో లైంగిక సంపర్కం జరపడం ద్వారా ముక్తిని పొందవచ్చు. అటువంటి శాఖలకు చెందినవారే తరువాత బౌద్ధంలోకి వచ్చారు. బౌద్ధ సంఘాలలోకి అటువంటి భావాలు, ఆచరణ రావడానికి వారే పూర్తిగా బాధ్యులు. కొంతమంది శ్రమణులు, బ్రాహ్మణులు శరీరాన్ని భద్రపరచడం, అభివృద్ధి చెందడం, అశాంతి కలిగించడం వంటి బోధలు చేసేవారు. అవన్నీ తాంత్రిక విద్యలుగా, సత్కర్మలుగా పరిగణింపబడేవని తివిగ్గసుత్త ద్వారా మనకు తెలుస్తోంది. ఈ తాంత్రికవాదమే తరువాత బౌద్ధంలోకి జొరబడి దాన్ని నామరూపాలు లేకుండా చేసింది..[14]

[13] Bhattacharya, N.N. History of Tantrika Religion, P.186
[14] Bhattacharya, N.N. History of Tantrika Religion, P.187

మొదట్లో తాంత్రికవాదులైన బ్రాహ్మణులు బౌద్ధ విహారాలలోకి సెక్సు కార్యకలాపాలను, సంప్రదాయాలను రహస్యంగా తెచ్చారు. అవకాశం దొరికినపుడు ఆ తాంత్రిక సంప్రదాయాలను నూతన బ్రాహ్మణమతంలోని మిగతా శాఖలవారితో కలిసి ఆచరించినట్లు తెలుస్తోంది. 7వ శతాబ్దంలో వారు అటువంటి కార్యకలాపాలను బహిరంగంగానే నిర్వహించినట్లు తెలుస్తోంది.

ఎన్.ఎన్. భట్టాచార్య ఇలా పేర్కొన్నాడు. "బౌద్ధంలోకి అక్రమంగా జొరబడినవారు తమ సంప్రదాయ అలవాట్లను మానుకోలేక తాంత్రిక సంప్రదాయాలను కొనసాగించారని బి.టి. భట్టాచార్య సరిగానే చెప్పారన్నాడు. అటువంటివారే తాంత్రిక సంప్రదాయాలను రహస్యంగా నిర్వహించినట్లు తెలుస్తోంది. తరువాత సంఘంలోనే రహస్య శాఖలను (గుహ్యసమాజ) ఏర్పాటు చేసి, వాటిద్వారా తమ స్వంత నియమాలను తయారుచేసుకొని, వాటన్నిటికి బుద్ధుడి అనుమతి వుందని బుద్ధడి పేరుతో నిర్వహించేవారు"..[15]

తాంత్రికవాదం గురించి రాసిన గ్రంథాలన్నీ చాలావరకు అగ్రకులాలవారు రచించినవే. వాటిలో అగ్రకులాల వారి ప్రాపంచిక దృక్పథమే ప్రతిబింబించేది..[16] మధ్యయుగాల భూస్వామ్య విధానంలో అగ్రకులాలంటే బ్రాహ్మణులు తప్ప వేరెవరు కాదు. భారతదేశంలోని సిసలైన బౌద్ధులపై వీరు మేధోపరంగా, సాహిత్యపరంగా ఆధిపత్యాన్ని చెలాయించారు. పంచమకారాలన్నీ సాధారణ ప్రజల కోసమే. అయితే అక్కడికెళ్లే వారంతా ఆధ్యాత్మికంగా పురోగతి సాధించినవారేనని డి.పి. ఛటోపాధ్యాయ పేర్కొన్నారు..[17]

---

[15] Bhattacharya, N.N. History of Tantrika Religion, P.185
[16] Bhattacharya, D.P. Lokayata, P.328
[17] Bhattacharya, D.P. Lokayata, P.308

బౌద్ధ సంఘాలలోనికి బ్రాహ్మణ భావజాలాన్ని చొప్పించడంలో బ్రాహ్మణులే కృతకృత్యులయ్యారు.

ఎన్.ఎన్. భట్టాచార్య ఇలా పేర్కొన్నాడు.

"శతాబ్దాలుగా భారతదేశంలో పాండిత్యమంతా బ్రాహ్మణ వర్గానికే పరిమితమైంది. బౌద్ధగ్రంథాలు రచించడంలోను, వ్యాఖ్యానించడంలోను బ్రాహ్మణులే ప్రధానపాత్ర పోషించారని పండితులు అభిప్రాయపడుతున్నారు. బౌద్ధమూల సూత్రాలను వ్యాఖ్యానించే క్రమంలో బ్రాహ్మణులు తమ సంప్రదాయ పదజాలాన్ని, భావజాలాన్ని బాగా ఉపయోగించారు".[18]

పై ప్రకటన మహాయానానికి ప్రాతినిధ్యం వహించిన బ్రాహ్మణులకు కూడా సమానంగా వర్తిస్తుంది. వారు నిర్వాణమంటే మహాసుఖమనే తప్పుడు వ్యాఖ్యానం చేసి, వజ్రయానం పేరుతో సెక్సు సంప్రదాయాలను ఆచరిస్తూ, విలాసవంతమైన జీవితాన్ని గడపడం సరైనదేనని పేర్కొన్నారు.

ఎన్.ఎన్. దాస్‌గుప్తా ఇలా పేర్కొన్నాడు.

"మహాసుఖాన్ని నిర్వాణంతోను, ప్రజ్ఞ ఉపజ్ఞలను స్త్రీ, పురుష మర్మాంగాలతోను సమానంగా భావించడం ద్వారా మహాయానం బౌద్ధాన్ని తాంత్రిక బౌద్ధంగా మార్చివేసింది".[19]

మొదటినుండి మహాయాన సిద్ధాంతాన్ని ప్రతిపాదించినవారు తాంత్రిక సంప్రదాయాలలోను, వజ్రయానంలోని అంశాలతోను సన్నిహితంగా మెలిగినవారే. వారినుండే మహాయానం ఆవిర్భవించింది. అటువంటి వారంతా తాంత్రిక ప్రేమలో ఆరితేరినవారని టిబెట్ సంప్రదాయవాదులు పేర్కొన్నారు. వీరి ప్రకారం మాధ్యమిక

[18] Bhattacharya, N.N. History of Tantrika religion, P.215
[19] Das Gupta, N.N. The Structure of the Empire (KM Munshi) P.410

సిద్ధాంత ప్రతిపాదకుడు, గొప్ప సిద్ధుడైన నాగార్జునుడు కొద్దిమంది మేధావులకే పరిమితమైన మార్మికవాదాన్ని ప్రచారం చేశాడు.

వైద్యవిజ్ఞానాన్ని, లోహవిజ్ఞానాన్ని, తదితర అంశాలను బోధించే గురువులైన అసంగుడు, మైత్రేయనాథుడు కూడా తాంత్రిక భావాలతో, ఆచరణతో సంబంధం కలిగి వున్నవారని తెలుస్తోంది..[20]

ప్రారంభం నుండే మహాయానం బ్రాహ్మణ దేవతలైన శివుడు, విష్ణువు, గణేశ వంటి వారిని అధికారికంగా పూజించడాన్ని అనుమతించింది. చాలాకాలం నుండి తాంత్రిక విద్యలతో సంబంధం గల దేవుడు శివుడు. అతడిని పూజించడంలోనే మహాయానంలో వజ్రయానానికి సంబంధించిన విషబీజాలు పడ్డాయి. వజ్రయానం పేరుతో పూజించబడ్డ దేవతలను చూసినపుడు అదంతా బౌద్ధం ముసుగులో శైవాన్ని ఆచరించినట్లు స్పష్టంగా తెలుస్తోంది.

అమరావతి (ధాన్యకటక)లోని మహాయాన శిల్పాలలో లింగాన్ని లేదా త్రిశూలాన్ని పూజించినట్లు ఆధారాలున్నట్లు భారత పురాతత్వశాఖ సంచాలకులు కీ.శే.జె.ఎ.ఎస్. బర్జెస్ పేర్కొన్నాడు. అమరావతే వజ్రయానానికి పుట్టిల్లని పేర్కొన్నాడు. అక్కడి త్రవ్వకాలలో లభించిన సాక్ష్యాధారాలను బట్టి అతడిలా నివేదించాడు.

"అమరావతి శిల్పాలలో ఒక్క అగ్ని స్తంభంమీద త్రిశూలాన్ని, లింగాన్ని పూజించినట్లు కనిపిస్తుంది. లింగపురాణం ప్రకారం విష్ణువును బ్రహ్మను విడివిడిగా సృష్టి చేసేటపుడు మధ్యలోని విశ్రాంతి కాలంలో పెద్ద లింగం దర్శనమిస్తుంది. లింగంపైన పవిత్రమైన 'ఓం' కనిపిస్తుంది. బ్రాహ్మణుల పురాణాల ప్రకారం త్రిమూర్తులలో మిగతా ఇద్దరి కంటె శివుడు తానే గొప్పవాడని పలుకుతాడు. దానికి

[20] Bhattacharya, N.N. History of Tantrika religion, P.223

గుర్తు ఈ అగ్నిలింగం. అదేవిధంగా బౌద్ధులు కూడా తాము ఇతరుల కంటె గొప్పవారని తెలుపడానికే అగ్ని త్రిశూలాన్ని పూజించారు. అమరావతి శిల్పాలలో అగ్నిలింగాన్ని లేదా త్రిశూలాన్ని నాగజాతి పూజించడాన్ని ప్రతిబింబిస్తున్నాయి. ఉదాహరణకు బోధివృక్షం వాటితో కలిసిపోయి వుంటుంది. అది త్రిశూల (లింగ) స్తంభం వెనుకనుండి పైకి వస్తున్నట్లు కనిపిస్తుంది".[21]

'ఈ త్రిశూలం సాంచిలోని ధర్మచక్రంమీద, అమరావతిలోని స్తంభాలమీద కనిపిస్తుందని' కూడా అతడు అన్నాడు.[22] లింగపూజ నుండే వజ్రయానం రూపొందిందని అతడు నిర్ణయానికి వచ్చాడు. త్రిశూలం లేదా వజ్ర అనే పదాలు ఇప్పటికీ సంతృప్తికరంగా వివరించబడలేదు.[23]

వజ్ర అనే పదం పురుషుడి మర్మాంగమైన లింగానికి మార్మికమైన రూపం. అదేవిధంగా పద్మ లేదా కమలం అనేది స్త్రీ మర్మాంగమైన భగ లేదా యోనికి ప్రతిరూపం అని వల్లెపొసియన్ పేర్కొన్నాడు.[24]

అందువల్ల మహాయాన బౌద్ధులు లింగపూజను అనుమతించారు. బ్రాహ్మణ ఆస్తికవాదం వారి శిల్పకళలో ప్రతిబింబించింది. మహాయానంలోనే లింగారాధన నుండి రూపొందిన వజ్రయాన విషబీజాలున్నాయి. వజ్రయానం అనేది బౌద్ధం ముసుగులో కొనసాగుతున్న శైవమేనని చాలామంది పండితులు అభిప్రాయపడ్డారు.

సిసలైన బౌద్ధులు భిక్షాటనం చేస్తూ అత్యంత సాధారణ జీవితాన్ని గడుపుతుంటే మహాయాన బ్రాహ్మణులు మాత్రం భూస్వామ్య ప్రభుత్వం ఇచ్చిన శాశ్వత దానాలవల్ల విలాసవంతమైన జీవితాలను గడిపారు. బుద్ధుడి సిద్ధాంతాలను, నియమ నిబంధనలను మహాయానులు ఉద్దేశపూర్వకంగా మార్చివేసి తద్వారా తమ

[21] Burgess, J.A.S, The Budhist Stupa of Amaravati and Jaggaiah Peta, P.31
[22] Burgess, J.A.S, The Budhist Stupa of Amaravati and Jaggaiah Peta, P.47
[23] Burgess, J.A.S, The Budhist Stupa of Amaravati and Jaggaiah Peta, P.31
[24] Valle Poussin, Encyclopedia of Religion and Ethics, Ed-by J. Hastings, P.196

విలాసవంతమైన జీవితాలను సమర్థించుకున్నారు. మహాయాన బ్రాహ్మణులు తమ ఆస్తికవాద భావాలను సమర్థించుకోవడానికి పుక్కిటి పురాణాలను పుంఖానుపుంఖాలుగా సృష్టించారు.

మహాయానవాదులు నిర్వాణాన్ని మహాసుఖంగాను, బుద్ధుడిని సుఖవాదిగాను పరిగణించారు.[25] అందువల్లనే గుహ్యసమాజ బుద్ధుడిని నిరంతరం దేవకన్యలతో శృంగార కార్యకలాపాల్లో మునిగితేలేవాడిగా చిత్రించారు. మహాయానులు 7వ శతాబ్దం నాటికి మాంసం, మత్స్యం, మధువు, మగువ వంటి వాటిని ఆరాధించారు. బోధిసత్వ అవలోకితేశ్వరుడు ప్రధాన ఆరాధ్యదేవుడైనాడు. అప్పటికింకా మహాయాన శాఖలో తార అనే స్త్రీ దేవత భాగం కాలేదు.

నళినాక్షదత్ ఇలా పేర్కొన్నాడు.

"క్రీ.శ. 7వ శతాబ్దం నుండే తారను అవలోకితేశ్వరుడికి అర్ధాంగిగా చేశారు. బుద్ధుడికి తారకు వున్న సంబంధం శివుడికి, పార్వతికి వున్న సంబంధం వంటిదే".[26]

మహాయానులే బోధిసత్వ సిద్ధాంతాన్ని కనిపెట్టారు. అదే వజ్రయానంగా మార్పు చెందింది. బౌద్ధ విహారాలలోని వ్యభిచారాన్ని సమర్థించింది. బోధిసత్వుడి దైవత్వాన్ని ప్రేరేపించి నిర్వాణాన్ని పొందడానికి అదే సాధనమని భావించారు. వజ్రయానులు సెక్సు కార్యకలాపాల ద్వారా దేవుడిని సంతృప్తిపరచి నిర్వాణాన్ని పొందాలనుకున్నారు.

మొత్తం బౌద్ధ ఉద్యమమంతా వజ్రయానంగా దిగజారిపోలేదనే విషయాన్ని మనం ముందుగా గుర్తుంచుకోవాలి. హీనయానంగా దూషించబడిన సిసలైన బౌద్ధం

[25] Hanumantha B.L.S, Rao, Religion in Andhra, P.120
[26] Nalinakshadutt, Imperial Kannauj - P.262-263

భారతదేశంలో ఇంకా ఉన్నతమైన స్థానంలోనే కొనసాగింది. నాల్గింట మూడు వంతులు విహారాలన్నీ వజ్రయానం ఆవిర్భవించే నాటికి సిసలైన బౌద్ధుల స్వాధీనంలోనే వుండేవని ఆనాటి బౌద్ధ సన్యాసుల గణాంకాలను బట్టి తెలుస్తోంది. అందువల్ల మహాయానం నుండి వజ్రయానం ఆవిర్భవించేనాటికి నాల్గింట ఒకవంతు విహారాలు మాత్రమే రాజుల అండదండలవల్ల మహాయాన బ్రాహ్మణుల ఆక్రమణలో వున్నట్లు తెలుస్తోంది. సిసలైన బౌద్ధులైన హీనయానులు అప్పటికింకా బుద్ధుడి పవిత్ర సిద్ధాంతాలనే అనుసరించేవారు. వారి విహారాలలో తాంత్రికవాద ప్రభావం పడకుండా చూసుకున్నారు.

బుద్ధుడి బోధలలో తాంత్రికవాదానికి మొదటినుండి చోటు లేదు. బౌద్ధ గ్రంథాలు తాంత్రిక ఆచరణను గట్టిగా తిరస్కరించాయి. బౌద్ధ గ్రంథాలలో బుద్ధుడి బోధలను వివరించే సందర్భంగా తాంత్రికవాదానికి చెందిన పంచ'మ'కారాలను గట్టిగా వ్యతిరేకించారు..[27] భారతదేశంలో బౌద్ధం పుట్టక పూర్వమే తాంత్రికవాదం వున్నట్లు స్పష్టమవుతోంది. తాంత్రిక సంప్రదాయాలన్నీ విలువలు లేనివని, నిరుపయోగమైనవని బుద్ధుడు వాటిని తిరస్కరించాడు.

నళినాక్షదత్ ఇలా పేర్కొన్నాడు.

"తాంత్రిక సంప్రదాయాల ప్రభావంతో మనసులను పాడు చేసుకోరాదని బుద్ధుడు తన శిష్యులను, అనుచరులను చాలాసార్లు హెచ్చరించాడు"..[28]

భారతదేశంలోని మహాయాన, నూతన బ్రాహ్మణమత శాఖలలో ఆకస్మికంగా తాంత్రిక సంప్రదాయాలు కనిపించడానికి ప్రధానంగా బ్రాహ్మణులే కారణమని చెప్పడానికి కావలసినంత సాక్ష్యం లభిస్తోంది. బ్రాహ్మణులకు తాంత్రిక

[27] Chatopadhyaya, D.P, Lokayata, P.326
[28] Nalinakshadutt, Imperial Kannauj, P.260

సంప్రదాయాలతో ప్రాచీనకాలం నుండే సంబంధాలున్నాయి. భారతదేశ మంతటా బ్రాహ్మణులు ఒక పథకం ప్రకారమే వాటిని పునరుద్ధరించారు. కొంతమంది చరిత్రకారుల ప్రకారం 'లంజదిబ్బలు' అనే పదం పుట్టడానికి బ్రాహ్మణులు అవలంబించిన వ్యభిచారం, నైతిక పతనమే కారణమయ్యాయి. బ్రాహ్మణులు తమ మత కేంద్రాలలో సైతం వాటిని ఆచరించారు. అటువంటప్పుడు వ్యభిచారం బ్రాహ్మణ వర్గాల్లో ఎందుకు పవిత్రంగా భావించబడింది. ఈ విషయంలో చరిత్రకారులు ప్రత్యేక శ్రద్ధ తీసుకుని పరిశీలించలేదని తెలుస్తోంది.

లాల్‌మనిజోషి ఇలా చెప్పాడు. "పంచమకారాలు" క్రూరమైన సెక్సు సంప్రదాయాలు, స్త్రీ ఆరాధన, రక్తసంబంధీకుల మధ్య లైంగిక సంపర్కం, చనిపోయినవారితో మాట్లాడటం, మనుష్యలను బలి ఇవ్వడం వంటివి శైవుల, శాక్తేయుల, వైష్ణవుల తాంత్రిక గ్రంథాలలో సాధారణంగా కనిపించేవి. ఇతరమైన తాంత్రికగ్రంథాలను పరిశీలిస్తే బౌద్ధంకంటె బ్రాహ్మణ వర్గాలలోనే ఇవి బాగా జనాదరణ పొందినట్లు తెలుస్తోంది..[29]

బ్రాహ్మణుల ఎత్తుగడ వల్లనే వజ్రయానం ఏర్పడిందనే విషయం ఇక్కడ గ్రంథకర్తకు అర్థం కాలేదు. తాంత్రిక సంప్రదాయాలు వ్యభిచారాలు, నైతిక పతనం వంటివి వజ్రయానం పేరుతో బౌద్ధవిహారాలలో కనిపించేదాని కంటె ప్రధానంగా బ్రాహ్మణ వర్గాలలోనే అధికంగా వున్నట్లు అతడు పేర్కొన్నాడు. వజ్రయానం అనేది మహాయానం యొక్క అంతిమదశ. భారతదేశంలో అవి నాల్గింట ఒక వంతు విహారాలకే పరిమితమైంది. కొన్ని విహారాలలో నైతిక పతనం మహాయాన బ్రాహ్మణులకే పరిమితమయ్యాయి. అది సిసలైన బౌద్ధంలోకి ప్రవేశించలేదు. దేశంలో నాల్గింట మూడు వంతులు విహారాలన్నీ సిసలైన బౌద్ధులతో అభివృద్ధి చెందాయి.

---

[29] Joshi, L, Study of Budhist Culture in India, P.120

మంత్రయానం లేదా వజ్రయానం దక్షిణ భారతదేశంలో శ్రీపర్వతం, ధాన్యకటకం ప్రాంతాలలో పురుడు పోసుకుందని రాహుల్ సాంకృత్యాయన్ అభిప్రాయపడ్డాడు. ప్రారంభంలో ధాన్యకటక ప్రాంతంలోనే మంత్రయానం బహిర్గతమైంది. తాంత్రిక సంప్రదాయాల ప్రకారం నాలుగు ప్రసిద్ధ పీఠాలలోనే మొదట మార్మికతతో కూడిన తాంత్రిక సిద్ధాంతాలు వెలువడ్డాయి. మహాయానులు, బ్రాహ్మణ తాంత్రిక అనుచరులు ఈ నాలుగు పీఠాలను పవిత్రమైనవిగా పరిగణించారు. అదే సమయంలో మహాయానంలోని ప్రధాన సంప్రదాయాలను మొదటిసారిగా పునరుద్ధరించారు. దానితోపాటు బ్రాహ్మణ వర్గాలలో కూడా తాంత్రిక సంప్రదాయాలను పునరుద్ధరించడం జరిగింది..[30]

తాంత్రిక సంప్రదాయాల ప్రకారం భారతదేశంలోని వజ్రయానంలో **84** ప్రసిద్ధ సిద్ధులున్నారు. మహాయానం, బ్రాహ్మణ సంప్రదాయం రెండూ కూడా ఈ **84** మంది సిద్ధులను సమానంగా గౌరవించారు..[31] వారిలో క్రీ.శ. **633**లో జీవించిన సరాహ లేదా రాహులభద్ర అనే అతడే మొదటి వజ్రయానుడు. అతడు తాంత్రిక విద్యలో బాగా పేరొందినవాడు.

తారానాథుడి ప్రకారం అతడు ఒరిస్సా బ్రాహ్మణుడు..[32] టిబెటన్ల ప్రకారం సిద్ధ నాగార్జునుడు రాహుభద్ర శిష్యుడు. దక్షిణ భారతదేశంలోని విహారాలలో వజ్రయానాన్ని, వ్యభిచారాన్ని ప్రవేశపెట్టడంలో ప్రధానపాత్ర వహించినవాడు నాగార్జునుడే. రాహుల్ సాంకృత్యాయన్ ప్రకారం సిద్ధనాగార్జునుడు దక్షిణ భారతదేశంలోని కంచికి చెందిన బ్రాహ్మణుడు..[33] మహాయాన బ్రాహ్మణులు

---

[30] Eva M. Dargyay, The Rise of Esoteric Buddhism in Tibet, P.16
[31] Joshi, L, Study of Budhist Culture in India, P.255
[32] Joshi, L, Study of Budhist Culture in India, P.270
[33] Joshi, L, Study of Budhist Culture in India

ఆక్రమించిన పవిత్ర విహారాలను వ్యభిచార కేంద్రాలుగా మార్చడంలో ఇతడే ప్రధానపాత్ర పోషించాడు. మహాయానంలోను, బ్రాహ్మణవర్గాల్లోను తాంత్రిక సంప్రదాయాలను పునరుద్ధరించడంలో రాహుల్‌భద్ర, అతని శిష్యుడైన సిద్ధ నాగార్జునుని చర్యలే ప్రధానపాత్ర వహించినట్లు తెలుస్తోంది. వారిద్దరు కూడా వజ్రయానాన్ని బ్రాహ్మణులు అనుసరించే తాంత్రికవాదాన్ని భారతదేశంలోని మిగతా సిద్ధులతో కలిసి గౌరవించారు. అందుకే వారు వాటిని పునరుద్ధరించారు.

తాంత్రికవాదం ప్రాచీన బ్రాహ్మణ సంప్రదాయాన్ని పునరుద్ధరించింది. ఆదికర్మ ప్రదీప అనే గ్రంథం ఈ కోవలోనిదే. బ్రాహ్మణ సంప్రదాయాలను, ఉత్సవాలను, మతకార్యక్రమాలను అది వర్ణిస్తుంది. ఆధ్యాత్మికౌన్నత్యాన్ని కోరే మహాయాన అనుయాయుడైన ఆదికర్మక-బోధిసత్వుడు వాటిని పాటించాలి..[34]

ఈ తాంత్రిక సంప్రదాయాలను బుద్ధుడితోపాటు శైవమతదేవుళ్ళకు కూడా వర్తింపజేశారు. దీనివల్ల వజ్రయానానికి, నూతన బ్రాహ్మణ మతానికి మధ్యగల పరస్పర సంబంధం స్పష్టమవుతోంది.

జె.కె. నారిమన్ ఇలా పేర్కొన్నాడు.

"తాంత్రిక సంప్రదాయంలో మార్మిక చిత్రాలను గీయడం, చేతిని వూపడం, మంత్రోచ్చాటనతో నైవేద్యం పెట్టడం, ప్రార్ధనలు చేయడం వున్నాయి. వీటన్నిటితో బుద్ధుడిని, బోధిసత్వుడిని ఆరాధించడమే కాక శైవమతదేవుళ్లను కూడా ఆరాధించారు"..[35]

వజ్రయానంలో బ్రాహ్మణ దేవుళ్లను పూజించడం, బౌద్ధం ముసుగులో తాంత్రికవాదాన్ని సృష్టించడమే నని స్పష్టమవుతోంది. బోధిసత్వుడి అర్ధాంగిగా

[34] Nariman, J.K, Literary history of Sanskrit Budhism, P.117
[35] Nariman, J.K, Literary history of Sanskrit Budhism, P.118

పరిగణించబడిన తార బ్రాహ్మణ భావజాలం నుండి రూపొందిన దేవతే..[36]

డి.సి. భట్టాచార్య ఇలా పేర్కొన్నాడు.

"విభిన్నసిద్ధాంతాలు, వాటిని ప్రతిబింబించే మతచిహ్నాలు బ్రాహ్మణ వర్గం నుండే స్వీకరించారు. సర్వోన్నతమైన స్త్రీకి ప్రతిరూపంగా శక్తిని అలాగే స్వీకరించారు. అదేవిధంగా బౌద్ధానికి సంబంధించి తార అనే స్త్రీ దేవతను ఏర్పాటు చేసుకున్నారు. అయితే ఇక్కడ వజ్రయానం పేరుతో బౌద్ధం ముసుగులో బ్రాహ్మణ దేవతలను ఆరాధించడం బ్రాహ్మణుల ఎత్తుగడల వల్లనే సాధ్యమైంది. ఈ విషయం గ్రంథకర్తకు అర్థం కాలేదు".

బోధిసత్వుడికి సంబంధించిన స్త్రీల సంగీత కచేరిలో శివుడికి సంబంధించిన బ్రాహ్మణ సంగీత కచేరి లక్షణాలున్నాయి. అదే గ్రంథకర్త మరలా ఇలా రాశాడు. "బ్రాహ్మణమతంలోని దేవి లక్షణాలకు సమాంతరంగా తార అనే దేవతను సృష్టించారు. మార్కండేయ పురాణంలో దేవీమహాత్మ్యం అనే అధ్యాయంలో దేవిని ఒక యుద్ధదేవతగా చిత్రించారు. దేవతల శత్రువులను సంహరించే దేవతగా చిత్రించారు. ప్రార్థనలతో ఆమెను మేల్కొల్పవచ్చని భావించారు. అదేవిధంగా శత్రుసంహారం చేసే దేవతగా తారను సృష్టించుకున్నారు. ఆ తారకు వెయ్యి చేతులు, వాటిలో ఆయుధాలున్నట్లు భావించారు. బ్రాహ్మణవర్గాల్లో దేవితో సమాంతరంగా తారను రూపొందించుకున్నారు"..[37]

వజ్రయానులు బ్రాహ్మణుల దేవీదేవతల మాదిరిగానే అనేక భావాలను, మతచిహ్నాలను వారినుండే స్వీకరించి ఏర్పాటు చేసుకున్నారు.

డి.సి. భట్టాచార్య ఇలా పేర్కొన్నాడు.

[36] Bhattacharya, D.C, Studies in Budhist Iconography, P.24
[37] Bhattacharya, D.C, Studies in Budhist Iconography, P.13

"బ్రాహ్మణ దేవతలను అనేకమందిని వజ్రయానులు తమ సంప్రదాయంలో చేర్చుకున్నారు".[38]

తార మరో రూపమే మారిసి. ఆమె బ్రాహ్మణదేవుడైన సూర్యుడికి సమాంతరంగా వుండే దేవత. తారకు చెందిన అనేక రూపాలు, భావాలు బ్రాహ్మణుల సర్వోన్నత దేవతగా భావించబడే దేవి లేదా చండి నుండి రూపొందినవే.[39] వజ్రయానుల మారిసి దేవత కూడా చండినుండి రూపొందిందే. అదేవిధంగా గణపతి హృదయ అనే దేవత కూడా బ్రాహ్మణుల శక్తిగణపతి నుండి రూపొందిన దేవతే.[40]

బోధిసత్వుడే బ్రాహ్మణుల దేవుడైన శివుని రూపాన్ని ధరించాడని వజ్రయానులు పేర్కొన్నారు.

ఎల్.జోషి. ఇలా అన్నాడు.

"ప్రజలకు బోధించి వారిని మార్చడానికే అవలోకితేశ్వరుడు మహేశ్వర (శివ) రూపాన్ని ధరించాడని సద్ధర్మపుండరీక సూత్రం పేర్కొంటోంది. కరంద గుహ్యసూత్రం ప్రకారం అవలోకితేశ్వరుడి భక్తులలో మహేశ్వరుడిని కూడా చేర్చారు. అవలోకితేశ్వరుడు తానే మహేశ్వరుడినని చెప్పుకున్నాడు".[41]

వజ్రయానానికి, నూతన బ్రాహ్మణ మతానికి మధ్యనున్న తేడాను తాంత్రికవాదం చెరిపివేసింది. బౌద్ధం ముసుగులో వజ్రయానం పేరుతో జరిగే తాంత్రిక సంప్రదాయాలన్నీ శైవమతంలోని శాక్తతాంత్రిక వాదంతో సమానమైనవే. తాంత్రిక యోగానికి చెందిన సాంకేతిక విషయాలన్నీ వజ్రయానంలోను, బ్రాహ్మణమతంలోను ఒకటే. బ్రాహ్మణమతంలోను, వజ్రయానంలోను పెద్ద సంఖ్యలో

38 Bhattacharya, D.C, Studies in Budhist Iconography, P.16
39 Bhattacharya, D.C, Studies in Budhist Iconography, P.19
40Bhattacharya, D.C, Studies in Budhist Iconography, P.20
41 Joshi, L, Study of Budhist Culture in India, P.36

వున్న స్త్రీ, పురుష దేవుళ్లందరూ ఒకటే. ఆ రెండు సంప్రదాయాల్లోను **84** మంది సిద్ధులను గౌరవిస్తారు.

ఎల్.జోషి ఇలా పేర్కొన్నాడు.

"తాంత్రిక యుగంలో తార, కాళి, కుముంద, సరస్వతి, వరాహి, హారితి వంటి స్త్రీ దేవతలను, మహాకాలుడు, గణేశ వంటి పురుష దేవుళ్లను వజ్రయానంలోను, హిందూమతంలోను ఆరాధించారు. ఇంద్రుడు, బ్రహ్మ వంటి వేదదేవతలు బుద్ధుడి భక్తులుగా పరిగణించబడ్డారు. బోధిసత్వ అవలోకితేశ్వరుడు మహేశ్వరుడిగ్గా లేక శివుడిగా పిలువబడ్డాడు".[42]

వజ్రయానంలోను, బ్రాహ్మణమతంలోను తాంత్రిక సంప్రదాయాలన్నీ ఒకేరకంగా వర్ణించబడ్డాయి. బ్రాహ్మణ తాంత్రిక సంప్రదాయంలో వున్న శివుడు, దుర్గ అనే పేర్లు వజ్రయానంలో వజ్రసత్వుడు, వజ్రదాకినిగా మారిపోయాయి. చండి, తార, వరాహి మొదలగు దేవతలు వజ్రయానంలో కూడా పూజించబడ్డారు. వజ్రయానంలోని చాలామంది దేవుళ్లు శైవమతంలోని దేవుళ్లను పోలి వున్నారు. వజ్రయానంలో తారలు పదిమందికంటె ఎక్కువే వున్నారు. అందులో కొంతమంది శిల్పాలలో సరస్వతికి ప్రాతినిధ్యం వహించారు.

బ్రాహ్మణ దేవుళ్లకు, వజ్రయాన దేవుళ్లకు మధ్య వైరుధ్యంలేదు. ఉత్తర భారతంలోని శిల్పాలు ఈ విషయాన్ని తెలుపుతాయి. బ్రాహ్మణ మతంలోను, వజ్రయానంలోను మార్మిక సాధనాలలో మౌలికమైన తేడా లేదని ఎన్.ఎన్. దాస్‌గుప్తా పేర్కొన్నాడు.[43]

పైన తెలిపిన వాస్తవాలన్నీ వజ్రయానంలోని బ్రాహ్మణ సంప్రదాయాలు, నూతన బ్రాహ్మణమతంతో సామరస్యపూర్వకమైన సంబంధాలను కలిగివున్నాయని

[42] Joshi, L, Study of Budhist Culture in India, P.37
[43] Das Gupta, N.N, The Structure of the Empire, P.407

తెలుపుతున్నాయి. మత వ్యవహారాలలో సర్వాధికారాలు తాంత్రికవాదానికే వున్నాయని పురాణాలు కూడా గుర్తించాయి. బ్రాహ్మణులు తాంత్రికవాదాన్ని బాగా ఉపయోగించుకున్నారు.

నూతన బ్రాహ్మణ మతానికి, వజ్రయానానికి మధ్యగల భేదాలను తగ్గించడం ద్వారా బ్రాహ్మణులు బౌద్ధంలో తాంత్రికవాదాన్ని జొప్పించారు. ఇది బౌద్ధాన్ని నాశనం చేయడానికి బ్రాహ్మణుల ఎత్తుగడ. సిసలైన బౌద్ధం మధువు, మగువవంటి పంచమకారాలను తీవ్రంగా వ్యతిరేకించింది. బౌద్ధగ్రంథాలు వాటి జోలికి పోరాదని ఆదేశించాయి. అయితే బ్రాహ్మణులు వజ్రయాన గ్రంథాలలో వాటిని ఉద్దేశపూర్వకంగా బలపరిచారు. బుద్ధుడు వ్యభిచార కార్యకలాపాలలో, తాంత్రిక సంప్రదాయాలలో పాల్గొన్నట్లు ఆ గ్రంథాలలో చిత్రించారు.

తాంత్రిక శాఖలన్నిటిలో వున్న మౌలిక భావన ఒకటే. స్త్రీ పురుషుల సంయోగం. స్త్రీని దైవస్వరూపిణిగా భావించి పూజించడం తాంత్రిక శాఖలన్నిటిలోను కనిపించే సామాన్య విషయం. దీన్ని వజ్రయానంలో ప్రజ్ఞ, ఉపాయల కలయికగా భావించారు. శైవమతంలో శివుడు, శక్తి కలిసినట్లుగా హర, గౌరి కలిసినట్లుగా భావించారు. వైష్ణవ సంప్రదాయంలో తాంత్రికవాదాన్ని రాధాకృష్ణుల కలయికగా భావించారు. అన్నిశాఖలు ఒకేవిధమైన తాంత్రిక సంప్రదాయాలను పాటించాయి. అయితే వారు వాడిన పేర్లు మాత్రం వేరుగా కనిపిస్తాయి.

వజ్రయానంలో వుండే చాలామంది దేవతలు బ్రాహ్మణ, శైవమతాలకు చెందినవారే అయినందువల్ల వజ్రయాన తాంత్రికవాదం హిందూతాంత్రిక వాదం నుండి ఆవిర్భవించినదని చార్లెస్ ఇలియట్ వంటి పండితులు అభిప్రాయపడ్డారు..[44] వజ్రయానం, శైవమతం నుండే ఏర్పడింది..[45]

[44] Elliot, Hinduism and Budhism, P.127
[45] Bhattacharya, B, Introduction to Budhist Asoterism, P.147

'బౌద్ధతాంత్రిక వాదం ఆచరణ రీత్యా బౌద్ధ హిందూమతమే. అది బౌద్ధం ముసుగులో కొనసాగిన హిందూమతం లేదా శైవమతమని' వాల్లె పౌషిన్ అనే గొప్ప బౌద్ధ రచయిత పేర్కొన్నాడు.[46]

బౌద్ధం మీద తాంత్రికవాదాన్ని రుద్దడం బ్రాహ్మణులు ఉద్దేశపూర్వకంగా చేసినపని. అది కృత్రిమమైనదని స్పష్టమవుతుంది. తాంత్రికయుగంలో సిసలైన బౌద్ధులు తాంత్రిక సంప్రదాయాలను గట్టిగా వ్యతిరేకించారు. వారు మహాయాన బౌద్ధ విహారాలలో ఆచరించిన వ్యభిచార కార్యకలాపాలకు ప్రభావితులు కాలేదు. క్రీ.శ. 7వ శతాబ్దం నుండి 12వ శతాబ్దం వరకు కొనసాగిన తాంత్రికయుగంలో సిసలైన బౌద్ధులైన హీనయానుల స్థితిగతుల గురించి మన చరిత్రకారులు తగిన శ్రద్ధ చూపలేదు. మహాయాన బ్రాహ్మణులు తమ విహారాలలో తాంత్రిక సంప్రదాయాలను పాటించినప్పటికీ హీనయానులు ఏమాత్రం కలవరపడలేదు. ప్రజలలో వారి ప్రభావం, ఆధిపత్యం మాత్రం కొనసాగింది. వారు తాంత్రిక సంప్రదాయాలను అనుసరించలేదు. మహాయాన బ్రాహ్మణమతం వజ్రయానంగా దిగజారిపోయినప్పటికీ, ఆ విషయాన్ని మరుగుపరచి మొత్తం భారతదేశంలోని బౌద్ధ ఉద్యమమంతా పతనమైపోయిందని ప్రచారం చేశారు. వాస్తవానికి మహాయానంలో, బ్రాహ్మణవర్గాల్లో కొనసాగిన తాంత్రికవాదం వల్ల బ్రాహ్మణమతం యొక్క నైతిక పతనం తెలుస్తుంది కాని భారతదేశంలోని బౌద్ధపతనం కాదు. అందువల్ల వజ్రయానాన్ని పతనమైన బౌద్ధానికి మరోరూపంగా భావించరాదు. తాంత్రిక సంప్రదాయాలకు బౌద్ధానికి సంబంధం లేదు. తాంత్రికయుగంలో బ్రాహ్మణులు బౌద్ధాన్ని హీనయానంగా భావించి వ్యతిరేకించారు.

[46] Chattopadhyaya, D.P, - Lokayata, P.327

మహాయానం అనుసరించిన అవినీతివల్లే అది వజ్రయానంగా దిగజారిపోయింది. కాని హీనయాన బౌద్ధం మాత్రం భారతదేశంలో విఫలం కాలేదని ఇలియట్ సరిగా పేర్కొన్నాడు.[47] బ్రాహ్మణమతంలో అభివృద్ధి చెందిన తాంత్రికవాదం బౌద్ధం పతనం కావడానికి కారణమని అంగీకరించలేమని ఇ.జె. థామస్ పేర్కొన్నాడు.[48] క్రీ.శ. **12**వ శతాబ్దం వరకు అభివృద్ధి చెందిన తాంత్రిక సంప్రదాయాలు, బ్రాహ్మణ దేవాలయాల్లో ఆ తరువాత కాలంలో కూడా అధికారికంగా కొనసాగిన వ్యభిచారం భారతదేశంలో బౌద్ధం పతనం కావడానికి కారణంగా అంగీకరించలేము.

తాంత్రికవాదం యొక్క నిజస్వభావాన్ని అర్థం చేసుకోడానికి వజ్రయానం పేరుతో బౌద్ధంమీద రుద్దబడిన అంశాలలోకి చూడవలసి వుంటుంది. దానికి బదులుగా మన పండితులు బౌద్ధపదజాలంతో కూడిన సెక్సుభావాలవైపు చూస్తున్నారు. నిజమైన బౌద్ధపతనం జరిగిందని భావిస్తున్నారు.[49]

వజ్రయానం అనేది బౌద్ధం ముసుగేసుకున్న బ్రాహ్మణమతమే. బౌద్ధాన్ని నాశనం చేయడానికి పన్నాగం పన్నిన బ్రాహ్మణులు వజ్రయానంలోని అంశాలన్నింటిని బౌద్ధంమీద రుద్దారు. తాంత్రిక సంప్రదాయాలను అనుమతించే వారు తాంత్రిక బౌద్ధులుగా పిలువబడ్డారు. వారు సిసలైన బౌద్ధులను హీనయానులుగా దూషించారు. ఆ కాలంలోని బ్రాహ్మణులు వారి భావాలను బౌద్ధంపై కృత్రిమంగా రుద్దారు. మధ్యయుగంలోని భూస్వామ్య ప్రభుత్వాల అండదండలవల్లనే అటువంటి ప్రయత్నాలన్నీ విజయవంతమైనాయి. అటువంటి బ్రాహ్మణుల ప్రయత్నాలకు వ్యతిరేకంగా పోరాడిన సిసలైన బౌద్ధులను ప్రభుత్వం

[47] Elliot, Hinduism and Budhism, Vol.II, P.6
[48] Thomas, E.J, History of Budhist thoughts, P.126
[49] Chattopadhyaya, D.P, - Lokayata, P.327

దారుణంగా అణచివేసింది. దానివల్ల బౌద్ధులు బ్రాహ్మణుల విషప్రచారాన్ని అడ్డుకోలేకపోయారు.

భారతదేశ పాలకవర్గం మహాయానానికి, బ్రాహ్మణ మతానికి అందించిన ఆదరాభిమానాలను లౌకికవిధానంగా మెచ్చుకోవడం చాలా పెద్ద తప్పు. బ్రాహ్మణ మతోద్ధారకులైన శాతవాహనులు, ఇక్ష్వాకులు, గుప్తులు, విష్ణుకుండినులు, ఆనందగోత్రీయులు, వాకాటకులు, శాలంకాయనులు, పల్లవుల వంటివారు మహాయానాన్ని ఆదరించారు. వారు మహాయానాన్ని పోషించడంవల్ల బ్రాహ్మణమత ప్రయోజనాలకు ఎటువంటి ప్రమాదం కలగలేదు. ఎందుకంటే మహాయానం అనేది బౌద్ధం ముసుగేసుకున్న బ్రాహ్మణమతమే. పాలకవర్గ ప్రయోజనాలను కాపాడటానికి భూస్వామ్య ప్రభుత్వాలు మహాయానాన్ని బాగా వాడుకున్నాయి. భారతదేశంలో బౌద్ధ నిర్మాణాలను ధ్వంసం చేసి బ్రాహ్మణ దేవాలయాలను నిర్మించాయి.

బెంగాలును పాలించిన పాలరాజులే భారతదేశంలో బౌద్ధాన్ని పోషించిన చివరివారని సాధారణంగా భావించబడుతోంది. అయితే పాలరాజులు పోషించింది సిసలైన బౌద్ధాన్ని కాదు. అవినీతిలో కూరుకుపోయిన మహాయానాన్ని వారు పోషించారు.

'పాలరాజుల బౌద్ధం గౌతముడు బోధించిన తత్వానికి పూర్తిగా భిన్నమైనది. అది అవినీతితో కూడిన మహాయాన సిద్ధాంతం' అని వి.ఎ. స్మిత్ సరిగా పేర్కొన్నాడు..[50] పూర్తిగా దిగజారిపోయిన మహాయాన రూపమైన వజ్రయానాన్ని పాలరాజులు పోషించారు.

[50] Smith, V.A, The Oxford History of India, P.201

హెచ్.కారెన్ ఇలా పేర్కొన్నాడు.

"తాంత్రికవాదమనేది యోగ యొక్క వికృతరూపమే. క్రీ.శ.**800-1050** వరకు పాలించిన పాలవంశరాజులు తాంత్రిక విశ్వాసాలను పరిరక్షించారని ఆ కాలానికి చెందిన చారిత్రక నివేదికలు, శాసనాలు తెలుపుతున్నాయి. ఆ కాలంలో విక్రమశిల అనే విహారం తాంత్రికవిద్యలు నేర్చుకోడానికి ప్రసిద్ధిపొందిన కేంద్రంగా వుండేది. పాలవంశస్తుల పాలనాకాలంలో ఇంద్రజాలం, మంత్రాలను ప్రదర్శించి పేరుపొందిన వజ్రయాన సిద్ధులు, గురువులు అనేకులు వుండేవారని తెలుస్తోంది".[51]

రాజుల అండదండలతో బ్రాహ్మణులు తాంత్రిక సంప్రదాయాలను ఏవిధంగా ఆచరించారనే విషయాన్ని పాలరాజుల శాసనాలు స్పష్టంగా తెలుపుతున్నాయి. **9**వ శతాబ్దం నాటి సంస్కృత శాసనాలు ఆ కాలంనాటి సుప్రసిద్ధ బ్రాహ్మణుడు, వజ్రయానవాది అయిన వీరదేవుని కార్యక్రమాల గురించి మనకు తెలుపుతున్నాయి. వీరదేవుడు బ్రాహ్మణ కుటుంబంలో పుట్టాడని, వజ్రయానాన్ని అమితంగా ప్రేమించాడని ఆ శాసనాలు తెలుపుతున్నాయి. అతని తండ్రి ఇంద్రగుప్తుడు పాలరాజు ఆస్థానంలో గొప్ప పదవిలో వుండేవాడని, అతడు రాజుకు సన్నిహితుడుగా వుండేవాడని కూడా తెలుపుతున్నాయి.

గోశ్రావణ్ సంస్కృత శాసనంలో ఇలా రాయబడి వుంది: "ఉత్తర భారతదేశానికే అలంకారంగా వుండే నాగరహార అనే దేశం వుండేది. అక్కడ ఉన్నత బ్రాహ్మణ కుటుంబంలో పుట్టిన ఇంద్రగుప్తుడు రాజుకు మిత్రుడిగా వుండేవాడు. ఈ సుప్రసిద్ధ బ్రాహ్మణుడు మచ్చలేని చంద్రునివంటి వాడు. అతని భార్య ఒక పతివ్రత. వారికి పుట్టినవాడే వీరదేవుడు. అతడొక రోజు వజ్రాసనం మీద ఆసీనుడైన గొప్ప బోధిని గౌరవార్థం దర్శించడానికి వెళ్ళాడు. అందుకోసం యశోవర్మపుర విహారంలోని

[51] Karen, H, Manual of Indian Budhism, P.133

భిక్షువులను కలుసుకున్నాడు. అక్కడ చాలాకాలం గడిపాడు. దేవపాలరాజు ఆదరణతో అతడు అందరి మన్ననలు అందుకొన్నాడు. నిత్యం తన కార్యక్రమాలతో నలుదిశలు తిరిగి చీకటిని పారద్రోలి సూర్యుడివలె ప్రకాశించాడు".[52]

ఈ శాసనం ద్వారా వజ్రయాన బ్రాహ్మణుడు ఏవిధంగా రాజుతో సన్నిహితంగా మెలగి, అతని అండదండలతో వజ్రయాన వర్గాల్లో మొదటి నుండి పేరు సంపాదించుకున్నాడో తెలుస్తుంది.

**9**వ శతాబ్దంలో వీరదేవుడు వేయించిన గోస్వరన్ సంస్కృత శాసనంలో అతడే స్వయంగా ఇలా చెప్పుకున్నాడు. "సముద్రంలో తాబేళ్లు వున్నంతకాలం ఈ ప్రపంచంలో వీరదేవుడి వెలుగులు ప్రసరిస్తూనే వుంటాయి".[53]

ఈ శాసనం వీరదేవుడికి పునర్జన్మ సిద్ధాంతంలోను, బ్రాహ్మణ పురాణాల్లోను వున్న నమ్మకాన్ని స్పష్టంగా తెలుపుతోంది.

భారతదేశమంతటా వజ్రయానం పేరిట తాంత్రిక సంప్రదాయాలు, వ్యభిచారం కేవలం మహాయాన బ్రాహ్మణుల అధీనంలో వున్న విహారాలకే పరిమితమైంది. మహాయానానికి బాహ్యంగా నూతన బ్రాహ్మణ మతశాఖలు తాంత్రిక సంప్రదాయాలను ఆచరించారు. మహాయానంలోను, బ్రాహ్మణవర్గాల్లోను తాంత్రికమనేది అభివృద్ధిని తెలిపే సామాన్యపదం. పసుపు వస్త్రాలు ధరించి మహాయానంలో చేరిన బ్రాహ్మణ శాఖలకే వజ్రయానం పరిమితమైంది. అది భారతదేశంలోని ప్రజలపై గొప్ప ప్రభావాన్ని కనబరుస్తున్న సిసలైన బౌద్ధ ఉద్యమంలోకి వ్యాపించలేకపోయింది. క్రీ.శ. **8**వ శతాబ్దం వరకు బౌద్ధులపై రాజుల దమనకాండ కొనసాగినప్పటికీ భారతదేశంలో బౌద్ధులు పెద్ద సంఖ్యలోనే వున్నట్లు తెలుస్తోంది.

---

[52] Broadly, A.M, The Budhist remains of Bihar, P.65
[53] Broadly, A.M, The Budhist remains of Bihar, P.63

నళినాక్షదత్ ఇలా పేర్కొన్నాడు.

"క్రీ.శ. 8వ శతాబ్దం ప్రథమార్థంలోని ధర్మకీర్తి కాలం నాటికి హీనయాన బౌద్ధసన్యాసులు దేశంలో చాలాపెద్ద సంఖ్యలో వున్నారు".[54]

మహాయాన బ్రాహ్మణులు బౌద్ధాన్ని నాశనం చేయడానికి భావవాద, తాంత్రిక సంప్రదాయాలను రుద్దుతున్నపుడు సిసలైన బౌద్ధులు ఏవిధంగా స్పందించి, తమ పోరాటాన్ని ప్రారంభించారని కొందరు విమర్శకులు ప్రశ్నిస్తున్నారు. భారతదేశ చరిత్రలో బౌద్ధాన్ని నాశనం చేయడానికి పాలకవర్గం దానిమీద దమనకాండ సాగించింది. సిసలైన బౌద్ధులను హింసించి వారిని దేశం నుండి పూర్తిగా వెళ్ళగొట్టింది. మౌర్యుల తరువాత వచ్చిన రాజులందరూ బ్రాహ్మణమతాన్ని ఆదరించారు. పుష్యమిత్రశుంగుడు కుక్కుటరామలోను, ఉత్తర భారతంలోను బౌద్ధసన్యాసులను ఏవిధంగా హింసించి, హతమార్చిందీ మనం ఇదివరకే తెలుసుకున్నాం. శుంగుల కాలంలో ప్రారంభమైన ఈ హత్యాకాండ దాదాపు వెయ్యి సంవత్సరాలు కొనసాగింది. బ్రాహ్మణవంశ రాజుల రాజకీయ ఆధిపత్యం దేశమంతా కొనసాగింది. ఆ కాలమంతా భారతదేశంలో బౌద్ధానికి, బ్రాహ్మణ మతానికి మధ్య గొప్ప పోరాటం సాగింది. బౌద్ధులను చంపడంలోను, వారిని హీనయానులని అగౌరవపరచడంలోను పాలకవర్గం బ్రాహ్మణులకు సహకరించింది. అదే సమయంలో మహాయాన బ్రాహ్మణులు విహారాలలో విలాసవంతమైన జీవితాలను గడపడానికి బాగా తోడ్పడింది. బౌద్ధులను కలలోనైనా చూడటం అపవిత్రమని, కావున బౌద్ధ సన్యాసిని చూడరాదని మధ్యయుగంలోని ధర్మశాస్త్రాలు, స్మృతులు ప్రకటించాయి.[55]

[54] Nalinakshadutt, The Imperial Kannauj, P.267
[55] Yagnavalkya Smiriti, P.271-272

బౌద్ధులపట్ల బ్రాహ్మణుల ద్వేషాన్ని వారి ఇతిహాసాలలోను, పురాణాలలోను స్పష్టంగా చూడవచ్చు. రామాయణంలో రాముడు బుద్ధుడిని నాస్తికుడిగా నిందించాడు.[56] బుద్ధుడి బోధలను అనుసరించిన వారంతా మరణానంతరం నరకానికి పోతారని భయపెట్టడం జరిగింది. ఘోరవిపత్తు వచ్చిన సమయంలోనైనా బ్రాహ్మణుడు బౌద్ధుల ఇంటిలోకి ప్రవేశించడం మహాపాపమని బృహన్నారదీయ పురాణం పేర్కొంటుంది. మృచ్ఛకటిక నాటకంలో బౌద్ధ సన్యాసితో సంభాషించడం, అతడిని చూడటం అపవిత్రమని భావించి బౌద్ధేతరులంతా దానికి దూరంగా వుండేవారు. శూద్రులలో బౌద్ధం బాగా వ్యాపించి వున్నందువల్ల వారిని చులకనగా చూడమని వాయుపురాణం పేర్కొంది.

శుంగవంశరాజుల పాలనాకాలంలో రచించబడిన మనుస్మృతి బౌద్ధులను హింసించాలని, వారు ప్రజలతో సంబంధాలు పెట్టుకోరాదని, వారిని అస్పృశ్యులుగా చూడాలని ప్రచారం చేసింది.[57] అది హేతువాదులైన బౌద్ధులను, చార్వాకులను అణచివేయడానికి చట్టపరమైన గట్టి చర్యలను చేపట్టింది.

బ్రాహ్మణులెవరైనా హేతువాదాన్ని అనుసరించి వేదాలను నిందిస్తే వారిని దేశంనుండి బహిష్కరించడం జరుగుతుందని మనువు ఉత్తర్వులు జారీచేశాడు. వేదాలను నమ్మేవారైనా హేతువాదులను ద్విజులెవ్వరూ గౌరవించరాదు. వేదనియమాలను, వేదాధికారాన్ని ఆమోదించని హేతువాదులకు, నాస్తికులకు దూరంగా వుండాలి. ప్రధానంగా శూద్రులతో కూడిన రాజ్యంలో నాస్తికులు, పేద ద్విజులు అధికసంఖ్యలో వున్నట్లయితే ఆ రాజ్యం త్వరలోనే కరువు కాటకాలతో, వ్యాధులతో నిండిపోయి నాశనమైపోతుంది. రాజు తన రాజ్యంలోని నాస్తికులను

[56] Vaidya, C.V, Epic India, P.377
[57] Arthur Coke Burnell, The Ordinances of Manu

శిక్షించాలి. నాస్తికులను, శూద్రులను చంపడం ద్వితీయశ్రేణి నేరమవుతుంది. ఇటువంటి నిబంధనలన్నీ మనుస్మృతిలో ఉన్నాయి.

మనువు జారీచేసిన పై ఉత్తర్వులన్నీ వేదనిందకులైన నాస్తికులకు, హేతువాదులకు సంబంధించినవైనా అవి ప్రధానంగా బౌద్ధులను దృష్టిలో పెట్టుకొని చేసినవే. గౌతమబుద్ధుని అనుసరించే బౌద్ధులే వేదాలను తిరస్కరించేవారు, మనువు విధించిన సామాజిక వ్యవస్థను వ్యతిరేకించే విప్లవకారులు వారు.

బౌద్ధ భిక్షుణిలతో ప్రజలెవ్వరూ సంబంధాలు పెట్టుకోరాదని, వారితో ఎవరైనా రహస్యంగా సంభాషణ జరిపితే వారికి రాజ్యం పెద్ద మొత్తంలో జరిమానా విధించాలని మనువు నిషేధాజ్ఞలు జారీచేశాడు.

గుప్తులు బ్రాహ్మణ మతోద్ధారకులు. అటువంటి గుప్తుల కాలాన్ని భారతదేశ చరిత్రలో స్వర్ణయుగమని తప్పుగా ప్రచారం చేశారు. గుప్తుల పాలనాకాలంలో బ్రాహ్మణులు బౌద్ధులను ఏవిధంగా హింసించిందీ ఫాహియాన్ రచనలు తెలుపుతున్నాయి. "అసూయాద్వేషాలతో బౌద్ధవిహారాలను ధ్వంసం చేయాలని బ్రాహ్మణులు గట్టిగా ప్రయత్నించారు. అయితే వారాపని చేసేటపుడు ప్రకృతి ఉరుములు మెరుపులతో బీభత్సాన్ని సృష్టించింది. దానితో వారు అనుకొన్న విధంగా బౌద్ధవిహారాలను పూర్తిగా నాశనం చేయలేకపోయారు" అని ఫాహియాన్ అభివర్ణించాడు..[58]

గుప్తులకాలంలో అస్పృశ్యత ఎంత తీవ్రరూపంలో ఆచరించబడిందో ఫాహియాన్ వర్ణించాడు. అతని వర్ణనలవల్ల గుప్తులకాలం స్వర్ణయుగం అనడానికి అవకాశం లేకుండా పోయింది..[59] గుప్తుల కాలమంతా బౌద్ధానికి, బ్రాహ్మణ

[58] Beal, S, Budhist Records of the Western World, P.XVII
[59] Beal, S, Budhist records of the Western World, P.XXXVIII

మతానికి మధ్య గొప్ప పోరాటం జరిగిందని, ఆ కాలంలో బౌద్ధులను అవమానపరచి, ఏకాకులను చేసి, సమాజంలో అస్పృశ్యులుగా పరిగణించారని డా.బి.ఆర్. అంబేద్కర్ నిర్ధారించాడు..[60]

బ్రాహ్మణమతోద్ధారకులైన గుప్తులు వారి రాజ్యంలో బౌద్ధులను తీవ్రంగా హింసించి అణచివేశారని కన్నింగ్‌హామ్ కూడా అభిప్రాయపడ్డాడు. అతడిలా పేర్కొన్నాడు. "ఫాహియాన్ రాక పూర్వం రెండు శతాబ్దాల కాలం గుప్తులు ఔద్‌ను పాలించారు. ఆ కాలంలో బౌద్ధమతం ఎన్ని కష్టనష్టాలను ఎదుర్కొన్నదనే విషయాన్ని ఎవరైనా సులభంగా అర్థం చేసుకోవచ్చు. ఒకటిన్నర మైళ్ల పొడవు విస్తరించిన బౌద్ధ నగరమైన శ్రావస్తి (అయోధ్య)లో కేవలం **200** కుటుంబాలే నివాసముండేవని అతడు పేర్కొన్నాడు. దాని తరువాత బౌద్ధులింకా ఎక్కువగా బాధలు పడినట్లు తెలుస్తోంది. హుయాన్‌సాంగ్ క్రీ.శ. **626**లో అక్కడ ఇటుకలతో నిర్మించబడిన ఒకే ఒక దేవాలయం అక్కడి శిథిలాల మధ్య వున్నట్లు గమనించాడు. అక్కడ బౌద్ధుల సంఖ్య క్రమంగా తగ్గుతూ వస్తుంటే, బ్రాహ్మణుల సంఖ్య పెరుగుతూ వచ్చిందని తెలిపాడు. అదే ప్రకారం అక్కడ వందలాది దేవాలయాలు వెలిశాయని, పెద్ద సంఖ్యలో బౌద్ధ వ్యతిరేకులుండేవారని తెలిపాడు".**(61)**[61]

పంజాబులోని మాణిక్యాలలో హుయాన్‌సాంగ్ రాకపూర్వం బ్రాహ్మణ పాలకులు బౌద్ధాన్ని నాశనం చేశారని, అక్కడి బౌద్ధ విహారాలన్నీ శిథిలావస్థలో వుండేవని తెలుస్తోంది.

కన్నింగ్‌హామ్ ఇలా నివేదించాడు.

[60] Ambedkar, B.R, The Untouchables
[61] Cunningham, Reports on the tours in the Gangtic Provinces, A RIR vol.XI, P.97-98

"హుయాన్‌సాంగ్ రచనలను బట్టి పంజాబులోని మాణిక్యాలలో బౌద్ధ నిర్మాణాలు వేళ్లమీద లెక్కపెట్టేంత తక్కువగా మిగిలిపోయాయి. హుయాన్‌సాంగ్ దర్శించేనాటికి బౌద్ధవిహారాలు, స్తూపాలు శిథిలావస్థలో వున్నాయి. దేశంలో ఆ ప్రాంతమంతా అంతకు పూర్వం చాలాకాలం బ్రాహ్మణుల పాలనలో వుండటమే దానికి కారణంగా తెలుస్తోంది".[62]

మైసూరులోని బెల్గాంలో బ్రాహ్మణుల చేతిలో బౌద్ధులు హింసకు గురయ్యారు.

దేవలమిత్ర ఇలా అంటున్నాడు.

"బెల్గాంలో బౌద్ధులతో పాటు బ్రాహ్మణమతం, జైనమతం కూడా వుండేవి. అయితే బౌద్ధులు మాత్రం శత్రుపక్ష నాయకుల చేతిలో తీవ్రమైన అణచివేతకు గురయ్యారు. బౌద్ధంమీద సాధించిన విజయోత్సవాలను, ఆయా ప్రాంతాల్లో క్రీ.శ. 11 మరియు 12 శతాబ్దాలలో వేయించిన శాసనాల్లో రాయించారు. దీన్నిబట్టి బౌద్ధ ఉద్యమం అదృశ్యం కావడానికి ప్రధానంగా బౌద్ధ వ్యతిరేకుల కార్యకలాపాలే కారణమని భావించవచ్చు".[63]

క్రీస్తు పూర్వం మరియు తరువాతి శతాబ్దాలలో దక్కను కళ, స్తూప చైత్యాలకు చెందిన శిల్పకళలలో పూర్తిగా బౌద్ధమే ఆధిపత్యం చెలాయించింది. (ముఖ్యంగా థేరవాదం).[64] అయితే వాకాటకుల పాలన తరువాత దక్కను శిల్పకళను బ్రాహ్మణమతం శాసించసాగింది. బౌద్ధం క్రమంగా క్షీణించింది.[65]

దక్కనులో రాజుల అండదండలతో బ్రాహ్మణమతం శక్తివంతంగా తయారై అక్కడి బౌద్ధ కార్యకలాపాలను తుడిచిపెట్టింది.

62 Cunningham, Report on the Tour in Punjab, P.5
63 Debala Mitra, Budhist Monuments, P.193
64 Soundararajan, K.V, Art of South India-Deccan, P.2
65 Soundararajan, K.V, Art of South India-Deccan, P.53

కె.వి. సౌందరరాజన్ ఇలా పేర్కొన్నాడు.

"బ్రాహ్మణమతం రాజకీయాధికారుల అండదండలతో బౌద్ధాన్ని నిర్వీర్యం చేసి, దక్కను ప్రాంతమంతటా బౌద్ధకార్యకలాపాలు జరగకుండా అడ్డుకోగలిగింది అనడంలో ఎటువంటి సందేహమూ లేదు".[66]

దక్షిణభారతదేశంలో బ్రాహ్మణుల పన్నాగాలను బౌద్ధం ఎదుర్కోవలసి వచ్చింది. అంతిమంగా బౌద్ధం అపవాదులపాలై దేశం నుండి వెళ్ళగొట్టబడింది.

భారత పురాతత్వశాఖ పూర్వసంచాలకుడైన దేవలమిత్ర ఇలా నివేదించాడు: "శైవ, వైష్ణవ, జైన నాయకులు బౌద్ధాన్ని దూషించి, దాడి చేశారనడానికి కావలసినంత సాక్ష్యం లభిస్తోంది. దక్షిణభారతదేశంలో కొన్ని సమయాల్లో మత అసహనం, శత్రుత్వం తీవ్రంగా వుండేది. బౌద్ధులు బలమైన శత్రుపక్షంగా వున్న జైన, బ్రాహ్మణ మతానుయాయులతో పోరాడవలసి వచ్చేది. పల్లవుల పాలనాకాలంలో వారి అండదండలున్నందు వల్ల జైనులు, బ్రాహ్మణులదే పైచేయిగా వుండేది. కొన్ని సందర్భాలలో రాజులే స్వయంగా రంగంలోకి దిగేవారు. మహేంద్రవర్మ (క్రీ.శ. **600-630)** అనే పల్లవరాజు కంచిపురంలోని సన్యాసులమీద దాడిచేసి అక్కడ బౌద్ధాన్ని నామరూపాలు లేకుండా చేసాడు. ఈ విషయం మాతవలస ప్రహసనంలో పేర్కొనబడింది".[67]

కనిష్కుడి తరువాత కాశ్మీరులో మధ్యయుగంలో బౌద్ధులు రాజులు పెట్టే హింసలకు వ్యతిరేకంగా పోరాడవలసి వచ్చేది. నార అనే కాశ్మీరురాజు కొన్నివేల బౌద్ధ విహారాలను తగులబెట్టినట్లు కల్హణుని 'రాజతరంగిణి' గ్రంథం ద్వారా తెలుస్తోంది.[68]

---

[66] Soundararajan, K.V, Art of South India-Deccan, P.65
[67] Debala Mitra, Budhist Monuments, P.191
[68] Nalinakshadutt, Mahayana Budhism, P.55

బౌద్ధులమీద రాజుల అణచివేత, ఊచకోత కొనసాగింది. భారతదేశంలో బ్రాహ్మణులు బౌద్ధంమీద అపవాదులు వేసి విషప్రచారం చేశారు. సిసలైన బౌద్ధులుగా వున్న హీనయానులు వారిని ఎదిరించి నిలబడలేకపోయారు. బౌద్ధసన్యాసుల పట్ల రాజులు సాగించిన చిత్రహింస, అమానుష కార్యక్రమాల వల్ల, బౌద్ధ నిర్మాణాలను ధ్వంసం చేయడంవల్ల బౌద్ధం స్వదేశంలోనే పతనమైపోయింది. గుప్తవంశ రాజుల్లో సుప్రసిద్ధుడైన చంద్రగుప్త విక్రమాదిత్యుడు బౌద్ధసన్యాసులను తన రాజ్యం నుండి పూర్తిగా బహిష్కరించినట్లు హుయాన్‌సాంగ్ నివేదికవల్ల తెలుస్తోంది. భారతదేశంలో బౌద్ధాన్ని అణచివేసిన వారిలో మిహిరకులుడే అందరికంటె గొప్పవాడు. అతడు బ్రాహ్మణులను ఆదరించాడు, శివుణ్ణి ఆరాధించాడు, శ్రీనగర్‌లో శైవదేవాలయాన్ని నిర్మించాడు. అతడు తన రాజ్యం నుండి బౌద్ధాన్ని పూర్తిగా తుడిచిపెట్టాలని ఉత్తర్వులు జారీచేశాడు. స్తూపాలను పడగొట్టించాడు. **1600** సంఘారామాలను ధ్వంసం చేయించాడు. **900** మంది బౌద్ధులను చంపివేశాడు. బుద్ధుని భిక్షాపాత్రను పగులగొట్టాడు. **23**వ బౌద్ధ గురువైన సింహుడికి బలవంతంగా మద్యం తాగించి హత్యచేశాడు. సుధన్వుడనే ఉజ్జయిని రాజు తన దేశంలోని బౌద్ధులందరినీ చంపివేయమని ఉత్తర్వులిచ్చినట్లు హుయాన్‌సాంగ్ పేర్కొన్నాడు. అదేవిధంగా శశాంకుడనే మరోరాజు భారతదేశంలోని బౌద్ధులను చిత్రహింసలు పెట్టిన వారిలో ప్రముఖుడు. అతడు బ్రాహ్మణుడు, శైవమతస్తుడు.[69] అతడు కుశినగరం చుట్టుపక్కల వున్న బౌద్ధసన్యాసుల నందరినీ తరిమివేశాడు. పవిత్రమైన బోధివృక్షాన్ని వేళ్లతో సహా పెకలించి దాన్ని పూర్తిగా కాల్చివేశాడు.

బ్రాహ్మణ భూస్వామ్య రాజ్యాలు దేశంలోని బౌద్ధులను ఊచకోత కోసి చంపడంవల్ల మిగిలిన బౌద్ధులంతా చైనావంటి విదేశాలకు తరలివెళ్లారు.

---

[69] Jayaswal, K.P, An Imperial history of India in a Sanskrit Text, P.49-50

జోసెఫ్ ఎడ్కిన్స్ ఇలా పేర్కొన్నాడు:

"6వ శతాబ్దం ప్రారంభంనాటికి చైనాలో వున్న భారతీయుల సంఖ్య మూడువేలు దాటింది. వారు బ్రాహ్మణుల దాడులకు భయపడి కాందిశీకులుగా వెళ్లారు".[70]

బ్రాహ్మణులు బౌద్ధనిర్మాణాలను ధ్వంసం చేశారు. బౌద్ధక్షేత్రాలను ఆక్రమించారు. ధ్వంసం చేసిన వాటిలో పనికివచ్చే సామగ్రినంతా ఉపయోగించుకొని ఆ కేంద్రాలలో దేవాలయాలు నిర్మించారు. ఆ దేవాలయాలలోనే బుద్ధుడిని విష్ణువు అవతారంగా మార్చివేశారు. తమ దేవుళ్లతోపాటు అతడిని కలిపి పూజించారు. ఆవిధంగా బుద్ధుడిని దేవాలయాలలో పూజించడం భారతదేశంలో బ్రాహ్మణులు చూపిన సహనానికి గాని, లౌకికవి ధానానికి గాని నిదర్శనం కాజాలదు. అది నాస్తికత్వంగా వున్న బౌద్ధాన్ని బ్రాహ్మణమతంగా మార్చడానికి బ్రాహ్మణుల ఎత్తుగడనే సూచిస్తుంది.

బౌద్ధాన్ని బ్రాహ్మణీకరించడానికి తాంత్రికవాదంతోపాటు వైష్ణవమతాన్ని కూడా బ్రాహ్మణులు శక్తివంతమైన సాధనంగా ఉపయోగించుకున్నారు. మొదట్లో బుద్ధుడిని బ్రాహ్మణ వర్గాల్లో నారాయణుని అవతారంగా ఆమోదించారు. మహాయాన బ్రాహ్మణులు సైతం బుద్ధుడిని నారాయణుడని, మహానారాయణుడని, మహాపురుషుడని పిలిచారు. క్రమంగా బుద్ధుడు వాసుదేవ కృష్ణుడితోను, విష్ణువుతోను సమానంగా గుర్తింపబడ్డాడు. గుప్తులకాలం నాటికి విష్ణువుతో సమ్మేళనం చెందడం జరిగింది. బ్రాహ్మణులు చాలా తెలివిగా తమ దేవుళ్లలో బుద్ధుడినే సర్వోన్నతుడిగా మార్చివేశారు.

[70] Joseph Edkins, Chinese Budhism, P.99

భాగవతపురాణం, అగ్నిపురాణం, వరాహపురాణం బుద్ధుడిని విష్ణువు అవతారాల జాబితాలో చేర్చాయి. క్రీ.శ. 5వ శతాబ్దం నాటికి బుద్ధుడు స్పష్టంగా విష్ణువు అవతారంగా బ్రాహ్మణీకరించబడ్డాడు. భారతదేశంలో సిసలైన హీనయాన బౌద్ధం పూర్తిగా అంతరించిపోయేనాటికి బ్రాహ్మణ దేవుళ్లందరి కంటె బుద్ధుడే సర్వోన్నత దేవుడిగా పరిగణింపబడ్డాడు. భారతదేశంలో ప్రజల దృష్టిని నూతన బ్రాహ్మణమతం నుండి మరల్చడానికే బ్రాహ్మణులు ఉద్దేశపూర్వకంగా అటువంటి ఎత్తుగడను అమలుచేశారు.

మహాయానం దాని తదనంతర రూపమైన వజ్రయానం, నూతన బ్రాహ్మణమతం అన్నీ కలిసి సిసలైన బౌద్ధాన్ని ఒకవైపు అణచివేస్తూనే మరోవైపు బౌద్ధాన్ని బ్రాహ్మణీకరించాయి. క్రీ.శ. 8వ శతాబ్దం నాటికి మహాయాన బ్రాహ్మణులు, సంప్రదాయ బ్రాహ్మణమతం ఆరాధించిన దేవుళ్లంతా ఒకటే అయ్యారు. భారతదేశంలో మహాయాన బ్రాహ్మణమతం, నూతన బ్రాహ్మణమతం మధ్య ప్రత్యేకంగా చెప్పుకోదగ్గ తేడా ఏమి లేకుండా పోయింది.

మహాయానతత్వం, బ్రాహ్మణమతతత్వం ఒకదానితో ఒకటి పూర్తిగా కలిసిపోయాయి. భర్తృహరి (క్రీ.శ. 630) మొదట మహాయానవాది. తరువాత అద్వైతమతంలోకి మారాడు. మళ్లీ అతడు మహాయానంలోకి వచ్చి తరువాత మళ్లీ అద్వైతంలోకి వెళ్ళాడు. ఈవిధంగా అతడు అనేకసార్లు మహాయానంలోకి రావడం, పోవడం జరిగింది. చివరికతడు అద్వైతిగానే మరణించాడని చైనా యాత్రికుడు హుయాన్‌సాంగ్ పేర్కొన్నాడు. ఈ భర్తృహరి ఉదంతంవల్ల ఆ కాలానికి మహాయానం, బ్రాహ్మణమతాల మధ్య ఎటువంటి తేడా లేకుండా పోయిందని తెలుస్తోంది. గౌడపాదుడు (క్రీ.శ.730) నాస్తికత్వంగా వున్న సాంఖ్యాన్ని ఆధ్యాత్మికవాదంగా మార్చడంలో చెప్పుకోదగ్గ పాత్ర పోషించాడు. బౌద్ధం విషయంలో

కూడా అతడలాగే చేశాడు. అతడు రచించిన మాండూక్య కారికలమీద మహాయాన ప్రభావం చాలా వుంది. అతడు నాగార్జునుని ఉపనిషత్తుల భావవాదతత్వాన్ని, అద్వైతాన్ని సమన్వయం చేయడానికి ప్రయత్నించాడు. భౌతిక ప్రపంచ వాస్తవికతను తిరస్కరించడానికి మహాయానం ఎటువంటి తర్కాన్ని వాడిందో, అదే తర్కాన్ని ఇతడు అనుసరించాడు. అతడు ఉద్దేశపూర్వకంగానే నాగార్జునుడు వాడిన సాంకేతిక పదజాలాన్ని తన రచనలలో వినియోగించాడు. ఉదాహరణకు ధర్మ, సంవృతి, సంఘటన అనే పదాలను ఆ విధంగా వాడుకున్నాడు. తన భావవాదానికి తగినట్లుగా బౌద్ధసూత్రాలను పూర్తిగా మార్చివేశాడు. క్రీ.శ. 9వ శతాబ్దారంభం నాటికి అతడు మోసపూరితంగా శైవాన్ని, మహాయానాన్ని, ఉపనిషత్తుల్లోని బ్రహ్మవాదాన్ని సమన్వయపరిచాడు. బౌద్ధాన్ని ఆధ్యాత్మీకరించడం పరాకాష్టకు చేరింది. ఈ విషయం మహాయాన ప్రముఖ ప్రచారకుడైన శాంతిరక్షిత (క్రీ.శ.810) ద్వారా తెలుస్తోంది. వేదాంతంలోని లోపాలు చాలా స్వల్పమని అతడు పేర్కొన్నాడు. భావవాదాన్ని సమర్థించే మహాయాన బ్రాహ్మణులు ముసుగేసుకున్న వేదాంతవాదులే. అదేవిధంగా వేదాంతులంతా ముసుగేసుకున్న మహాయానవాదులే.

మహాయానం, వజ్రయానం పేరుతో నాస్తికమైన బౌద్ధాన్ని బ్రాహ్మణీకరించారు. బుద్ధుడిని బ్రాహ్మణ దేవుళ్ల జాబితాలో చేర్చారు. ఆ పని చేయడం కోసం బ్రాహ్మణులు ప్రధానంగా హింసను ఉపయోగించారు. భారతదేశంలోని బౌద్ధులను ఊచకోత కోశారు. ఈ పని చేయడానికి భూస్వామ్య రాజ్యాలు బ్రాహ్మణులను బాగా ఉపయోగించుకున్నాయి. బౌద్ధానికి అత్యంత ప్రధాన శత్రువులైన కుమారిలభట్టు, శంకరాచార్య వచ్చేటప్పటికి బ్రాహ్మణ నియంతృత్వం పరాకాష్టకు చేరింది.

కుమారిలభట్టు బ్రాహ్మణుడు, పూర్వమీమాంసవాది. వైదిక సంప్రదాయాన్ని, సమాజంలో బ్రాహ్మణాధిపత్యాన్ని ప్రచారం చేశాడు. అతడు రచించిన శ్లోకవార్తికను బట్టి అతడు బౌద్ధానికి బద్ధశత్రువు అని తెలుస్తోంది. భారతదేశంలోను, టిబెట్‌లోను లభ్యమైన సాక్ష్యాధారాలను బట్టి అతడు బౌద్ధానికి వ్యతిరేకంగా మతపరమైన యుద్ధాన్ని కొనసాగించినట్లు రుజువవుతోంది. అతడు ఉజ్జయిని రాజైన సుధావన్ వంటి రాజులను ప్రేరేపించి బౌద్ధులను హింసించి, తమ రాజ్యాలనుండి పూర్తిగా వెళ్లగొట్టించాడు. కుమారిలభట్టు భారతదేశంలో బౌద్ధాన్ని తుదముట్టించడానికి రక్తపాతంతో కూడిన యుద్ధాన్ని లేవదీశాడు. బౌద్ధులను శిక్షించడానికి అతడు భూస్వామ్యరాజ్యాల అండదండలను పొందాడు. అతడు బ్రాహ్మణేతరులైన బౌద్ధులను పాలకవర్గాల సహకారంతో లక్షల సంఖ్యలో హతమార్చాడు. ఆ సమయంలో తంత్రవాటిక అనే సిసలైన బౌద్ధం శూద్రులలో బాగా వ్యాపించివున్నట్లు తెలుస్తోంది. అతడు బౌద్ధకుటుంబాలను (శూద్రులను) వారి స్వస్థలాల నుండి తరిమివేయించాడు. ఆ గ్రామాలన్నిటినీ బ్రాహ్మణ కుటుంబాలతో నింపివేశాడు. అతడు కేరళనుండి బౌద్ధులను ఏవిధంగా వెళ్లగొట్టిందీ కేరళ ఉప్పట్టి దస్తావేజులు తెలుపుతున్నాయి. థాయ్‌లాండ్‌లో వేలాదిమంది బౌద్ధులను నిర్దాక్షిణ్యంగా చంపివేశారు. అదేవిధంగా కుమారిలభట్టు దేశమంతటా భయానకమైన దాడులను నిర్వహించాడు.

దేవతలందరూ శివుడిని ప్రార్థించగా శివుడు తన కుమారుడైన స్కందను కుమారిలభట్టుగా పుట్టించాడని మాధవుడు రచించిన శంకరదిగ్విజయం పేర్కొంటున్నది. శివుడి దయవల్ల తమ లక్ష్యాన్ని నెరవేర్చుకోవచ్చునని భావించిన దేవతలు ముకుళిత హస్తాలతో శివుడిని ఇలా ప్రార్థించారు.

“ప్రాచీనకాలంలో విష్ణుమూర్తి బుద్ధుడిగా అవతరించాడు. వైదిక సంప్రదాయాన్ని పాటించే సజ్జనులను దారి మళ్లించడానికి నూతనమతాన్ని

బోధించాడు. రాత్రిపూట చీకటి ఆవరించినట్లుగా ఈ రోజు దేశమంతటా నూతన మతాన్ని అనుసరించే సంప్రదాయ వ్యతిరేకులతో నిండిపోయింది. వారంతా వేదాలను విమర్శిస్తున్నారు. అవి కొద్దిమంది పొట్టపోసుకోవడానికి ఏర్పాటు చేసిన తప్పుడు సాధనాలు. వేదాలు వర్ణధర్మాలను, వర్ణాశ్రమాచారాలను ఏర్పాటు చేశాయి. అవన్నీ మూఢవిశ్వాసాలతో కూడినవని వాటిని ఖండిస్తున్నారు. ప్రజలంతా వైదిక సంప్రదాయాలను విడనాడి పాషండులుగా తయారయ్యారు. సంధ్యావందనం వంటి నిత్యకర్మలను చేసేవారులేరు. అందువల్ల ఇటువంటి విషపూరితమైన పిచ్చి ప్రజలతో నిండిన ప్రపంచం నుండి వారిని, వారి ఆచారాలను నిర్మూలించి వైదికమతాన్ని పటిష్ఠమైన పునాదులపై పునర్నిర్మించడానికి మాకు ఈ అవకాశాన్ని కలిగించాడు".[71]

అప్పుడు శివుడు తన కుమారుడైన స్కంద లేదా సుబ్రహ్మణ్యను ఇలా ఆదేశించాడు. "వేదబోధల్ని విమర్శించే బౌద్ధుల తప్పులను ఎత్తిచూపి, తిరిగి వైదిక జీవనవిధానాన్ని పునరుద్ధరించడానికి నీవు ఈ ప్రపంచంలో పునర్జన్మించాలి. నీకు సహాయపడటానికి బ్రహ్మ మంధన పండితుడిగాను, ఇంద్రుడు సుధన్వుడిగాను అవతరిస్తారు"..[72]

పైన పేర్కొన్న ప్రసిద్ధ వాక్యాలను బట్టి కుమారిలభట్టు సాగించిన బౌద్ధ వ్యతిరేక కార్యకలాపాలను కనిపెట్టవచ్చు. అతడు దేశంలోని బౌద్ధులను అణచివేయడానికి వారికి వ్యతిరేకంగా మతయాత్రలను నిర్వహించాడు.

కుమారిలుడు బౌద్ధులతో ఎలా వుండేవాడో శంకరదిగ్విజయం ఈవిధంగా పేర్కొంటోంది. "విజయవంతంగా సాగుతున్న అతని మతయాత్రల సందర్భంగా ఒకసారి అతడు సుధావన రాజధానికి వెళ్లాడు. అక్కడి రాజు అతడిని వినయంగా

[71] Madhava, Shankara Digvijaya, P.4-5
[72] Madhava, Shankara Digvijaya, P.6

ఆహ్వానించి ఘనంగా సత్కరించాడు. స్వర్గంలో ఇంద్రుడి సభలో మాదిరిగా కుమారిలుడు ఆ రాజు సభలో బంగారు సింహాసనంమీద ఆసీనుడై రాజుపై ఆశీర్వచనాలు కురిపించాడు. దగ్గరలోని చెట్టుకొమ్మ మీది కోకిల కూజితాలు విని ఆ కోకిలతో మాట్లాడుతున్నట్లుగా అతడు రాజుతో ఇలా అన్నాడు. ఓ కోయిలా! నీ తీయని గొంతు విని అందరూ ఆనందించారు. నీవు నీ చుట్టూ మూగివున్న కాకులతో కలవకుండా వున్నందుకే ఇది సాధ్యమైంది. అదేవిధంగా వేదాలను తీవ్రపదజాలంతో విమర్శించి ఖండించే బౌద్ధులకు దూరంగా వుండాలి".

అవమానకరమైన మాటలను విన్న సుగటులు (బౌద్ధులు)పాదచారిచేత తొక్కబడ్డ పాములవలె కోపోద్రిక్తులయ్యారు. వారి కోపాగ్నికి మరో బ్రాహ్మణ పండితుడు ఆజ్యం పోశాడు. అతడు బుద్ధుని బోధనలనే వృక్షానికి వున్న కొమ్మలను తన మాటలనే గొడ్డలిగా చేసి కొట్టివేయసాగాడు. దాంతో ఆ సభలో వున్న బౌద్ధ పండితుల ముఖాలు సంధ్యాసమయంలో సూర్యుడి కిరణాలు పడి సరస్సులో ఎర్రబడిన కమలపుష్పాలలాగా ఎరుపెక్కాయి. పరస్పర వాదోపవాదాలతో, దూషణలతో ఆ సభా మందిరమంతా పిడుగులాంటి శబ్దాలతో మార్మోగిపోయింది. భూమి బద్ధలైపోతుందా అనిపించింది. బౌద్ధపండితులు బ్రాహ్మణ సన్యాసుల వాదనలతో రెక్కలు తెగిన పక్షుల్లాగా క్రింద పడిపోయారు. సర్వజ్ఞులుగా పేరుపొందిన బౌద్ధ పండితులను భరించలేక ఆ సన్యాసి వాదనలో ఓడించి వారిని మౌనంగా, బొమ్మల్లాగా కూర్చోబెట్టాడు.[73]

బౌద్ధులందరినీ తన రాజ్యం నుండి తుడిచివెయ్యాలని కుమారిలభట్టు సుధావన రాజుని ఆదేశించాడు. శంకరదిగ్విజయం ఇంకా ఇలా తెలియజేస్తోంది. 'వేదాలను విమర్శించి, ఖండించే బౌద్ధులందరినీ తన రాజ్యంనుండి తుడిచిపెట్టమని

[73] Madhava, Shankara Digvijaya, P.6-7

సుధావనరాజు ఉత్తర్వులు జారీచేశాడు. తన ఉత్తర్వులను అమలుచేయడంలో నిర్లక్ష్యం వహించే అధికారులను క్రూరంగా శిక్షిస్తానని భయపెట్టాడు. తన సన్నిహితులను కూడా హెచ్చరించాడు. ఆవిధంగా యోగమార్గానికి అడ్డు తగిలే బౌద్ధులను, జైనులను క్రూరంగా శిక్షించాడు. కుమారిలుడి సింహగర్జనతో ఏనుగులవంటి బౌద్ధ, జైన పాషండులు పూర్తిగా అదృశ్యమైపోయారు. వేదవిజ్ఞానమనే వృక్షం అంతటా చిగురుతొడిగి విస్తరించ నారంభించింది"..[74]

లాల్‌మనిజోషి ఇలా పేర్కొన్నాడు.

"బౌద్ధులకు, బ్రాహ్మణులకు మధ్య జరిగిన పోరాటం తీవ్రరూపం దాల్చింది. కుమారిలభట్టు రాకతో బౌద్ధులకు వ్యతిరేకంగా రక్తపాతంతో కూడిన యుద్ధమే జరిగిందని స్పష్టమవుతోంది. ప్రాచీన, మధ్యయుగాలకు చెందిన భారత, టిబెట్ సంప్రదాయ రచనలను పరిశీలించినా ఈ వాస్తవం వెల్లడవుతుంది"..[75]

అంతటి ఘోరమైన నిస్సహాయ స్థితిలో కూడా మూడు వర్ణాలకు బాహ్యంగా, నాల్గవ వర్ణంగా వున్న శూద్రులు లేదా అట్టడుగు కులాలవారితో బౌద్ధం మనుగడకోసం మనవి చేసినట్లు కుమారులిడి తంత్రవాటిక తెలుపుతోంది..[76]

బ్రాహ్మణ మతోద్ధారకులు బౌద్ధ సన్యాసులను ఊచకోతకోశారు. ఆ కాలంలో ఘోరమైన దోపిడీకి గురైన శూద్రులతో బౌద్ధులు సన్నిహితంగా మెలిగారు. దీన్నిబట్టి కుమారిలభట్టు కాలంలో బౌద్ధులు అణగారిన వర్గాల ప్రజలలో తమ పట్టు కలిగివున్నారని, అదే వారి సిసలైన వర్గస్వభావమని తెలుస్తోంది.

అద్వైతవేదాంతాన్ని బాగా ప్రచారం చేసిన సుప్రసిద్ధ వేదాంతి శంకరాచార్యుడు. శంకరాచార్యుని కాలం నాటికి బ్రాహ్మణ మతం బౌద్ధంమీద జరిపిన దాడులు, హింసాత్మక కార్యక్రమాలు పరాకాష్టకు చేరుకున్నాయి.

---

[74] Madhava, Shankara Digvijaya, P.8-9
[75] Joshi, L, Study of Budhist Culture in India, P.313
[76] Hanumantha Rao, B.S.L, Religion in Andhra, P.103

శంకరాచార్యుడి జీవితచరిత్రలు, శంకర దిగ్విజయగ్రంథాలు హిమాలయాలు మొదలుకొని, హిందూ మహాసముద్రం వరకు బౌద్ధాన్ని ఏవిధంగా సర్వనాశనం చేసిందీ రుజువు చేస్తున్నాయి. శంకరుడు భారతదేశమంతా తిరిగి పాలకవర్గాల సహాయంతో వేలాదిమంది బౌద్ధులను చంపించాడు. అతడు బౌద్ధసన్యాసులను భౌతికంగా చిత్రహింసలు పెట్టాడు. వారిని బలవంతంగా వెళ్లగొట్టడమో లేదా చంపివేయడమో చేశాడు. బౌద్ధవిహారాలను బలవంతంగా ఆక్రమించుకున్నాడు. నాగార్జున కొండను కూడా అదేవిధంగా ఆక్రమించుకున్నాడు.

నాగార్జున కొండలో మొదటిసారిగా పురాతత్వ త్రవ్వకాలు చేపట్టిన ఎ.హెచ్.లాంగ్ హర్ట్ ఇలా నివేదించాడు. "నాగార్జున కొండలోని బౌద్ధ నిర్మాణాలను నిర్దాక్షిణ్యంగా ధ్వంసం చేశారు. అక్కడ జరిగిన విధ్వంసంలో కేవలం నిధులను అన్వేషించే వారి పాత్ర మాత్రమే లేదు. బౌద్ధ నిర్మాణాలలో వున్న స్తంభాలు, విగ్రహాలు, శిల్పాలను ఉద్దేశపూర్వకంగా ముక్కలు ముక్కలు చేశారు. గొప్ప హిందూ వేదాంతి, జగద్గురువుగా ప్రసిద్ధులైన శంకరాచార్యుడు మధ్యయుగాల్లో నాగార్జున కొండకు వచ్చి బౌద్ధ విహారాలను ధ్వంసం చేశాడు. ఆ లోయలోని భూములపై నిలచిన శిథిలమైన భవనాలు మతపరంగా శంకరాచార్యుడు పొందిన విరాళాలకు నిదర్శనంగా నిలుస్తున్నాయి. శంకరాచార్యుడి అనుయాయుల ప్రస్తుత మత నాయకుడి అనుమతితో నేనీ త్రవ్వకాలను చేపట్టగలిగాను. గుంటూరు జిల్లా పుష్పగిరిలో నివసించే ఆ బ్రాహ్మణుడే నల్లమల అడవుల్లోని శ్రీశైల దేవస్థానానికి కూడా రుణాలిచ్చాడు. ఆ దేవాలయాన్ని కూడా నాగార్జునకొండ మాదిరిగానే ఆక్రమించాడు. అయితే అక్కడ పూర్వం బౌద్ధక్షేత్రం వున్నట్లు తెలుస్తోంది"..[77]

[77] Longhurst, A.H, The Budhist Antiquities of Nagarjuna Konda, P.6

శంకరాచార్యుడు భారతదేశంలోని అనేక బౌద్ధవిహారాలను, బౌద్ధక్షేత్రాలను బలవంతంగా ఆక్రమించాడు. శృంగేరిలోని బౌద్ధవిహారానికి చెందిన స్థలంలోనే శంకరాచార్యుడు శృంగేరి మఠాన్ని స్థాపించాడని ఇలియట్ పేర్కొన్నాడు..[78]

రాజులను, వారి సైన్యాన్ని వెంటబెట్టుకొని శంకరుడు దేశంలోని బౌద్ధాన్ని, ఇతర మతశాఖలను నాశనం చేశాడని మాధవుని శంకరదిగ్విజయం స్పష్టం చేస్తోంది. అతడు దేశమంతా తిరిగి పాలకవర్గాల సహాయంతో బౌద్ధులను నిర్దాక్షిణ్యంగా చంపించాడు.

వేదసంప్రదాయాన్ని కూకటివేళ్ళతో పెకలించి, నాశనం చేసింది బౌద్ధం. ఆ వేదధర్మాన్ని రక్షించడానికే శంకరుడు పుట్టాడని శంకర దిగ్విజయం పేర్కొంటుంది..[79]

శంకరుడి పుట్టుకతో బౌద్ధానికి చావుదెబ్బ తగిలింది. తప్పుడు ప్రవక్తల తప్పుడు బోధలవల్ల ప్రజలంతా గందరగోళంలో పడిపోయారు. ఈ సిద్ధాంత గందరగోళం నుండి ప్రజలను కాపాడటానికే భగవంతుడు శంకరుడిగా జన్మించాడు. శంకరుడి రాకతో బౌద్ధతత్వవేత్తలు బెంబేలెత్తిపోయారని సాంఖ్యగురువుల మాట పడిపోయిందని శంకర దిగ్విజయం వర్ణించింది..[80]

శంకరుడి కాలంలో దేశంలో భిన్న తాత్విక శాఖలున్నప్పటికీ అతడు ప్రధానంగా తన శక్తియుక్తులన్నింటినీ బౌద్ధంమీద దాడి చేయడానికే కేంద్రీకరించాడు.

[78] Eliot, Hinduism and Budhism-II, P.211
[79] Madhava, Shankara Digvijaya, P.25-26
[80] Madhava, Shankara Digvijaya, P.33

"సనాతన వేద విజ్ఞానం గురించి శంకరుని ఆణిముత్యాల వంటి మాటలు, దారి తప్పి తథాగత బుద్ధుడి మార్గం లోకి వెళ్లిన వ్యక్తుల సంసారిక భయాలను తొలగించాయి" అని శంకరదిగ్విజయం పేర్కొంటోంది.[81]

సిసలైన బౌద్ధాన్ని అనుసరించే వారిని కుహనా బౌద్ధులుగా చిత్రించి, ప్రచారం చేశాడు శంకరుడు. వారిని ఉపనిషత్తుల్లోని భావవాదాన్ని ఆమోదించవలసిందిగా బలవంతపెట్టాడు. అదే గ్రంథం ఇంకా ఇలా పేర్కొంటుంది. "రాముడిని మాత్రమే ప్రేమించే సీతను క్రమశిక్షణ ముసుగులో రావణుడు కిడ్నాప్ చేశాడు. క్షణికవాదాన్ని సమర్థించే బౌద్ధులు సన్యాసుల ముసుగులో గొప్పవైన ఉపనిషత్ సత్యాలకు హాని చేశారు. ఉపనిషత్ సత్యాలు కేవలం మంచి వాళ్లకోసమే ఉద్దేశించబడ్డాయి. వాటిని బౌద్ధులు నాశనం చేశారు."[82]

రాముడు రాక్షసులను సంహరించినట్లే, శంకరుడు భారతదేశంలోని బౌద్ధులను తుడిచిపెట్టాడు". అభ్యుదయ వ్యతిరేకులైన రాక్షసులనుండి రాముడు సీతను కాపాడినట్లే వేదాల పవిత్రతను పాడుచేసిన బౌద్ధులను ఓడించి శంకరుడు ఉపనిషత్ సత్యాన్ని కాపాడి దాని ఔన్నత్యాన్ని చాటాడు" అని కూడా అదే గ్రంథం పేర్కొంటోంది.[83] "సంఘానికి వ్యతిరేకంగా వున్న అన్నిరకాల తత్వాలను, బుద్ధుడి బోధలను తప్పులుగా నిరూపించి శంకరుడు తన దాడిని కొనసాగించాడు. దానితో బౌద్ధం నిర్జీవమైపోయింది" అని అదే గ్రంథం చెబుతోంది.[84]

శంకరుడు తన దాడిని ప్రధానంగా బౌద్ధం మీదనే కేంద్రీకరించాడా? గతితార్కికమైన బౌద్ధతత్వం ఆత్మవాదాన్ని ప్రశ్నించింది. విశ్వమంతా వ్యాపించి వున్నాడనే బ్రహ్మం యొక్క ఉనికి అబద్ధమని నిరూపించింది. బ్రాహ్మణ మతంలోని

---

[81] Madhava, Shankara Digvijaya, P.36
[82] Madhava, Shankara Digvijaya, P.39
[83] Madhava, Shankara Digvijaya, P.39
[84] Madhava, Shankara Digvijaya, P.129

అనేక భ్రమపూరితమైన సిద్ధాంతాలను ఖండించింది. ఉపనిషత్తుల్లోని ఆత్మవాదాన్ని బౌద్ధులు చావుదెబ్బ కొట్టారు. ఈ కారణంచేతనే బౌద్ధం అనాత్మవాదంగా ప్రసిద్ధికెక్కింది.

శంకరుడి కాలానికి బౌద్ధశూన్యవాదం ఆత్మను దాదాపు చంపే దశకు చేరిందని అదే గ్రంథం చెప్పింది.[85] శంకరుడు భారతదేశమంతటా తిరిగి నాస్తికోద్యమాలను, ఇతర శత్రుపక్షాలను నాశనం చేసినట్లు కూడా తెలిపింది. శంకరుడు పశ్చిమ సముద్రాన్ని చేరుకున్నాడు.[86]

భారతదేశంలోను, విదేశాలలోను శంకరుడు గొప్ప తత్త్వవేత్తగా, మానవతావాదిగా సంప్రదాయ బ్రాహ్మణులతో పొగబడినప్పటికీ, శంకరదిగ్విజయం మాత్రం అతడు బౌద్ధులను క్రూరంగా హింసించి, చంపినట్లు తిరుగులేని సాక్ష్యంగా నిలిచింది. రాజుల సైన్యాన్ని వెంటబెట్టుకొని శంకరుడు చేసిన భయంకరమైన దాడులముందు, నిరంకుశతత్వంతో కూడిన మారణహోమం ముందు ఎవరూ ఎదురుతిరిగి నిలబడలేకపోయారు.

శంకరాచార్యుని గురించి శంకరదిగ్విజయం ఇలా పేర్కొంటుంది. "ఈ వాదోపవాదాల యుద్ధంలో గొప్ప మేధావి, ఆధ్యాత్మికశక్తి శిఖరంగా నిలిచిన అతనిముందు భూమిమీద గాని, స్వర్గంలో గాని ఎవరు నిలబడగలరు? అతని విజయదుందుభి ప్రతిధ్వనులు అడవుల గుండా ప్రయాణించి అసంఖ్యాకంగా వున్న నాస్తికుల చెవులకు చేరాయి. ఉధృతంగా అడవుల్లో వ్యాపించిన ఆ దావానలంలో విచ్చలవిడిగా పెరిగిన పనికిరాని సిద్ధాంతాలన్నీ దగ్ధమైపోయాయి. అతనితో తలపడిన బౌద్ధులు అయోమయంతో కకావికలమైపోయారు. కణాదుని అనుచరులు దిక్కుకొకరు పారిపోయారు. గౌతమబుద్ధుని అనుచరులు చీకటిలో కలసిపోయారు.

[85] Madhava, Shankara Digvijaya, P.65
[86] Madhava, Shankara Digvijaya, P.169

కపిలుని సాంఖ్యం వన్నె తగ్గి మసకబారిపోయింది. పతంజలి అనుచరులు చేతులు జోడించి అతనికి లొంగిపోయారు. నాస్తికులైన చార్వాకులు ఘోరపరాజయాన్ని చవిచూసి తాత్వికరంగం నుండి కనుమరుగైపోయారు. వేదమార్గంలో నడిచేవారంతా కలిసి అతనితో చేరిపోయారు. వారంతా ఉపనిషత్తుల్లో పేర్కొన్న బ్రహ్మం పథాన్ని అనుసరించారు”.[87]

వేర్వేరు శాఖలుగా ఉన్న బ్రాహ్మణుల నందరినీ శంకరుడు ఒకటి చేశాడు. శంకరాచార్యుని భయంకరమైన దాడి తరువాత భారతదేశంలో బౌద్ధం పూర్తిగా తుడిచిపెట్టుకొని పోయింది. దేశం మధ్యయుగంలో బ్రాహ్మణమతం పునరుద్ధరింపబడి వెలిగిపోయింది.

“వర్షపునీటితో నిండిన మేఘాలు దివ్యత్వంతో కూడిన అద్వైతమనే కుంభవృష్టిని కురిపించాయి. ఈ జగద్గురువు తన కార్యక్రమాలతో బౌద్ధభిక్షువులు సృష్టించిన ఆధ్యాత్మిక కరువును నివారించాడు. అదేవిధంగా ఇతర తాత్విక శాఖలవారు ప్రబోధించిన నాస్తిక సిద్ధాంతాలనుండి వెలువడే దావానలాన్ని ఆర్పివేశాడ”ని శంకర దిగ్విజయం పేర్కొంటోంది.[88]

ఎల్.జోషి ఇలా అన్నాడు. “శంకరుడి బౌద్ధవ్యతిరేక కార్యక్రమాలు అత్యంత క్రూరంగా వుండేవి. టిబెటన్ల సంప్రదాయాన్ని బట్టి అక్కడి బౌద్ధ విహారాలలో భయంతో వణికిపోయే బౌద్ధభిక్షువులు దిక్కుకొకరిగా పారిపోయారు. ‘బుద్ధుడు ప్రజలకు శత్రువుగా మారి వారికి విరుద్ధ సిద్ధాంతాలను బోధించి గందరగోళ పరిచాడని’ బ్రహ్మసూత్ర భాష్యంలో శంకరుడు పేర్కొన్నాడు”.[89]

[87] Madhava, Shankara Digvijaya, P.185
[88] Madhava, Shankara Digvijaya, P.185
[89] Joshi, L, Study of Budhist Culture in India, P.314

ఇక్కడ మనం గుర్తుంచుకోవలసిందేమిటంటే ` అతని సైనిక దాడులన్నీ సిసలైన బౌద్ధులైన హీనయానుల మీదనే జరిగాయి. బౌద్ధం ముసుగులో బ్రాహ్మణమతాన్ని అనుసరించే మహాయానులకు వ్యతిరేకంగా అతడు ఏమీ చేయలేదు. ఒకవైపు హీనయానులను హింసిస్తూనే మరోవైపు నాస్తిక బౌద్ధాన్ని బ్రాహ్మణీకరించడంలో శంకరుడు ప్రధానపాత్రను పోషించాడు.

అతడు బుద్ధుడిని విష్ణువు అవతారంగా ప్రచారం చేశాడు. బౌద్ధానికి భావవాద పరంగా తప్పువ్యాఖ్యానం చేసి, దానినే సిసలైన బౌద్ధులందరూ ఆమోదించాలని బలవంతం చేశాడు. మహాయానులతో అతనికి శత్రుత్వం లేదు. మాధ్యమికవాదంతో అతడు పూర్తిగా ఏకీభవించాడని టి.షర్‌బుట్‌స్కీ పేర్కొన్నాడు..[90] శంకరుడు సాంఖ్యదర్శనాన్ని అనుసరించే వారిని హెచ్చరిస్తూ తనతో రాజీపడవలసిందిగా బలవంతపెట్టాడు. భావవాద భావాలను, సాంఖ్యానికి తాను చెప్పిన భాష్యాన్ని ఆమోదించాలని కోరుతూ వారిని తన గదిలోకి ఆహ్వానించాడు.

శంకరుడిలా అన్నాడు.

"వేదాన్ని వ్యతిరేకించని సాంఖ్య, యోగ దర్శనాలకు తాను కొంత సడలింపు ఇవ్వడానికి సిద్ధంగా వున్నాను. వ్యక్తి దేనితోను సంబంధం లేకుండా వున్నపుడు అతడు పవిత్రుడైన పురుషుడవుతాడని బోధించే వేదంతో, అన్నిరకాల గుణగణాలకు దూరంగా వుండే పురుషుని వర్ణించే సాంఖ్యం సామరస్యాన్ని కలిగివుంది". బౌద్ధుల విషయంలో కూడా శంకరుడు ఇలాగే చేశాడు..[91]

---

[90] Sherbutsky, T, The Concept of Budhist Nirvana, P.44
[91] Chatopadhyaya, D.P, Lokayata, P.384

ప్రొఫెసర్ డి.డి. కోశాంబి ఇలా పేర్కొన్నాడు.

"శంకరుడుగాని, అతనికి వ్యతిరేకంగా ఆ కాలంలో చెలామణిలో వున్న ప్రధాన సిద్ధాంతాలుగాని, అశోకుడి కాలంలో లేక అంతకుముందు బౌద్ధం గుర్తించిన విషయాలకు సంబంధించిన కనీసం జ్ఞానం కూడా కలిగివుండేది కాదు".[92]

వాస్తవానికి మహాయాన భావవాదానికి, అద్వైత తత్వానికి మధ్య వున్నది స్వల్పభేదమే. అయితే ఈ విషయాన్ని శంకరుడు జాగ్రత్తగా మరుగుపరిచాడు.[93]

శంకరుడు బుద్ధుని బోధలను ఉద్దేశపూర్వకంగానే వక్రీకరించాడు. బౌద్ధానికి తాను చేసిన వక్రభాష్యాలనే సిసలైన బౌద్ధులు ఆమోదించి తీరాలని బలవంతం చేశాడు. బౌద్ధం శూన్యవాదమని (సర్వవినాశకవాదమని) శంకరుడు పేర్కొన్నాడు.[94] అయితే బౌద్ధులు శూన్యవాదులుగా ఏనాడూ గుర్తింపు పొందలేదు.

ఎల్.జోషి ఇలా అంటారు.

"శంకరుడు బౌద్ధ తాత్వికుడికి శూన్యవాది (నిహిలిస్ట్-వైనాశిక) అని పేరు పెట్టడం బౌద్ధుల నిజమైన స్వభావాన్ని తెల్పడానికి కాదు. బౌద్ధ సాహిత్య సమస్తంలో బౌద్ధతాత్విక శాస్త్రాలలో, సూత్రాలలో ఎక్కడ కూడా వారిని శూన్యవాదులుగా (వైనాశికులుగా) పేర్కొన్న సందర్భం ఒక్కటికూడా కనిపించదు".[95]

శంకరుడికి బౌద్ధతత్వానికి సంబంధించిన సరియైన జ్ఞానం లేదనే విషయాన్ని గుర్తించాలి. శంకరుడి వక్రభాష్యాలు సులభంగా అర్థం కావు. బుద్ధుడి బోధలను శంకరుడు ఉద్దేశపూర్వకంగా మోసపూరితంగా వక్రీకరించాడు. అతడు బౌద్ధానికి సంబంధించిన మౌలిక విషయాలనే వక్రీకరించి భాష్యం చెప్పాడు.

---

92 Kosambi, D.D, Culture and Civilization of Ancient India, P.180 and Shankara's Brahmasutra Bhasya

93 Sherbutsky, T, The concept of Budhist Nirvana, P.63

94 Joshi, L, Study of Budhist Culture in India, P.224

95 Joshi, L, Study of Budhist Culture in India, P.233

"కారణాలవల్లనే కార్యాలు ఉత్పన్నమవుతాయనే విషయాన్ని బౌద్ధులు అంగీకరించరని శంకరుడు పేర్కొన్నాడు. కాని కార్యకారణ నియమమే బౌద్ధతత్వానికంతటికీ కేంద్రబిందువుగా నిలుస్తుంది. అందువల్ల శంకరుడి భావం తప్పు" అని ఎల్.జోషి పేర్కొన్నాడు..[96]

ఆ కాలంనాటి సిసలైన బౌద్ధులైన హీనయానులను బ్రాహ్మణులు అవమానించి, అపహాస్యం చేశారు. బౌద్ధాన్ని వక్రీకరించిన బ్రాహ్మణులతో వారు రాజీలేని పోరాటాన్ని సాగించారు. తదనంతర కాలంలో వజ్రయానులుగా దిగజారిపోయిన మహాయాన బ్రాహ్మణులు కూడా మూల బౌద్ధాన్ని వక్రీకరించడంలో సమానపాత్ర పోషించారు. ఆవిధంగా వారు నూతన బ్రాహ్మణమత పునరుద్ధారకులకు పరోక్షంగా సహాయపడ్డారు. అటువంటి నిస్సహాయ స్థితిలో వుండి కూడా హీనయానులు గొప్ప ధైర్యసాహసాలను ప్రదర్శించి బ్రాహ్మణులతో పోరాడారు. ఆ పోరాటంలో పాల్గొనడానికి శ్రీలంకవంటి విదేశాలనుండి కూడా బౌద్ధభిక్షువులు భారతదేశానికి వచ్చారు.

నళినాక్షదత్ ఇలా పేర్కొన్నాడు.

"హీనయానాన్ని పునరుద్ధరించడానికి సింహళం నుండి, సింధు నుండి బౌద్ధసన్యాసులు రావడం బౌద్ధచరిత్రలో ఒక ప్రధాన ఘట్టం. 9వ శతాబ్దం వరకు వారు మంత్రయాన, తంత్రయాన బోధలను బహిరంగంగా తిరస్కరించారు. సేన రాజుల పాలన వరకు కూడా వారాపని చేశారు. దాన్నిబట్టి వారికి బౌద్ధంపై వున్న దృఢవిశ్వాసాన్ని, వారి ధైర్యసాహసాలను తెలుసుకోవచ్చు..[97]

[96] Joshi, L, Study of Budhist Culture in India, P.234
[97] Nalinakshadutt, The Imperial Kannauj, P.273

మూలబౌద్ధులను బ్రాహ్మణులు తీవ్రంగా హింసించారు. బౌద్ధులు నిస్సహాయ స్థితిలో వుండి కూడా చాలా కష్టపడి పోరాడారు. మధ్యయుగం నాటి ధర్మశాస్త్రాల్లో అస్పృశ్యుల జాబితాలో బౌద్ధులను కూడా చేర్చారు.

ప్రొఫెసర్ హోక్‌మాన్ ఇలా అన్నాడు.

**"8**వ శతాబ్దంలో బ్రాహ్మణులు బౌద్ధులను తీవ్రంగా హింసించారు. అయినా బౌద్ధాన్ని నాశనం కాకుండా కాపాడుకోవడానికి బౌద్ధులు నిస్సహాయ స్థితిలో పోరాడారు"..[98]

మూలబౌద్ధులైన హీనయానులను చంపేశారు, బహిష్కరించారు లేదా మతం మార్చుకొమ్మని బలవంతం చేశారు.

డబ్ల్యు.టి.విల్కిన్స్ సరిగా ఇలా చెప్పాడు.

"బుద్ధుని శిష్యులను క్రూరంగా హింసించి చంపేశారు. కొందరిని దేశం నుండి బహిష్కరించారు లేదా వారి ధర్మాన్ని వీడి మరొక ధర్మాన్ని స్వీకరించమని వత్తిడి చేశారు. మతహింసల ద్వారా ఇంత విజయవంతంగా బౌద్ధాన్ని భారతదేశం నుండి వెళ్లగొట్టడం జరిగింది. ఇటువంటి సంఘటన మరెక్కడా జరిగినట్లు కనిపించదు"..[99]

అయితే టి.డబ్ల్యు.రేస్ డేవిడ్స్ విల్కిన్స్ ప్రకటనతో ఏకీభవించడు. అతడిలా రాశాడు. "అతడు (విల్కిన్స్) బౌద్ధపతనానికి కారణాలను మరోచోట వెతకవలసింది. బౌద్ధధర్మంగానే అంతర్గతంగా ఆ మార్పులు చోటుచేసుకున్నాయని నేననుకుంటాను. పాక్షికంగా ఆ మార్పులు ప్రజల వైజ్ఞానిక స్థాయిని బట్టి కూడా జరిగాయి"..[100]

---

98 Prof. Hachman, Budhism as a religion, historical development, P.62-63
99 Wilkins, W.T, Daily Life and Work in India, P.100
100 Rhys Davids, T.W. Budhists in India, P.319-320

ఈ పాత ప్రకటనలు బౌద్ధధర్మంలో అంతర్గత కారణాల వల్లనే ఆ మార్పులు జరిగినట్లు రేస్ డేవిడ్స్ పరిగణించినట్లు తెలుపుతున్నాయి. అంటే బౌద్ధంలోని సహజసిద్ధమైన విప్లవంవల్లనే మహాయాన, వజ్రయానాలు ఆవిర్భవించాయని అర్థం. బ్రాహ్మణుల దీర్ఘకాలిక ఎత్తుగడల వల్లనే నాస్తిక బౌద్ధం వేదాంతం ముసుగులో మహాయానం పేరుతో మూఢనమ్మకాల సంప్రదాయంగా మారిపోయిందనే విషయాన్ని గురించి అతనికి తెలియదు. ఒకవేళ అవి ప్రజల వైజ్ఞానిక స్థాయిని బట్టి వచ్చిన మార్పులే అయినట్లయితే భారతదేశంలో మధ్యయుగంలో బ్రాహ్మణులు పెద్ద ఎత్తున బౌద్ధులపై భయంకరమైన సైనిక దాడులకు పాల్పడి వుండేవారు కాదు. ఒకవేళ ప్రజల విశ్వాసమే నూతన బ్రాహ్మణమతం వైపు మారిపోయి వున్నట్లయితే బ్రాహ్మణులు భారతదేశంలోని బౌద్ధసన్యాసులను, బౌద్ధాన్ని అనుసరించే సాధారణ ప్రజలను చంపివుండేవారు కాదు. వీటి గురించిన వాస్తవాలను శంకరుడి, కుమారిలుడి జీవితచరిత్రలు, ఇతర గ్రంథాలు, టిబెట్ అందించే సమాచారం, బ్రాహ్మణ సాహిత్యం, హుయాన్‌సాంగ్ రిపోర్టులు వెల్లడిస్తున్నాయి. ఇవన్నీ భారతదేశంలో బౌద్ధులకు బ్రాహ్మణులకు మధ్య రక్తపాతంతో కూడిన ఘోరయుద్ధం జరిగినట్లు నిరూపిస్తున్నాయి. కుమారిలవంటి బ్రాహ్మణోద్ధారకుడు బౌద్ధసన్యాసులపై దాడి చేసినపుడు నిస్సహాయస్థితిలో పడిపోయిన బౌద్ధులు తమను కాపాడమని శూద్రులకు విన్నవించుకున్నారు. బౌద్ధసన్యాసులను చంపడం, బౌద్ధ విహారాలను ధ్వంసం చేయడానికి వ్యతిరేకంగా ప్రజలు తప్పక స్పందించి వుంటారు. అటువంటి ప్రజల స్పందనను, సహకారాన్ని పాలకవర్గాలు హింసతో అణచివేశాయి. అటువంటి దారుణమైన, నిస్సహాయ స్థితిలో బౌద్ధసన్యాసులు శ్రీలంకవంటి విదేశాలకు పారిపోయారు.

"వాస్తవానికి అశోకుడి తరువాత బ్రాహ్మణులు బౌద్ధులను హింసించడంతో చివరకు థేరవాద బౌద్ధులు శ్రీలంకలో ఆశ్రయం పొందార"ని సి.శివరామమూర్తి పేర్కొన్నాడు..[101]

"శాక్యముని పుత్రులను (బౌద్ధులు) హిందూస్థాన్ నుండి, బెంగాలు నుండి వెళ్లగొట్టినపుడు వారు నేపాలులో ఆశ్రయం పొందారు. అక్కడ బౌద్ధధర్మాన్ని పాటించే సోదరులు వీరికి స్నేహపూర్వకమైన ఆతిథ్యాన్ని అందించా"రని హెచ్.కెరిన్ సరిగా చెప్పాడు..[102]

ఆ విధంగా బ్రాహ్మణుల చిత్రహింసల వల్ల బౌద్ధసన్యాసులు పొరుగుదేశాలైన శ్రీలంక, చైనా, నేపాల్, బర్మా వంటి దేశాలకు పారిపోయారు. హీనయానంగా దూషణలకు, అవమానాలకు గురైన మూలబౌద్ధం జన్మించిన దేశాన్నుండే తరిమివేయబడింది. దాదాపు **2000** సంవత్సరాల కాలం కొనసాగిన బుద్ధుని బోధనలు భారతదేశంలో అంతర్ధానమైపోయాయి.

మనమిప్పుడు ఒక ప్రధానమైన ప్రశ్నకు సమాధానం చెప్పవలసి వుంటుంది. భారతదేశంలో వజ్రయాన తాంత్రిక సంప్రదాయాలను బ్రాహ్మణులు ఎంతకాలం కొనసాగించారు? ఇప్పటివరకు అవి ఎందుకు కొనసాగలేదు?

భారతదేశంలో తాంత్రిక సంప్రదాయాలు, వ్యభిచారం ఒక్క హీనయాన బౌద్ధంలో తప్ప అన్ని మత శాఖలలో ఆచరించబడింది. **7**వ శతాబ్దంలో ఆకస్మికంగా ఆవిర్భవించిన తాంత్రికవాదం **12**వ శతాబ్దంలో ఆకస్మికంగా అదృశ్యమైపోవడం గొప్ప ఆశ్చర్యం. **12**వ శతాబ్దం నాటికి బౌద్ధం భారతదేశంనుండి దాదాపు పూర్తిగా తుడిచిపెట్టబడింది. ఇక బ్రాహ్మణులు బౌద్ధాన్ని వజ్రయానం పేరుతో తాము

---

101 Sivarama Murthy, C., Amaravati Sculptures in Madras Govt. Museum, P.15
102 Kerin, H., A Manual of Budhism, P.134

ఆక్రమించిన బౌద్ధవిహారాలలో కొనసాగించవలసిన అవసరం లేకుండా పోయింది. వ్యభిచారం బౌద్ధ విహారాలనుండి బ్రాహ్మణ దేవాలయాలకు మారిపోయింది.

రుస్తుం జె.మెహతా ఇలా పేర్కొన్నాడు.

"చాలామంది కోణార్క్, ఖజురహో, భువనేశ్వర్ వద్ద గల దేవాలయ గోడలమీదనున్న శృంగార శిల్పాలను, పూరి, బాదామి, మధురై వంటి ప్రదేశాలలోని మధ్యతరగతి శృంగార శిల్పాలను చూసి అవన్నీ తాంత్రిక యోగాన్నీ, ప్రత్యేకించి సెక్స్‌ను ఆరాధించే సంప్రదాయాలకు చెందినవని భావిస్తారు. అయితే కోణార్క్‌లోని సూర్యదేవాలయ గోడలమీదున్న శిల్పాలు ఆ భావన తప్పని తెలుపుతున్నాయి. ఈ దేవాలయన్ని పూరికి దూరంగా, ఏకాంత ప్రదేశంలో నిర్మించారు. అక్కడ తాంత్రికవాదాన్ని అనుసరించేవారు తమ ఇష్టానుసారంగా తమ చీకటి ప్రపంచంలో సంప్రదాయాలను పాటించడానికి, తంత్రాలను ఆచరించడానికి వీలవుతుంది".[103]

బ్రాహ్మణులు వారి దేవాలయాలలో ఆచరించిన తాంత్రిక సంప్రదాయాలను మధ్యయుగంలోని రాజులు, ఇతర ప్రముఖులు గొప్పగా ఆదరించారు.

జె.మెహతా ఇలా పేర్కొన్నాడు.

"7 లేక 8వ శతాబ్దానికి 12వ శతాబ్దానికి మధ్యగల కాలమంతా హిందూ తాంత్రిక సంప్రదాయాలకు చెందినదే. ఆ కాలంలో దేవాలయాల్లో కొనసాగిన సెక్సు సంప్రదాయాలు అసాధారణమైన రీతిలో ఉత్తర భారతదేశమంతటా ఆధిక్యాన్ని చెలాయించాయి. పైకి మాత్రం ప్రాచీన సంప్రదాయాలను పాటిస్తున్నట్లు కనిపించినా లోపల మాత్రం మార్మిక తాంత్రిక సంప్రదాయాలనే ఆచరించారు. వాటిని కూడా ఉన్నతవర్గాలవారికే పరిమితం చేశారు".

[103] Rustum J. Mehata, Konark-The sun Temple of Love. P.24

"హిందూ రాజులు, సైనికాధికారులు, పురోహితవర్గం అందరూ మార్మిక సంప్రదాయాలతో ఏకమయ్యారు. వారంతా మధువు, మగువలతో కూడిన సంప్రదాయాలలో పాల్గొనడం ద్వారా అమరత్వాన్ని లేదా దైవశక్తులను పొందడానికి ప్రయత్నించారు. వారంతా సెక్సు సంప్రదాయాలను పాటించడానికి అనువైన వాతావరణం కావాలి. రాజుల అండదండలతో నిర్మితమైన దేవాలయాలు పేరుప్రఖ్యాతులను, సంపదలను ఆర్జించుకొన్నాయి. అటువంటివి ఆ మార్మిక సంప్రదాయాలకు తగినట్లుగా ధనాన్ని, కాలాన్ని వెచ్చించి నూతన దేవాలయాల నిర్మాణం చేపట్టాయి. ఆ దేవాలయాలలోని మతకళలలో పంచ'మ'కారాలకు చెందిన ఐదవ మకారం మైథునాన్ని ప్రవేశపెట్టడం ఉచితమని భావించాయని" జె.మెహతా పేర్కొన్నాడు..[104]

బౌద్ధం ముసుగులో కొనసాగిన వజ్రయానంలోని విశ్వావిర్భావ సిద్ధాంతం బ్రాహ్మణ సంప్రదాయానికి దగ్గరగా వుంది..[105] పూరి జగన్నాథ దేవాలయంలో పసుపు వస్త్రాలు ధరించిన సన్యాసులు వైష్ణవ దాసీలతో వ్యభిచార కార్యకలాపాల్లో పాల్గొడాన్ని బట్టి వ్యభిచారం బౌద్ధవిహారాల నుండి బ్రాహ్మణ దేవాలయాలకు చేరినట్లు స్పష్టంగా రుజువవుతోంది.

పూరిజగన్నాథ దేవాలయం గురించి బంధోపాధ్యాయ ఇలా పేర్కొన్నాడు. "పూరిలోని జగన్నాథ దేవాలయం మొదట కామ వజ్రాయనుల ప్రభావంతో నిర్మించబడిందని నేను అభిప్రాయపడుతున్నాను. పూరి దేవాలయంలోని విమలదేవత వున్న ప్రాంతమే వారికి పవిత్రమైనది. పూరి దేవాలయానికున్న మరోపేరు శ్రీమందిరం. అక్కడ విశ్వసృష్టికి, మానవదేహ సృష్టికి మధ్య సమన్వయాన్ని

[104] Rustum J. Mehata, Konark-The sun Temple of Love. P.25
[105] Ananda Kumara Swamy, Budha and the Gospel of Budhism, P.103

సాధించారు. అక్కడున్న అన్ని అసభ్యకరమైన శిల్పాలలో వున్న ప్రతి పురుషుడు కామవజ్రాయన సంప్రదాయానికి చెందిన బౌద్ధ సన్యాసి. ప్రతి స్త్రీ దేవదాసి. కామ వజ్రాయనులకు సంబంధించిన పది సూత్రాల ఆధారంగానే ఆ దేవాలయ నిర్మాణం జరిగింది. అక్కడి శిల్పాలలో బౌద్ధానికి సంబంధించింది ఏమీ లేదు. కామ వజ్రాయన సంప్రదాయానికి చెందిన తాంత్రికశాఖ వారు బౌద్ధం పేరుతో దాన్ని నిర్మించారు".[106]

వజ్రయానంలో పూజించే దేవుళ్లకు, తాంత్రిక సంప్రదాయాలను పాటించే బ్రాహ్మణ శాఖల దేవుళ్లకు పెద్ద తేడా లేదు. ఆ రెండు సంప్రదాయాలవారికి నూతన బ్రాహ్మణ మతంతో గట్టి సంబంధాలున్నాయి. బ్రాహ్మణ దేవాలయాలను నిర్మించడంలో నూతన బ్రాహ్మణమతం ప్రధాన పాత్రను పోషించింది. జగన్నాథ దేవాలయంలోని సన్యాసులు మూలబౌద్ధులు (హీనయానులు) కాదు. దేవాలయాలపై చెక్కిన శృంగార శిల్పాలు వజ్రయాన సన్యాసులకు, వైష్ణవ దేవదాసీలకు మధ్య వున్న సంబంధాన్ని, వజ్రయానం నూతన బ్రాహ్మణమతం సమ్మేళనం చెందిన విషయాన్ని స్పష్టంగా తెలియజేస్తున్నాయి.

థేరవాద బౌద్ధాన్ని నిర్మూలించి, భారతదేశం నుండి వెళ్లగొట్టించిన తరువాత శతాబ్దాల తరబడి వ్యభిచారం బ్రాహ్మణ వర్గాల్లో పవిత్రమైనదిగా పరిగణించబడింది. వాస్తవానికి రాజుల అండదండలతో బ్రాహ్మణ కేంద్రాలుగా వున్న దేవాలయాల్లో సెక్సు సంప్రదాయాలు, వ్యభిచారం బాగా వికసించి విస్తరించాయి. ఒకవైపు బ్రాహ్మణ పురోహితులు వేలసంఖ్యలో వ్యభిచారిణులను దేవాలయాల్లో ఉంచారు. మరోవైపు తాంత్రిక సంప్రదాయాలను ఏనాడూ పాటించని పవిత్రమైన బౌద్ధులను అవమానించారు. వజ్రయానమనేది ముసుగేసుకున్న బ్రాహ్మణతాంత్రిక

[106] Chatopadhyaya, D.P, Lokayata, P.336-337,

సంప్రదాయమే. లంజదిబ్బలు అనే పదం మూల బౌద్ధ కేంద్రాలకు లేదా హీనయాన కేంద్రాలకు వర్తించదు.

థేరవాద (హీనయాన) బౌద్ధులను నిర్దాక్షిణ్యంగా చంపి, వారిని దేశంలోనే లేకుండా చేశారనేది స్పష్టం. అందువల్ల భారతదేశంలో బౌద్ధపతనానికి వ్యభిచారాన్ని ప్రధాన కారణంగా పరిగణించలేము.

**14**వ శతాబ్దం నాటికి వజ్రయానాన్ని అనుసరించేవారు చాలామంది బ్రాహ్మణమతంలో కలిసిపోయారని రాహుల్‌జీ పేర్కొన్నాడు.[107] అతనివద్ద గల జాబితా ప్రకారం వజ్రయానానికి చెందిన **84** మంది సిద్ధులు ద్విజులకు చెందినవారే.[108] వారిలో అత్యంత ప్రముఖులు బ్రాహ్మణులే. మూలబౌద్ధాన్ని భారతదేశంలో నామరూపాలు లేకుండా చేసిన తరువాత వజ్రయాన బ్రాహ్మణులు నేరుగా నూతన బ్రాహ్మణమతంలో కలిసిపోయారు.

మరోవైపు మహాయాన బ్రాహ్మణులను నూతన బ్రాహ్మణమతంలోకి చేర్చుకోవడానికి బ్రాహ్మణులు వైష్ణవమతాన్ని శక్తివంతమైన సాధనంగా బాగా ఉపయోగించుకున్నారు. బౌద్ధానికి ప్రసిద్ధ కేంద్రమైన అమరావతి దీనికి నిదర్శనం.

అమరావతి నుండి బౌద్ధసన్యాసులను బహిష్కరించిన తరువాత అమరావతి స్తూపం బ్రాహ్మణుల హస్తగతమైంది. అమరావతివద్ద గల దీపాలదిన్నెలో అమరావతి మహాచైత్యం ఉండేది. అక్కడ బ్రాహ్మణులు తమ దేవుళ్లతోపాటు బుద్ధుడిని కూడా పూజించడానికి బుద్ధ దేవాలయాన్ని నిర్మించినట్లు క్రీ.శ.**12, 13** శతాబ్దాలకు చెందిన రికార్డులు నిరూపిస్తున్నాయి.

[107] Rahulzi, The Origin of Vijrayana and 84 Mistics, P.129
[108] Rahulzi, The Origin of Vijrayana and 84 Mistics, P.129

ఎన్.ఎన్.దాస్‌గుప్తా ఇలా పేర్కొన్నాడు.

"అమరావతి స్తూపం ఇంకా మంచి స్థితిలోనే వున్నట్లు, స్తూపంలోను, అమరావతి వద్ద గల దీపాలదిన్నెలోని బుద్ధ దేవాలయంలోను నిత్యం దీపాలను వెలిగించడానికి అవసరమైన ఖర్చుల నిమిత్తం కొందరు బ్రాహ్మణ కులస్తులు, వ్యాపారస్తులు, స్త్రీలు, కోట కుటుంబసభ్యులు ధనాన్ని సమకూర్చినట్లు క్రీ.శ. **1137** నుండి క్రీ.శ. **1234** వరకు గల ఆంధ్ర నివేదికలు తెలుపుతున్నాయి. కోట-**2,** అతని బంధువులు, బ్రాహ్మణ వర్గానికి చెందిన కొందరు అనుచరులు బ్రాహ్మణ దేవతలతోపాటు బుద్ధుడిని, తారను కూడా పూజించినట్లు తెలుస్తోంది".[109]

ఆ కాలంలో మూలబౌద్ధులను దక్షిణ భారతదేశం నుండి తరిమివేయగా, వారంతా తమను తాము కాపాడుకోవడానికి ఉత్తర భారతదేశానికి వెళ్లారు.

"కొంతమంది దక్షిణభారతదేశంలోని మూలబౌద్ధులు **12,13** శతాబ్దాల కాలంలో తమ స్వస్థలాలను వీడి ఉత్తరభారతదేశానికి వలస వెళ్లారని" ఎన్.ఎన్.దాస్‌గుప్తా పేర్కొన్నాడు.[110]

మూలబౌద్ధమైన హీనయాన బౌద్ధం పూర్తిగా భారతదేశం నుండి కనుమరుగయ్యాక బ్రాహ్మణులకు బౌద్ధవిహారాలను కొనసాగించే అవసరం లేకుండా పోయింది. వారి దేవాలయాల్లో బుద్ధుడిని విష్ణువు అవతారంగా పూజించే కార్యక్రమాలమీదనే దృష్టిని కేంద్రీకరించారు. **12**వ శతాబ్దం వరకు బ్రాహ్మణ వర్గాలవారు పూజించే దేవుళ్లందరిలోకి బుద్ధుడిని పూజించడానికే అధిక ప్రాధాన్యం ఇచ్చారు. బుద్ధుడే అందరికంటె గొప్ప దేవుడిగా గుర్తింపబడ్డాడు. మిగతా

[109] Das Gupta, N.N, The Structure of the Empire, P.424
[110] Das Gupta, N.N, The Structure of the Empire, P.425

దేవుళ్లందరూ అతనికంటె తక్కువస్థాయి కలవారిగా పరిగణించబడ్డారు. నూతన బ్రాహ్మణమతం వైపు ప్రజలను ఆకర్షించడానికి బ్రాహ్మణులు పన్నిన పన్నాగమిది.

థేరవాద బౌద్ధం భారతదేశం నుండి పూర్తిగా అంతరించిపోయాక బ్రాహ్మణ వర్గాల్లో బుద్ధుడి ఆరాధన, సర్వోన్నత స్థాయి తగ్గించబడింది. అతని స్థానాన్ని బ్రాహ్మణదేవతలు ఆక్రమించారు. బ్రాహ్మణవర్గాల్లో అతని స్థానం కేవలం నామమాత్రంగా మిగిలిపోయింది. దేవాలయాల్లో బుద్ధుడిని ప్రవేశపెట్టి పూజించడం నూతన బ్రాహ్మణ మతం యొక్క సహనానికి, లౌకిక విధానానికి తార్కాణం కాజాలదు. అది బుద్ధుడిని, బ్రాహ్మణీకరించడానికి, మహాయాన బ్రాహ్మణులను తమలో కలుపుకోవడానికి నిదర్శనంగా నిలుస్తుంది గాని భారతదేశంలోని మూలబౌద్ధానికి (హీనయాన లేదా థేరవాద బౌద్ధానికి) సంబంధించింది కాదు.

*************

# Bibliography (ఆధారగ్రంథాల జాబితా)


1) Abid Hussain, The National Culture of India
2) Aiyyappan A, Story of Budhism
3) Alice Getty, Gods of Northern Budhism
4) Ambedkar, B.R., The Untouchables
5) Ananda Kumar Swamy, Budha and Gospel of Buddhism
6) Aswaghosha, Budha Charita, Translated by E.B. Cowell
7) Aurobindo, Life Devine
8) Bagchee, Our Budha
9) Balm, A.L., Philosophy of Budha
10) Bapat, P.V; 2500 years of Budhism
11) Barua, B, Gaya and Budha Gaya
12) Barua, B., Proligomena to the history of Budhist Philosophy
13) Benergee, A.C, Chinese Budhism
14) Benergee, P., Early Indian Redigions
15) Bertrand Russel, Why I am not a Christian
16) Bhattacharya, D.C, Studies in Budhist Iconography
17) Bhattacharya, N., Ancient Indian Atheistic Movements
18) Bhattacharya, N., History of Researches on Budhism
19) Bhattacharya, N., History of Tantrika Religion
20) Broadly, A.C, Budhist remains of Bihar
21) Burgess, J.A.S; Budhist art in India
22) Burgess, J.A.S; Notes on Amaravati Stupa
23) Burgess, J.A.S; The Budhist Stupa of Amaravati and Jaggayyapet
24) Burnell, A.C. The Ordinances of Manu
25) Carlyle, A.C.L., Report on tours in Central read and Ghorakpur, Vol. XII

26) Chattopadhyaya, D.P; Indian atheism
27) Chattopadhyaya, D.P; Lokayata
28) Chattopadhyaya, D.P; What is living and what is dead in Indian Philosophy.
29) Christmas Hamphreys, Budhism
30) Coplestone, R.S., Budhism: Primitive and Present
31) Cunningham, Archeological Survey of India report, Vol.I
32) Cunningham, Mahabodhi
33) Cunningham, Report on tours in Bundelkhand and Malwa
34) Cunningham, Report on tours in Gangtic Provincess
35) Cunningham, Report on tours in Punjab
36) Dange, S.A; India from Primitive Communism to Slavery
37) Das Gupta, S.N. History of Indian Philosophy
38) Das Gupta, S.N. Indian Idealism
39) Das Gupta, S.N; Introduction to Tantrik Budhism
40) David L. Snell Grove, The image of Budha
41) Debala Mitra, Budhist Monuments
42) Dipak Kumar Barua, Viharas in Ancient India
43) Dube, S.N; Cross Currents in Early Budhism
44) Eva M Darxray, The rise of Isoteric Budhism in Tibet
45) Elliot, Hinduism and Budhism
46) Encyclopedia of Religion and Ethics
47) Epigraphia India - Vol. XXI
48) Epigraphia India - Vol. XVII
49) Fleet, J.F; Inscriptions of the Early Gupta Kings and their Successors.
50) Gangulee, N; Budha and his message
51) Gauthama Dharma Sutras
52) Ghosh, A; Guide to Nalanda
53) Gokhale G.G; Budhism in Maharashtra
54) Hackman, Budhism a religion: Historical development
55) Hanmantha Rao, B.S.L; Religion in Andhra
56) Hanmantha Rao, B.S.L; The Age of Satavahanas
57) Hazra, K.L; History of the Ravada Budhism in South East Asia

58) Huantsong, Si-Yu-Ki, translated by S. Beal, Budhist records of Western World.
59) Jagadish Iyyar, P.V; south Indian Strains
60) Jawaharlal Nehru, Discovery of India
61) Jayaswal, K.P. An Imperial History of India in a Sanskrit Text.
62) Jennings, J.G; The Vedantic Budhism of Budha
63) Jingiro Takakusu, Essentials of Budhist Philosophy
64) Joseph Edkins, Chinese Budhism
65) Keith, A.B; Budhist Philosophy in India and Cylon
66) Kern, H; A Manual of Indian Buddhism
67) Kosambi, D.D; An Introduction to the Study of Indian History
68) Kosambi D.D; Culture and Civilization of Ancient India
69) Kosambi, d.D, Myth and Reality
70) Lati, P.M; The way of Budha
71) Lakshmi Narsu, P; The Essence of Budhism
72) Longhurst, A.H; The Budhist antiquities of Nagarjuna Konda
73) Mazumdar, R.C; Age of Imperial unity
74) Mazumdar, R.C; Classical Age
75) Mazumdar, R.C; Corporate Life in Ancient India
76) Mazumdar, R.C; The cultural Heritage of India
77) Mazumdar, R.C; Imperial Kanoj
78) Mazumdar, R.C; Shankara Digvijaya
79) Mazumdar, R.C; The Struggle for Empire
80) Mukharjee, R.K; Education in Ancient India
81) Nalinakshadutt, Budhist Seats in India
82) Nalinakshadutt, Early monastic Budhism
83) Nalinakshadutt, Mahayana Budhism
84) Naqui, S.H; Readings in Indian History
85) Narayana, A.K; Studies in Pali and Budhism
86) Nariman, J.K; Literary History of Sanskrit Budhism
87) Nilakanta Sastry, Advanced History of India
88) Nilakanta Sastry, History of South India

89) Paul Carus, The Gospel of Budha
90) Percy Brown, Indian Architecture
91) Radha Krishnan, S; History of Philosophy Eastern and Western
92) Radha Krishnan, S, Indian Philosophy
93) Rahul Sankrityayan, Selected Essays
94) Rajendralal mitra, Budha gaya
95) Ramanan, K.V; Nagarjuna Philosophy
96) Ramarao, M; Eastern Chalukyas Temples of Andhradesa
97) Ramaswami, N.S; Amaravati Stupa
98) Ramesan, N; Eastern Chalukyas of Vengi
99) Ramesan, N; Glimpses of Budhism
100) Ramesan, N; The copper Plate Inscriptions of A.P. Govt. Museum
101) Rapson, E.J; Ancient India
102) Rapson, E.J; Cambridge History of India
103) Rhys Davids, T.W; Budhist India
104) Rhys Davids, T.W; Buddhist Sutras
105) Rhys Davids, T.W; Dialogues of Budha
106) Rhys Davids, T.W; History and Literature of Budhism
107) Richard Fick, The Social Organisation in North East India in Budhist Time
108) Robert Sewell, Repot on Amaravati Stupa
109) Romila thaper, Ashoka and Decline of Mauryans
110) Rustum J. Mehta, Konark, the sun Temple of Love
111) Samaddar, Glories of Magadhas
112) Sankaracharya, Brahma Sutra Bhasya, translated by Swami Gambhirananda
113) Sarkar, H; and Nainar, S.P; Amaravati
114) Satish Grover, The Architecture of India
115) Sherbutsky, T, concept of Budhist Nirvana
116) Sitapati, P. and Krishna Sastry, V.V; Satavahana Scruptures from Andhra Amaravati
117) Sivaramamurthi, C, Amaravati Sculptures in Madras Govt. Museum

118) Smith, V.A; Ashoka
119) Smith, V.A; Early History of India
120) Smith, V.A; Oxford History of India
121) Subrahmanyam, K.R, Budhist Remains in Andhra
122) Subrahmanyam, K.R, The Brahminical Structures at Nagarjunakonda, Ithihas, Vol. VIII No.1
123) Subrahmanyam, K.R, The Copper Plate Grant of Vishnukundin King Vikramendra Varma
124) Sunder Rajan, K.V, Art of South India-Deccan
125) Swami Ranganadhananda, Bhagavan, Buddha and Our Heritige.
126) Taranath, History of Budhism (Ed. Chatopadhyaya)
127) Temples of India, Ministry of Information and Broadcasting
128) Temples of South India, Dept. of Tourism, Govt. of India
129) Temples of South India, Ministry of Information and Broadcasting
130) Thomas, E.J; Budhist Doctrine of Experience
131) Thomas, E.J; History of Budhist Thought
132) Tripati, C.L; The Problem of Knowledge in Yogachara Philosophy
133) Urmila Agarwal, Khajuraho temples and their Significance
134) Vasudeva Vishnu Mirashi - Inscriptions of the Vakatakas
135) Venkataramanaiah, N; Vishnu Kundinulu (Telugu)
136) Vidya, C.V; Epic India
137) Vinaya Texts, Part XI, L. Goldenburg
138) Vinaya Texts, Part XI, Translated by Rhys Davids
139) Vishnu Dharma Shastram
140) Viswanath Varma, Early Budhist Origins
141) Walpola Rahula, History of Budhism in Cylon
142) Warder, A.K; Indian Budhism
143) Wells, H.G; Outline of World history
144) Wilkins, W.T; Daily life and work in India
145) Yagna-Valkya Smriti

## డా॥ గుమ్మా వీరన్న రచనలు

| క్రమ సంఖ్య | పుస్తకముపేరు | అచ్చయిన సం॥ | |
|---|---|---|---|
| 1) | హేతువాదం - భావవిప్లవం* | 1984 | |
| 2) | హేతువాదం - మార్క్సిజం | 1987,2012 | |
| 3) | నవ్యమానవవాద మీనాటి బాట* | 1996 | |
| 4) | స్వేచ్ఛ* | 2001 | |
| 5) | హేతువాదం - స్వరూప స్వభావాలు | 2007 | |
| 6) | భారతీయ సంస్కృతి - తత్వం | 2008 | |
| 7) | తాత్విక విప్లవం* | 2010 | |
| 8) | హేతువాదం - అపోహలు, అపార్థాలు | 2012 | |
| 9) | రావిపూడి రచనల సంపుటాల సమీక్ష (ప్రథమ భాగం) | 2014 | |
| 10) | రావిపూడి రచనల సంపుటాల సమీక్ష (ద్వితీయ భాగం) | 2016 | |
| 11) | రావిపూడి వెంకటాద్రి రచనలు - హేతువాద మానవవాదాలు | 2017 | |
| 12) | విశ్వపరిణామంలో మానవావిర్భావం | 2022 | |
| 13) | ఆర్యులు - వేదవాఙ్మయం | 2022 | |
| 14) | ఉపనిషత్తులు | 2022 | |
| 15) | చార్వాకం, జైనం | 2022 | |
| 16) | భారతీయ తత్వ దర్శనం - బౌద్ధం | 2023 | |
| 17) | షడ్దర్శనాలు | 2023 | |
| 18) | ఆధునిక తెలుగు సాహిత్యంలో అభ్యుదయ ధోరణులు | 2024 | |
| 19) | Rationalism to Humanism | 2024 | |
| 20) | హేతువాద మానవవాద తత్వవేత్త - రావిపూడి వెంకటాద్రి | 2025 | |
| 21) | హేతువాద మానవవాద వ్యాసాలు | 2025 | |
| 22) | హేతువాద - మానవవాద తత్వవేత్తలు | 2026 | |
| 23) | భారత పునర్వికాసోద్యమం - ఇతర అనువాదవ్యాసాలు (అముద్రితం) | | |
| | **అనువాదాలు** | | |
| 24) | గతితార్కిక భౌతికవాదం శాస్త్రీయమా?* | 1988 | |
| 25) | రాడికల్ హ్యూమనిజం* | 2005 | |
| 26) | మానవజాతికి మతమెందుకు?* | 2010 | |
| 27) | శాస్త్రం - తత్వం | 2020 | |
| 28) | ఆంధ్రప్రదేశ్‌లో మానవవాద ఉద్యమ చరిత్ర* | 2020 | |
| 29) | భారతదేశంలో బౌద్ధం ఎందుకు పతనమయింది? | 2022,2026 | |
| 30) | బౌద్ధం : మంచిప్రశ్నలు - మంచి జవాబులు | 2025 | |
| 31) | Essays on Indian Philosophical Streams and Culture | 2025 | |

★ ఈ గుర్తు గల పుస్తకములు ఇప్పుడు స్టాక్ లేవు. సంప్రదించండి : డా॥ గుమ్మా వీరన్న, 9866681927

www.ingramcontent.com/pod-product-compliance
Lightning Source LLC
LaVergne TN
LVHW032102041026
849518LV00010B/2955
* 9 7 8 8 1 9 8 8 1 8 4 7 8 *